पडीक बंगल्याचे रहस्य

मधुकर साबणे

#AnyoneCanPublish with
सकाळ प्रकाशन

#AnyoneCanPublish with
सकाळ प्रकाशन

Padkya Bangalyache Rahasya

पडीक बंगल्याचे रहस्य

प्रथम आवृत्ती	:	जानेवारी, २०२५
प्रकाशक	:	सकाळ मीडिया प्रा. लि. ५९५, बुधवार पेठ, पुणे ४११ ००२
मुखपृष्ठ	:	सारद मजकूर
मांडणी	:	अनुज आर्ट्स
मुद्रणस्थळ	:	विकास प्रिंटिंग ॲण्ड कॅरिअर्स प्रा. लि. प्लॉट नं. ३२, एमआयडीसी, सातपूर, नाशिक ४२२००७
ISBN	:	978-93-48048-00-4
संपर्क	:	020-2440 5678 / 88888 49050 sakalprakashan@esakal.com

मनोगत

मागील वर्षी १० मार्च २०२३, अक्षय तृतीया या साडेतीन मुहूर्तावर 'असं आमचं जमलं' या शीर्षकाचा कथासंग्रह प्रसिद्ध झाला. 'यशोदीप प्रकाशन'ने प्रकाशित केलेल्या या कथासंग्रहाचं वाचकांनी उचित स्वागत केलं. त्यातल्या कथा त्यांना आवडल्याचं सांगितलं. त्यामुळे मला आणि माझ्या लेखणीला अधिक स्फूर्ती मिळाली. आणि काही कारणांनी थांबलेली लेखणी पुन्हा पूर्ववत झाली आणि संथपणे वाहू लागली.

मग आपोआपच शाईने शब्द कागदावर विस्कळीत न होता उमटू लागले. यासाठी लागणारे बळ 'अपेक्षा' दिवाळी अंकाचे संपादक दत्ता उभे, 'उत्तम कथा' मासिकाच्या संपादिका वैजयंती काळे, 'मेनका' मासिकाचे संपादक, 'भालचंद्र' नासिकचे दर्शन दाणी यांनी माझ्या कथा प्रसिद्ध करून वाढवले, त्याबद्दल त्यांचे आणि वाचकांचे आभार मानतो.

'पडीक बंगल्याचे रहस्य' हा नवीन कथासंग्रह वाचकांसमोर सादर करत आहे. तो वाचकांना आवडेल अशी आशा करतो. यातील कथा, पात्रे काल्पनिक असून अशा घटना घडत असतील, तर तो निव्वळ योगायोग समजावा. या कथासंग्रहाच्या प्रकाशनाची जबाबदारी सांभाळणाऱ्या 'सकाळ प्रकाशन'च्या अमृता देसर्डा, 'सारद मजकूर'चे अभिजित सोनावणे आणि चित्रकार मिलिंद कडणे यांचे आभार मानतो.

– डॉ. मधुकर साबणे

अनुक्रमणिका

। १ ।

पडीक बंगल्याचे रहस्य

श्रावण महिना उजाडला की सणांच्या स्वागताची तयारी सुरू व्हायची. नागपंचमी, उपासतापास, मंगळागौरपूजन आणि सत्यनारायणाची पूजा यांची आखणी सोयीप्रमाणे झाली, की प्रत्येक घरात धांदल सुरू होई. भाद्रपद आणि आश्विन महिन्यांची तजवीजही आपसूक केली जायची.

आश्विन महिना तर अनेक सणांची रेलचेल असलेला महिना. हा महिना घटस्थापनेपासून सुरू होतो. जवळ-जवळ ३० दिवस रोज काही तरी असतेच. अनेक सण साजरे करावेच लागतात. त्या सणांचं माहात्म्यच तसं जनमानसात अनंत काळापासून रुजलेलं आहे. घटस्थापनेनंतर येणारा अष्टमीचा (आठवी माळ) दिवस देव-देवीच्या दृष्टीने अतिमहत्त्वाचा असतो आणि खूप उत्सुकतेचाही.

आमचं कसबा गणपती-बुधवार पेठेतलं घर. प्रचंड मोठं-ऐसपैस असं. मागे-पुढे अंगण. पुढच्या अंगणात सजावट केलेलं तुळशीवृंदावन. तुळशीला मंजिरी आल्या की त्यांच्यापासून नवीन तुळशीची चिट्टकली रोपंही दिसायची. वृंदावनात पणतीसाठी जागा. वाड्याच्या मुख्य दरवाजातून हत्तीसुद्धा जाऊ शकेल, असा भव्यदिव्य दरवाजा होता. घरातील जमीन शेणानी सारवायची, ते काम स्त्रियांचं किंवा पुरुषही वेळप्रसंगी ते अंगावर घेत. त्या वेळी आसपासच्या गोठ्यातून शेण मिळत असे. भिंती पिवळ्या मातीने रंगवायच्या, घरीच. घरात अनेक कोनाडे, बळद, तळघर. भारतीय क्रांतिकारक शिवराम हरी राजगुरू, रा. खेड पुणे यांच्या

घरात असे तळघर आहे. तेथे तळघर (मोठे) आहे हे कुणाला कळायचेही नाही. भाद्रपद संपला की आश्विन महिन्यातील नवरात्रातील अष्टमी आजही डोळ्यांसमोर दिसू लागते.

आश्विन महिना सुरू होतो. घटस्थापना शारदीय नवरात्राचा आरंभ म्हणजे सर्व देवी आणि देवीभक्तांची गडबड सुरू होते. पुण्यापासून चतुःशृंगी, तांबडी जोगेश्वरी, काळी जोगेश्वरी किंवा सोलापूर, कोल्हापूर किंवा जेथे जेथे देवींचे माहात्म्य असेल तेथे भक्तांची रांगच लागते. देवी नवसाला पावते, ही भाविकांची श्रद्धा. त्यासाठी रोज गोडधोडाचा नैवेद्य दाखवला जातो, भरजरी साडी-नारळानी देवींची ओटी भरली जाते.

पहिल्या माळेला तांबड्या जोगेश्वरीला दर्शनासाठी पहाटेपासून अनेक सुवासिनींची रांग लागते ती जोगेश्वरी ते गणपती चौका (लक्ष्मी रोड) पर्यंत.

विविधरंगी रेशमाच्या नऊवारी साड्या सुवासिनींच्या (आता पाचवारी किंवा ड्रेस) अंगावर असायच्या. त्यांच्या चेहऱ्यावरचा सात्त्विक भाव बघून ती एखादी देवीच असावी असे वाटू लागे. दहा दिवस उंची वस्त्रं, उंची अलंकारांनी नटलेली भक्तांची रांग देवीच्या दर्शनासाठी जोगेश्वरीपासून गणपती चौकापर्यंत जायची. त्या स्त्रियांना हौसमौजेचा दिवस एखाद्या सणासारखा वाटे. असा थाटमाट फक्त लग्न समारंभातच पाहायला मिळे. येथे पुरुषांची मक्तेदारी गळून पडे, "देवीला चालले आहे, कुठे मजा मारायला चालले नाही. नाहीतर माझ्याबरोबर देवी दर्शनाला चला!" असं म्हटलं की संपलं. वाचाच बंद होते. एकूण काय, सर्वत्र सणावाराचे -आनंदाचे उधाण आलेले असते.

आमच्या वाड्यात एक भाडेकरू होते. श्री. व सौ. आपटे असे दोघंच. त्यांच्याकडे पुढील व मागील अंगणाची भरपूर जागा होती. दुर्दैवाने त्यांना अपत्य नव्हतं. नवरा पोस्टात पण सतत फिरतीवर असे. आम्ही त्यांच्या सौ. ना आनंदीकाकू म्हणायचो. त्यांच्या अंगात देवीचा संचार अष्टमीला यायचा. त्यांच्या घरात व आमच्यासाठीही ते एक मोठे आकर्षण होते. ३६५ दिवसांतला तो एकच मोठा कार्यक्रम त्यांच्या घरी साजरा होई.

अष्टमीला त्यांच्या घरात सकाळपासून धांदल असे.

संध्याकाळ झाली की सूर्यदेव पूर्व-पश्चिम दिशा पार करत असे. आपल्याकडे अंधाराच्या साम्राज्याचा ढोल वाजत असे. नगरपालिकेचे रस्त्यावरील उंचीवरल्या

(३० फूट) खांबावरचे साठ वॅटचे दिवे मेणबत्तीसारखे प्रकाश रस्त्यावर फेकत असत. त्या प्रकाशात काजव्याचा प्रकाशही जास्त वाटायचा.

आमच्या वाड्यातील घरात टुकटुकी, कंदील किंवा इलेक्ट्रिकचे कमी पॉवरचे दिवे उजळत असत. तेवढा प्रकाश रात्रीच्या अंधारापुरता चाले.

देवघरात देवावर-देवींच्या फोटोंना ताजे हार घातले जात. देवांची धूप लावून पूजा-आरती होई. धुपाचा वास-त्याचा धूर घराची प्रत्येक चौकट ओलांडून आसमंतात पसरत असे. वसंत टॉकीज-आंबेडकरांच्या बोळातील लोकांना आनंदीबाई आपटेंच्या घरात देवींच्या घागरी फुंकण्याच्या कार्यक्रमाची वेळ साधण्यासाठी उत्सुकता असे. मग स्त्रियांची धावपळ सुरू होई.

आनंदीबाईंची पूजा आटोपल्यावर धुपाचा वास त्यांच्याबरोबर बाहेर पडे. आनंदीबाई मूळच्या गोऱ्या, नाकेल्या, दिसायला खरोखरच लक्ष्मी-सरस्वतीसारख्या तेजःपुंज, कपाळावर मोठं कुंकू. लोभस, आकर्षक अशा अनेक उपमा देता येतील अशा दागिन्यांनी सजलेल्या. त्या धुपाच्या वासाने भरलेल्या खोलीत बऱ्याच नटून-थटून आलेल्या सुवासिनी उभ्या होत्या. प्रत्येकीला आर्थिक वा संसारातील अनेक प्रश्नांवर देवीकडून काही तरी उतारा हवा होता. आणि काही क्षणात शांतता पसरली गेली.

आनंदीबाई नव्हे देवीच त्यांच्या अंगात आली होती. त्यांनी घागर फुंकत फू..... फू, करत घागर फिरवत-फिरवत बाहेर हॉलमध्ये प्रवेश केला. गर्दीतल्या साऱ्या बायका निमूटपणे उभ्या राहिल्या. देवीचे दर्शन-साष्टांग नमस्कार असे सोपस्कार झाले. एकीकडे फू.....फू सुरूच होते.

एकेकजण पुढे येऊन देवीला आपले प्रश्न विचारत होती. गाऱ्हाणे घालत होती. प्रश्न रोजच्या जगण्यातले होते. उदा. पळून गेलेला मुलगा परत घरी येईल का? मुलांना नोकरी, कधी लागेल, लग्न केव्हा होईल, ह्यांना केव्हा बरं वाटेल अशा अडचणी सांगत होत्या. देवीकडून काय उत्तर येईल याची उत्सुकतेने वाट पाहत होत्या.

अचानक त्या गंभीर वातावरणात व धुपाच्या वलयात तीन/चार जणी घरात घुसल्या. त्या उच्चपदस्थ/ श्रीमंत घरातील असाव्यात असे वाटत होते. त्यांपैकी एक तर अतिशय देखणी, सुदृढ, सुडौल, आकर्षक होती. तिच्या आवाजात मृदू पण जबर-हुकमी शब्द पदोपदी पेरलेले होते. तिच्याबरोबर असलेल्या साहाय्यक

बायका मौन धारण करून, हवालदिल होऊन उभ्या होत्या. त्यामुळे काही स्त्रियांनी तेथून काढता पाय घेतला. देवीचं घागर फुंकणं चालूच होतं.

देवीनं घागर फुंकत त्या स्मार्ट बाईंना विचारलं, "तुला काय विचारायचं आहे?....फू...फू..., तुझा प्रश्न वेगळा आहे. कामासंबंधी आहे पण महत्त्वाचा आहे हे मी अगोदरच ओळखलं आहे. तू पोलीस खात्यातली आहेस. वरिष्ठ आहेस. आणि तुला त्याचं उत्तर हवं आहे....फू...फू" अधूनमधून घागरीतून धुपाचा धूर बाहेर येत होता.

"हं! बोल!"

"मी फार अडचणीत आहे. नाहीतर नोकरीवर गंडांतर येईल!"

"घाबरू नकोस मुली. मी सांगते... फू....फू..." काही वेळ शांततेत गेला. लोकांची उत्सुकता अधिक वाढली. आता उत्तर काय देणार देवी?

"तुला त्या पडीक बंगल्याबद्दल विचारायचे आहे. ते दक्षिणेला आहे. त्या ठिकाणी आठ आकडा असलेला मैलाचा दगड आहे. येथून खूप लांब आहे. त्याच्याच नातलगांनी ते धुळीला मिळवलं आहे." देवीनं थोडा दीर्घ श्वास घेतला. घागर फुंकून-फुंकून देवी दमली होती. तिला धाप लागत होती. अनेक बायकांनी तिला हळद-कुंकू लावल्याने देवी हळदीसारखीच पिवळी दिसू लागली होती. घामाच्या पिवळ्या धारा चेहऱ्यावरून खाली ओघळत होत्या. फू....फू चा थोडा वेग कमी झाला होता.

"घाबरू नकोस मुली, मला ठाऊक आहे. मी सांगते." देवीनी पुन्हा घागर फिरवली. क्षणाची विश्रांती घेतली. आता देवी खरोखरच दमली होती.

"ते ठिकाण दक्षिणेकडे आहे. घर पडीक आहे, छान बांधलेलं होतं. त्या घराच्या नातलगांनी ते धुळीला मिळवलं. ईर्षा, सूडबुद्धी आणि स्वतःचा नाश करून घेतला. ती जागा येथून खूप लांब अंतरावर आहे. तपास त्याचा काय करायचा? काही नको. तो निष्फळ आहे. त्याचा दोष तुला देता येणार नाही. काही होणार नाही, सुखी भव!"

त्या बाई एकाग्र चित्ताने देवीचं ऐकत होत्या. त्यांचा बाईंना आधार वाटला. त्या बाई पोलीस खात्यातील आहेत हे माझ्या लक्षात आलं होतं. आम्ही देवींचे शेजारीच होतो. त्यामुळे या अष्टमीला, गर्दीत उभं राहून ती घटना बघत असताना एखादं कामही चालू असे.

त्या पोलीसबाई देवीचं ऐकून शांतपणे बाहेर पडल्या. ती पडीक जागा मी अनेक वेळा बघितलेली होती. तो रस्ता माझ्या जाण्या-येण्याचाच होता. गावी जाताना ती पडीक इमारत पाहून मला गलबलल्यासारखं व्हायचं.

त्या पोलीसबाईंची मी ओळख करून घेतली. फौजदार राधिका देशमुख. "अहो बाई, सॉरी फौजदार देशमुख, मी याच वाड्यातला आहे. देवींचा आणि आमचा घरोबा आहे. मी पण सरकारी ऑफिसर आहे." मी त्या पडीक बंगल्याविषयी अधिक माहिती दिली. "बंगला मोठा आहे. त्याची दारे, खिडक्या, चौकटी यांची चोरी झालेली दिसते. गुलाबी, पोपटी रंगाचे कोनाडे दिसतात. तेथे कोणा माणसांची वर्दळ मी आजपर्यंत पाहिलेली नाही. निर्मनुष्य, ओसाड जागा!"

"आपण फू...फू देवीकडे साकडे घातले! आणि माझी अधिकच उत्सुकता वाढली. या बंगल्याचे गूढ, गौडबंगाल काय? मी आपणास मदत करू शकतो का? माझं नाव बळवंत. इकडे या." हाकेमुळे फौजदार बाईंना समजले.

"अहो, बळवंतराव, या प्रकरणाचा शोध त्वरेने लावा, असा मला वरतून हुकूम दिला आहे, त्याचा रिपोर्ट द्या असं सांगण्यात आलंय."

"तुमचा हा नेहमीच जाण्या-येण्याचा मार्ग आहे. आपण माहीतगार आहात शिवाय सरकारी अधिकारी आहात. तुमची मदत या कामी उपयोगी पडेल, त्यासाठी आभारी आहे!"

फौजदार राधिका देशमुख व बळवंतराव यांचा प्रत्यक्ष जागेवर भेटीचा दिवस ठरला. "फौजदार साहेब, तुम्ही तुमचा युनिफॉर्म, पोलिसांची गाडी घेऊन या आणि मी नेहमीप्रमाणे टू व्हीलरवर येतो. म्हणजे कोणतेही संशयाचे कारण नको. ठरलं? पक्क ठरलं!

"ठरले!"

देवीने सांगितले तसे व आमचे ठरल्याप्रमाणे मैलाचा दगड क्र. आठच्या अलीकडे पलीकडे थांबलो. रस्त्याला हिरवीगार झाडी, मंद वारा, द्राक्षांच्या, पपईच्या बागा फुललेल्या होत्या. रस्ता तसा निर्मनुष्य-ओसाडच होता. बागेतसुद्धा कोणी प्राणी किंवा रखवालदार दिसला नाही. स्वच्छ प्रकाश, झुळझुळ थंड वारा अंगावर घेत, मी व फौजदार देशमुखांची एक-दोन माणसं आम्ही ठरल्याप्रमाणे त्या पडीक बंगल्यात प्रवेश केला. देवी किंवा रेकी, भूत, पिशाच्च अशा कुठल्या गोष्टींवर अंधविश्वास ठेवणाऱ्या फौजदार बाई नव्हत्या.

अर्धवट पडलेल्या कंपाउंडच्या सभोवार आंबा-जांभळाची झाडं होती. त्यांच्या बुंध्यावरून ती झाडं दहा-पंधरा वर्षांपूर्वीचीच असावीत, असं वाटत होतं. बाकीच्या ठिकाणी पालापाचोळा, खुरटं-पिवळं गवत वाढलेलं होतं. बंगल्याच्या दाराला चौकट नव्हतीच. इतकंच काय, तिथे बसविलेली फरशी पण नव्हती. चार रिकाम्या खोल्या. काही कोनाड्यांना फिक्का गुलाबी रंग. संपूर्ण घर रिकामं होतं. घरावर छत, लाकडी वासे, लोखंडी वासे, काही काहीच नव्हतं. फक्त आकाश होतं. पडीक घराची दुर्दशा झालेली होती. एक पत्र सापडलं पण ते हवा-पाऊस पाण्याने धुतल्यासारखं होतं. पुरावा म्हणून उपयोगाचा नाही. पोस्टाचा स्टॅम्प नाही, न दिसणारी अक्षरं, फक्त एक कागदाचा तुकडा. एकूण काय, खूप निरीक्षण करूनही हाती काहीच पुरावा सापडला नाही.

त्यानंतर आम्ही सर्व पाठीमागच्या बाजूस गेलो. पाठीमागे मोठी हिरवीगार झाडं, हिरवंगार लुसलुशीत गवत दृष्टीस आलं. त्यामुळे अनेक तर्क-वितर्क झाले. या वनस्पती, गवत यांना जमिनीतून पाणी मिळत असणार, त्याशिवाय काय ही जागा हिरवीगार दिसतीय!

कदाचित येथे पाण्याची टाकी-विहीर, खोल खड्डा असणार. ही जागा खोदून बघितले पाहिजे. यावर सर्वांचे एकमत झाले.

"चला, आजचे सर्वेक्षण पुरे झाले, आता पुढे बघू या!" फौजदार देशमुख.

दरम्यान काही दिवस गेले.

शुक्रवारी रात्री फोन वाजला. इतक्या रात्री मला फोन करणारं असं कोणीच नव्हतं. गावचा एखादा माणूस गेला की काय? अशी शंका मनात घोटाळू लागली. मला रात्री-अपरात्री असे फोन आले की छातीत अधिक धडधडू लागतं. मी डोळे चोळत उठलो. फोन घ्यावाच लागणार.

"हॅलो, कोण पाहिजे आपल्याला?"

"अहो साहेब, ओळख विसरलात की काय, मी फौजदार राधिका देशमुख."

"काय काम काढलंत? अधिक माहिती मिळाली वाटतं?"

"त्या संबंधातच बोलायचं होतं. आपण येत्या रविवारी पडीक बंगल्यावर जायचं आहे. सकाळी दहा वाजता. तुमच्या बाईकमध्ये पेट्रोल भरून ठेवा. त्याचे पैसे देऊ नका. ती व्यवस्था मी केली आहे. आमचा माणूस साध्या कपड्यात तुमच्या सोबत येईल. दामू जांभळे त्याचं नाव. तो फक्त माझा निरोप देईल. जेवणाचा डबा-पाणी

सगळं मी आणेन. तुम्ही फक्त एकटे या. ओ.के!" फोन बंद झाला. हे सगळं मला रहस्यमय वाटलं. फौजदार बाईंचा हुकूम! पाळायला पाहिजेच ना!

फौजदार बाईंची गाडी पडीक बंगल्याच्या आसपास थांबली. त्यातून दोन गडी माणसं कुदळ-फावडी-घमेली घेऊन खाली उतरली. ते सर्वजण बंगल्याच्या पाठीमागील बाजूस गेले. झाडी, गवत, वाळलेला पालापाचोळा दूर केला. मध्यभागी असलेलं गवत हिरवंगार होतं. या ठिकाणी पाणी असण्याची शक्यता होती. त्याशिवाय का गवत ताजंतवानं वाटतंय, असं कामगार म्हणाले.

"त्या हिरव्यागार गवतापाशी एक मोठा खड्डा खणा!" फौजदार बाईंनी हुकूम दिला. हुकुमाप्रमाणे कुदळ-फावडीने खड्ड्याला सुरुवात झाली. सुरुवातीचा चिखलाचा भाग दूर केला. खड्डा खोदणारा माणूस खाली-खाली जाऊ लागला. त्याने आरडाओरड केली. तसं तर त्याला कमरेला दोर बांधूनच काम करायला सांगितले होते, न जाणो पाण्याची टाकी किंवा आड तेथे असली तर! या शंकेने फौजदार बाईंच्या मनात घर केलेलं होतं.

पाण्याच्या गाळात जुनी, नावं घातलेली गंगा, यमुना.....अशा कळशा घागरी-तांब्या -पितळेची भांडी कामगारांनी बाहेर काढली.

बंगल्यात वास्तव्य करणारा चोर, दरोडेखोर, सावकार, गहाण सामान ठेवून घेणारा असावा अशी शंकेची पाल बाईंच्या मनात अधिकच चुकचुक करू लागली. एवढा प्रचंड मोठा खड्डा / विहीर बुजवायला माती कोठून आणली? या लोकांचा ठावठिकाणा, नाव, गाव अशी काहीच माहिती आसपासच्या लोकांना नाही. जमीन कोणाची, त्याबद्दल सरकार दप्तरी/ पाटलांकडे माहिती कशी नाही, याचं फौजदार देशमुखांना नवल वाटलं. सगळीकडे चौकशी करून झाली पण नकारघंटा वाजली. विचार करकरून फौजदार, आम्ही सगळेच अस्वस्थ झालो. परगृहावरचा, अदृश्य माणूस इथं कशाला बंगला बांधील, अशा तऱ्हेचे हजारो प्रश्न मनात हस्त नक्षत्रात पडणाऱ्या पावसासारखे धों धों पडले.

"आजचा दिवस हातात पुरावा न लागताच संपला की!"

फौजदार देशमुख बाईंच्या मनात विचारांचं चक्र फिरत होतं.

विहिरीतला गाळ काढायचा तर ती फार मोठी जबाबदारी होती. एखादा कामगार गाळात बुडून मेला तर आपणही गाळात जाणार! आणखीन विपरीत घडण्याअगोदर आपण ही चौकशी बंद करून टाकावी, असं त्यांना वाटलं. तसा

रिपोर्ट देऊन आपण माघार घ्यावी, आणि डोळ्यांत उतरलेली विचारांची ज्योत गाढ निद्रेतच विझली.

फौजदार राधिका देशमुख वरिष्ठांना भेटल्या. आजपर्यंत केलेल्या कामाचा/ चौकशीचा अहवाल दिला. ही केस फाईल बंद करावी, त्यातील धोके, मनुष्यहानी याबाबतही चर्चा झाली. वरिष्ठ नाराज झाले. तुमचं कोडं या पत्रानी सोडवलं आहे. हे घ्या पत्र असं म्हणून वरिष्ठांनी एक पत्र देशमुखबाईंकडे सुपूर्द केलं.

पिवळट, जुनं झालेलं पाकीट. त्यात काही कागद. न शिकलेल्या/ अर्धवट मुळाक्षरे येणारी अशी ती पत्र लिहिणारी व्यक्ती असावी. पोस्टाचा शिक्का, तारीख काही नव्हतं. खाली रामलाल अशी गिचमिडीत सही. तुम्ही ज्याचा तपास करीत आहात त्यांच्यापैकी कोणीही जिवंत नाही. मारणारा आणि मरणारा दोघेही नाहीत! शिवाय दहा-बारा वर्षांची असतील अशी मुले. मनातील दुष्टपणा उफाळून आला की, माणसाचा राक्षस होतो. जुनं उकरून, मढं जिवंत होईल का, मढं ते मढंच! असं बरंच काही, अर्थहीन लिहिलेलं त्यातून काहीच निष्पन्न होणार नव्हतं.

पोलिसांना रोज अशी पत्रं भारताच्या कानाकोपऱ्यातून येतात. गुन्हेगार व दुष्ट लोक पोलिसांना पेचात पकडतात. मागील चाळीस-पन्नास वर्षांत अशा कित्येक घटना घडलेल्या आहेत. त्यावर किती विश्वास ठेवावा? दरवर्षी अनेक लोक घरातून निघून जातात. ते कुठं जात असतील, त्यांचा पत्ता तरी लागतो का? सात वर्षांत पळून गेल्याचा पत्ता / ठावठिकाणा समजला नाही, तर मग तो इसम अस्तित्वात नाही असं समजतात.

बाईंनी आपलं मत वरिष्ठांकडे मांडलं, "मी, इतर पोलीस, पोलिसांची फौज त्याचा तपासासाठी दावणीला बांधलेले होती. आमचा मेंदू मात्र शिणला. मेलेली माणसं खरोखर अस्तित्वात होती की नव्हती? चौकशी-तपासास एक वर्ष होऊन गेलं. हे म्हणजे, न पळत्याच्या पाठीमागे धावल्यासारखे आहे! आपण ही केस/तपास थांबवावा अशी विनंती करते! फौजदार बाईंना तोपर्यंत दसऱ्याची-योगायोगाने अष्टमीची आठवण झाली.

कॅलेंडर! हिंदू पंचांग, कालनिर्णय अशा दिनदर्शिका चाळून झाल्या.

'अरेच्चा, उद्याच की अष्टमी. उद्याच देवीच्या अंगात येण्याचा दिवस.'

अंधश्रद्धा म्हणावी की श्रद्धा-विश्वास ठेवावा की नाही अशा द्विधा मनःस्थितीत फौजदार बाई होत्या. डोक्यात विचारांचा कल्लोळ माजला होता. या वेळी राजेश

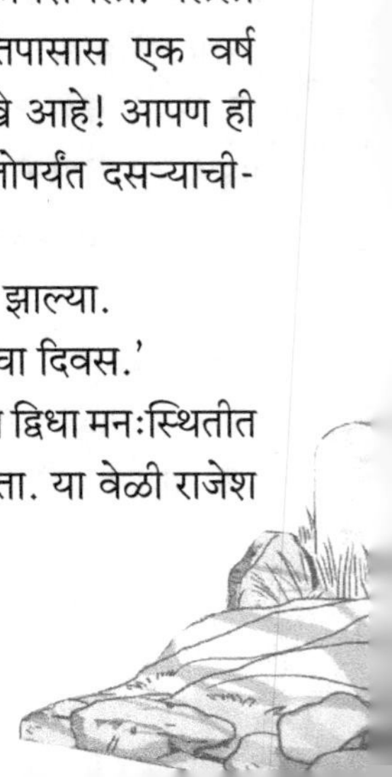

खन्नाचा 'आनंद' सिनेमा आठवला. "बाबू मोशाय!" मरणाच्या दारातून आपल्या माणसाला वाचवण्यासाठी माणूस गंडे-दोरे, भविष्य-ज्योतिषी, वैद्य, रेकी, वैदू असे सगळे प्रकार करतो, त्याची उदाहरणे आजही आपण पाहतो. आपण आपलं काम चोख केले आहे. 'कोणी वंदा किंवा निंदा' याच न्यायानं काम करायचे. बस्स. इतकंच!

फार तर काय होईल, मला या कामाचा राजीनामा द्यावा इथपर्यंत त्यांचे विचार करून झाले. उद्या घागर फुंकणाऱ्या देवीकडे जायला हवं असा त्यांनी मनाशी संकल्प केला.

फौजदार देशमुख नटून-थटून देवीच्या घरी गेल्या. ते घर अनेक स्त्रियांनी गजबजून गेलं होतं. धुपाचा धूर घराबाहेर पडत होता. त्यांच्यासाठी गर्दीतून वाट काढत देवीपर्यंत गेल्या. फू...फू... आणि गरगर घागर फिरवणाऱ्या देवीसमोर उभ्या राहिल्या.

अर्धा तास इतर महिलांची प्रश्नोत्तरे होईपर्यंत त्यांनी वाट बघितली. गर्दी थोडी ओसरली. विरळ झाली. बाहेरून येणारी थंड हवा अंग चोरत घरात आली. उरलेल्यांच्या श्वासोच्छ्वासाला गती आली, गुदमरणं कमी झालं, शांतता पसरली.

मग फौजदार देशमुखांचा नंबर आला. देवी आणि बाळ (फौजदार देशमुख) यांची दृष्टादृष्ट झाली. फू...फू...घागर फिरवत, घागरीतून धुपाचा धूरही थोडा बाहेर पडला. नवीन व स्वच्छ वाऱ्याने घराचा-खोलीचा ताबा घेतला. घुसमट संपली.

"मी आपल्या दर्शनासाठीच आले होते. तुम्ही सांगितलेलं ठिकाण मिळालं. पण आमच्या ओटीत काहीच पडले नाही!"

"कसे पडेल? फू...फू...तू जेवढे विचारलेस तेवढेच उत्तर देवीने तुला दिले आहे!"

पुढे?

"त्याच्यापुढे जाऊन काही उपयोग नाही. अगं, तेथील सर्वजण पाण्यात बुडाले आहेत. त्या गाळात तुला काय मिळणार! आता तू सर्व विसरून जा. काही निष्पन्न होणे नाही. सगळंच पाण्यात... फू...फू...!"

"आता ते ठिकाण सरकारचेच आहे. ज्यांनी घर बांधलं आणि ज्यांनी त्यांना पाण्यात बुडवलं तेही या घडीला जिवंत नाहीत. सगळेच चोर....सगळेच शून्य. सोड त्या कोड्याचा तपास. निर्धास्त राहा. तुला काही होणार नाही."

श्रद्धा-अंधश्रद्धा, कर्तव्य यांची सांगड फौजदार राधिका देशमुख यांनी घातली. त्या गाळात आपण परत जाणार नाही, असा ठाम निश्चय वरिष्ठांना सांगितला. 'एका तपासाची फाईल बंद करून' शांतचित्ताने त्या निद्रादेवीला शरण गेल्या, पण काही काळच. स्वप्नात तो पडीक बंगला आला. त्या गाळात त्या खोल रुतत चालल्या आहेत, असं स्वप्न पडलं. त्या भीतीने खाडकन जाग्या झाल्या. देव-दानवांच्या युद्धात सर्वच असुरांचा नायनाट झाला नाही, का भगवंतांनी काहींना मुद्दामच जिवंत ठेवलं? नाही तर आजकालच्या जगात जक्कल, रामन राघवन असे दैत्य जन्माला आले नसते. मनुष्याने आपल्या मनातले दैत्य होळीत टाकून स्वच्छ मनाने जगावे असा देवीचा संदेश असेल का? या विचारचक्रात त्या अडकल्या.

पडीक बंगला मनातून कसा काढून टाकायचा याचा विचार करत असताना पुन्हा त्यांना झोपेने गाठले. मनातील जळमटे त्या अग्नीत भस्म झाली.

स्वच्छ मनाने उगवत्या सूर्याचं दर्शन घेतले आणि नव्या दमाने कामाला लागल्या.

■■■

। २ ।

जिद्द

दुपारचे जेवण झाले. थोडे पाय मोकळे करून झाले. मला दुपारी झोपायची सवय नाही. खुर्चीवर काही मासिके, वर्तमानपत्रे होती. काही अर्धवट वाचलेली, परत काही वाचायचे राहिले असल्यास बघू या, म्हणून खुर्चीवर बसलो होतो. वर्तमानपत्रातील निवडक वाचून काढले. भिंतीवरच्या घड्याळाचा लंबक आपलं काम करीत होता. फार जुने घड्याळ, पण अजून ते मला साथ देतेय याचा आनंद झाला आणि आपसूकच भूतकाळात पोहोचलो. तेवढ्यात एका मासिकावरचा छोट्या मुलीचा फोटो माझ्या नजरेस आला. त्यामुळे माझ्या विचारांचा-आठवणींचा दरवाजा न वाजवता उघडला.

माझ्या मुलीचा ‘शिल्पा’चा, ज्यु. केजीत असलेल्या आठवणींचा चित्रपट सुरू झाला.

शिल्पाला, वय वर्षे साडेतीन म्हणून कॉन्व्हेंट शाळेत ज्यु.केजीमध्ये दाखल केलं होतं. (शिशुशाळा). लहान मुलगी, त्यात शाळेचं अंतर जवळपास दीड-दोन कि.मी., चालत गेलं तर अर्धा तास लागायचा. बरोबर दप्तर, पाण्याची बाटली, सुट्टीत खाण्याचा छोटा का होईना खाऊचा डबा द्यावा लागे.

आमच्या काळात ज्यु. सिनिअर केजी असले प्रकारच नव्हते. घरी मनसोक्त उंदडायचं-त्यात दंगा, मारामाऱ्या, गाणी यांचीच भरपूर मजा असे. शाळेतही पाण्याची बाटली हे लफडं नव्हतंच! एका मोठ्या टाकीला आठ-दहा नळ जोडलेले

असत. ओंजळीनं आम्ही मुलं बिनधास्त पाणी पीत होतो. शिवाय एकमेकांवर पाणी फेकत खेळ करत असू. ओले होत खाकी चड्डीला-ढुंगणाला हात पुसून धूम पळत वर्गात जात असू. आज जरी तो प्रसंग आठवला तरी आनंद-मजा वाटते.

कॉन्व्हेंट शाळेची शिस्त जाचक वाटे. शिल्पाला सायकलच्या मधल्या नळीवर/दांड्यावर बसवून पहिली घंटा व्हायच्या आत पोहोचवावे लागे. त्या वेळी मुख्य रस्त्यावरून मोठ्या मुली लेडीज सायकलवर बसून, गप्पा मारता जाताना दिसायच्या. वाऱ्याने त्यांच्या मानेवरचे मोकळे केस गालावर / तोंडावर खेळत असत. रबर बँड किंवा रुमालाने बांधलेले असले तरी वारा त्याची गंमत पाहत, केस ओढत मुलींना सळो की पळो करी. लबाड वाऱ्याला कोण अडवणार? एकूणच त्यांचे आकर्षक ड्रेस, त्यांच्या गप्पा, सायकलची धावाधाव पाहून मजा वाटायची. हे खरं बालपण!

शाळेच्या दारापाशी सायकलवरून येणाऱ्या मुलींची गाठ पडत असे. शिल्पा सायकलवरून खाली उतरली की तिचा ताबा त्या मुली घेत. एक शारदा तर दुसरी सौम्या. सौम्या फार गोड मुलगी होती. मराठी तिची मातृभाषा नव्हती, बहुतेक तमीळ/दक्षिण भारतीय असावी. शाळेत मराठीचा एक विषय नियमाप्रमाणे शिकवला जात होता. घरी मातृभाषा, बाहेर मराठी भाषेतून संवाद चाले.

"अंकल, तुम्ही जावा. आम्ही तिच्या वर्गात सोडतो. डोंट वरी!"

अशा मधुर शब्दात सांगत आणि शिल्पाचे बोट धरून त्या दिसेनाशा होत.

सौम्या फार लाघवी, गोरीपान, सहज डोळ्यांत भरणारा चेहरा, आकर्षक मुलगी होती. थोडक्यात सांगायचे तर वैजयंतीमाला, हेमामालिनीचीच प्रतिकृती वाटावी. मातृभाषा व मराठी यांचे मिश्रण असलेली मधाळ भाषा, शब्द झरझर तिच्या त्या गोंडस मुखातून बाहेर पडत. बोलण्याची पद्धत फार गोड होती.

सौम्याने शिल्पाचा ताबाच घेतला होता. मोठ्या बहिणीने धाकटीला प्रेमाने वागवावं तसं ते नातं होतं.

माझा शिल्पाला शाळेत नेणे-आणणे हा कार्यक्रम दोन वर्षांचा होता. एखाद्या पाळणाघरासारखाच कार्यक्रम आखीव-रेखीव होता. मला जेवणाची (लंच ब्रेक) एक तास सुट्टी असायची. त्याचवेळी मुलीची शाळा सुटलेली असे. कोंडवाड्यातील गुरं कशी सुसाट-बेलगाम, स्वैर उघड्या मैदानात धावत येत गवतावर तुटून पडतात, तसं दृश्य मला मनात दिसे. तर काही मुलींची नजर आई/बाबांवर रोखलेली असे.

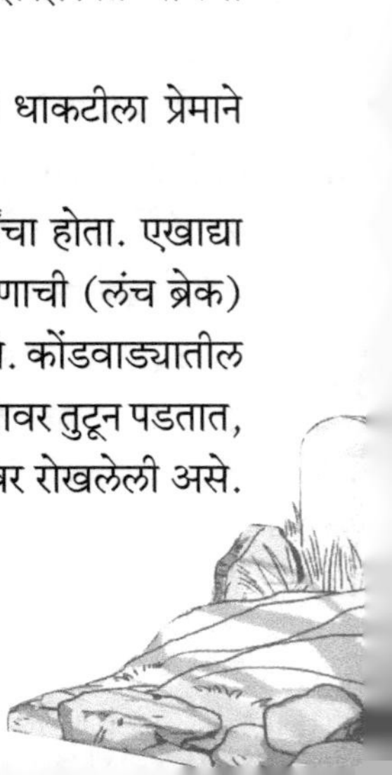

ते नाही दिसले तर त्यांच्या मनात असुरक्षेची भावना येई. का, कुठे, कधी, या प्रश्नांची मालिका त्यांच्या कपाळापासून हनुवटीपर्यंत पसरलेली दिसे.

शिल्पा आता पहिल्या इयत्तेत पोहोचली. हा दोन वर्षांचा कोर्स पूर्ण झाला. थोडक्यात ती व मी दोन वर्षांनी मोठे झालोत. दोघांच्या जबाबदाऱ्या वाढल्या, तसा हा रोजचा कार्यक्रम मला जमेना. ऑफिस सांभाळून वेळ-अवेळ यांचा मेळ बसेना. सौम्या व शिल्पा यांच्या भेटी-गप्पा होत होत्या. दोघी आनंदी दिसायच्या.

त्यांचा पुढील वर्षाचा अभ्यास सुरू होता. त्या मुलींचा विशेषतः सौम्याचा बालिशपणा तरुणाईकडे वळत होता. दुरूनच 'हॅलो' 'गुडमॉर्निंग' नारा व्हायचा.

शिल्पा पहिल्या इयत्तेत गेली. शाळेत मुलींना पोहोचते करण्यासाठी सोसायटीत राहणारा राजा नावाचा मुलगा होता. शाळेत नेणे-आणण्याची व्यवस्था त्याच्यावर सोपवली. पण कधी-कधी ही व्यवस्था कोलमडून पडते. काही असे घडते की पालकांच्या अंगाचा थरकाप होतो. मुलगा/मुलगी वाढवायची, त्यातील धोके ही मोठी जबाबदारी असते. हे झुरळ झटकण्यासारखं सोपं नसतं!

एका दिवशी मी ग्रंथालयात स्वतःच्या कामासंबंधी पुस्तक वाचत होतो, त्याची टिपणं काढत होतो. त्यात गुंतलेलो असताना राजा आला, हलक्या आवाजात "आज तुम्ही शिल्पाला घरी घेऊन जा," म्हणाला आणि तो अंतर्धान पावला. मी फक्त मान हलवून होकार दिला.

दुपारचा एक वाजला. मी भानावर आलो. एक वाजून दहा मिनिटं होऊन गेली. लायब्ररी ओस पडली. शिल्पाची आठवण आली. दुपारचं आमचं जेवण एकत्रच होत असे. पोरीला भूक लागली असेल. त्याचा काळजीचा काटा मनात सलू लागला. सुसाट सायकल चालवत शाळेत गेलो. शाळेचे भव्य क्रीडांगण. त्या इमारतीच्या आजूबाजूला एकही चिमणी मुलगी दिसली नाही. शिल्पा कोठे असेल? शाळेच्या ऑफिसमध्ये, प्यून-शिक्षकांचं ऑफीस शोधायचं कुठे म्हणून डोक्यात काहूर माजलं. वातावरणात 'पिन ड्रॉप सायलेन्स'. एका क्षणी एक मुलगी शाळेच्या खांबाशी खेळत असलेली दिसली. ती माझ्या नजरेच्या टप्प्यात आली. अरे ही तर शिल्पा. आमची नजरानजर झाली.

शिल्पा धावत आली. डोळ्यांतून पाणी गाळत, तिने माझ्या कमरेला मिठी मारली. "मी खूप वाट पाहिली," मुसमुसत म्हणाली.

"सॉरी...सॉरी."

"मी विसरलो ग!"

हा प्रसंग शिलालेखासारखा माझ्या हृदयात कोरला गेला, तो कायमचाच.

शिल्पा-सौम्याच्या शिक्षणाच्या कक्षा वाढलेल्या होत्या. त्यांच्या शिक्षणात-दिसण्यातही बदल झाला होता. सौम्या आता सुंदर रंगाच्या फुलाफुलांच्या साड्यांत दिसू लागली. तिच्या चेहऱ्यावर तरुणाईच्या तेज-छटा दिसू लागल्या होत्या. शिल्पा इयत्ता दहावी उत्तीर्ण झाली तशी सौम्या फर्ग्युसन कॉलेजच्या पदवीच्या शेवटच्या पायरीवर होती. त्यांची रोज गाठ पडत नव्हती, पण त्यांच्यात अतूट नातं होतं. मोठ्या बहिणीने धाकटीची काळजी घ्यावी तसं नातं होतं ते.

शिल्पा एसएससी बोर्डाची परीक्षा पास झाली, त्या वेळी सौम्या पदवीधर झाली. त्यांच्या पोशाखात, चालण्या-बोलण्यात अगम्य बदल झाले होते. सौम्याची मराठी-तमिळ मिश्र भाषा ऐकायला श्रवणीय वाटे. सौम्या घरातील गोष्टीही शिल्पाला सांगू लागली. तिच्या लहान भावाचेही मराठी चांगले होते, कारण शाळेत मराठीचा एक विषय आवश्यक होता. त्याने लता मंगेशकर, सुधीर फडके इ. गायकांची गाणी छान आत्मसात केलेली होती.

सौम्याचे वडील आर. आर. राघवन सरकारी कार्यालयात अकाउंटंट होते. 'हम दो हमारे दो' असं त्यांचं छोटं कुटुंब, सत्त्वशील, विचारी आणि समाधानी होतं. सौम्या पदवीधर झाली तेव्हा तिच्या लग्नाचा विचार वडलांच्या मनात घोळू लागला. "मला अजून शिकायचं आहे, तुमच्या ऑफिसमधल्या लोकांची मुलं/मुली सुद्धा डॉक्टर, इंजिनिअर आहेत. मग मी का शिक्षणात मागे राहू? लग्नाचा विचार आत्ताच नको!" सौम्याने असं ठामपणे वडिलांना सांगितलं. तशी ती जिद्दी होती.

कष्ट करण्याची अमर्याद ताकद तिच्यात होती.

तारुण्यातली सौम्या द्विपदवीधर झाली. कॉम्प्युटरचे ज्ञानही संपादन केले होते. तिचा ती खूप आकर्षक दिसू लागली.

अशीच एक दिवस ती शिल्पाला दिसली. त्यांनी हसून एकमेकींचं स्वागत केलं. आज तिच्या गळ्यात मोत्याची माळ होती. त्यामुळे तिच्या चेहऱ्यावर प्रसन्नता होती.

"अग सौम्या, आज तू मोत्याची माळ (एक पदरी) घातलीस? काही विशेष?"

"हो!"

“लग्न ठरलं की काय!”

“माळ फारच छान आहे!”

“वडिलांनी प्रेमाने दिली एक ओळ. मग काय करायचं? त्यांच्या खिशाला परवडले, तशी ही एक ओळ विकत घेतली आणि मी आज सकाळी घातली.” मोत्याची एक ओळ शिल्पाच्या मनावर खूप परिणाम करून गेली. वडिलांनी प्रेमाने दिलेली, कमी / जास्त किमतीची असो, पण तिचं मूल्य होऊ शकत नाही ही गोष्ट तिनं इतक्या सहजपणे शिल्पाला पटवून दिली. शिल्पाच्या मनात ‘एक ओळ’ / मोत्याची माळ इतकी घट्ट जाऊन बसला की बस्स.

त्यांची मैत्रीची गाठ अधिकच घट्ट झाली, अगदी ‘फेविकॉल’सारखी. हळूहळू सौम्याकडील बातम्या-खूशखबर यांची देवाण-घेवाण होत राहिली. सौम्याचे वडील काही महिन्यांत निवृत्त होणार आहेत. धाकटा भाऊ-शिव आता संगणक पदवीधर झाला आहे. तो जरा अबोल आहे. कदाचित बाबांचा धाक असावा म्हणूनही तसे असेल. पण वडिलांना तिच्या लग्नाची काळजी आहे, तिचे हात लवकरात लवकर पिवळे व्हावेत यासाठीसुद्धा असेल!

सौम्यासाठी वरसंशोधनाची मोहीम सुरू केलेली दिसतेय. आपल्या गाव, नातेवाईक येथील परिचित लोकांना योग्य वर-मुलगा शोधा असे सुचवले. पुण्यात-महाराष्ट्रात सौम्यासाठी योग्य स्थळ मिळेना. तिला अनुरूप असा मुलगा-त्याचे शिक्षण, दिसायला सुस्वरूप समंजस वगैरे. ज्या आई-वडिलांच्या किंवा मुलीच्या अपेक्षा असतात तसाच हवा होता.

एका नातेवाइकाने स्थळ आणलं. नवरा मुलगा शिकलेला, वागायला नीट-नेटका आहे, पण तो परदेशात नोकरी करतोय. त्यांच्या समोर पुढारलेले देश जर्मनी, अमेरिका, लंडन उभे राहिले. पण नंतर कळलं, की साउथ आफ्रिकेच्या कोणत्यातरी शहरात नोकरी करत आहे. त्याचा निश्चित पत्ता कोणालाही ठाऊक नव्हता. असं हे अधांतरी जहाज किती खोलात आहे, याचा अंदाज कोणालाच सांगता येत नाही. तसाच हा लग्नाचा विषय! उदा. आमचा मुलगा रेल्वे / आर्मी / विमान / LIC कंपनीत आहे, निर्व्यसनी आहे असे अंगभूत गुणांचे वर्णन मुलीच्या वडिलांकडे मांडतात. अहो, पण नवरा मुलगा काय करतो, तेथे प्यून, पायलट, इंजिनिअर (“इंजिनेयर” या शीर्षकाची द. मा मिरासदार यांची कथा आहे.) काय आहे, त्याच्याबद्दल फारशी माहिती कोणालाही ‘परफेक्ट’ नसते. अशा प्रसंगी त्या

मुलीच्या बापाची काय स्थिती होत असेल, याची कल्पनाच करू शकत नाही.

काही वर्षांपूर्वी इंग्लंड, अमेरिका, जर्मनी, साउथ आफ्रिका, दुबई अशा देशांच्या हुशार तंत्रज्ञ, इंग्रजी भाषा शिक्षक इ. मुलांसाठी नोकऱ्यांच्या जाहिराती वृत्तपत्रात झळकायच्या. परदेशी नोकरी म्हणजे दुभती गायच. पैशाचं आकर्षण, मोकळं/स्वैर वातावरण इ. कारणास्तव या नोकऱ्या भारतीय मुलांच्या मनात भरल्या. अनेक तरुण परदेशी साउथ आफ्रिकेत पोहोचलेसुद्धा. ओळखीच्या अशाच नातेवाइकाने साउथ आफ्रिकेत नोकरी करणाऱ्या मुलाचं स्थळ सौम्यासाठी सुचवलं.

सौम्याच्या वडिलांना मित्रांनी "नीट चौकशी कर. कोणीही थापा मारू शकतो. नाही तर 'तो मी नव्हेच' आचार्य अत्रे यांचं नाटक होईल, तुझी फसवणूक, मानसिक त्रास होईल तो वेगळाच. काळजी घे, अशा स्थळाला चक्क नकार दे!" असं समजावून सांगितलं. अमेरिकेत गेलेली मुलं तेथील मुलींच्या प्रेमात पडतात. लग्नही करतात. त्यांच्या पैशावर भारतातील प्रेक्षणीय स्थळांना भेटी देतात. त्याचा खिसा रिकामा करून त्यांना सोडून देतात. त्याला ब्रेकअप, मराठीत काडीमोड-घटस्फोट म्हणतात.

सौम्याचे वडील राघवन यांनी साउथ आफ्रिकेत प्रोफेसर असलेल्या मुलाशी सौम्याचे लग्न ठरवले. तो मदुराई येथे आपल्या आई-वडिलांना भेटायला आला होता. लग्न करून दोन-तीन आठवड्यांनंतर परत जाणार होता. लग्नघाई म्हणतात ते यालाच. राघवन यांच्या डोक्यावर मणामणाचं ओझं वाढत होतं. लग्न समारंभ, दागिने, पोशाखाशिवाय जावईबापूंचा सपत्नीक विमानाचा जाण्याचा खर्च द्यायची हमी त्यांना दिलेली होती.

"सौम्याचं लग्न झालं. मुलीचे हात पिवळे केले आणि सुटलो!" असं राघवन यांचं झालं.

सौम्याच्या नशिबाचे अक्षांश-रेखांश बदलले. तिची पाऊलवाट ही हायवे होणार होती. सौम्याचा पासपोर्ट अजून बदललेला नव्हतं. पत्ता जुनाच होता.

रघुनाथने-सौम्याच्या नवऱ्याने स्वतंत्र नवा फ्लॅट घेतला होता. ती त्या घरात प्रथमच पाऊल ठेवणार होती. रघुनाथने आपल्या गरजेनुसार सामान घेतलं होतं. त्यामुळे सौम्याला सर्व घरच उभं करायचं होतं. हळूहळू मनाला समजावत घर सजवत राहिली. दाराला पुण्यातून-तुळशीबागेतून घेतलेली सुंदर तोरणं लावली. काही महिने ती त्या आनंदात राहिली.

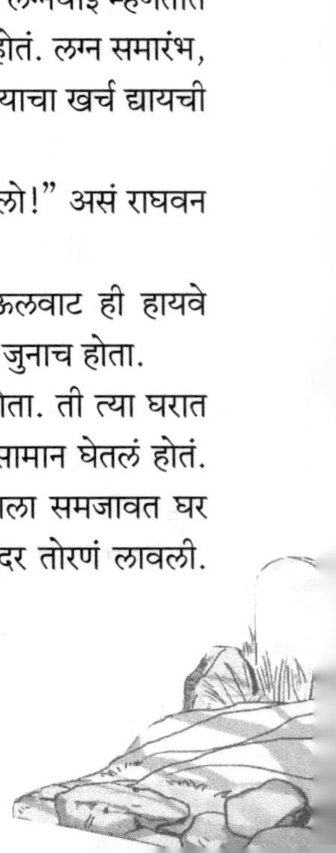

हळूहळू तिच्या आसपासच्या बायकांची ओळख होत गेली. महाराष्ट्रातून मराठी, हिंदी इतर भाषा जाणणाऱ्या-बोलणाऱ्या होत्या. सौम्या तर बोलकीच होती, तिचं मराठी चांगलं होतं. त्यामुळे मराठीत त्यांचं संभाषण चालू झाले. तिलाही समभाषक भेटल्याचा आनंद झाला.

रघुनाथन सकाळी ऑफिसमध्ये जातोय असं सांगून घर सोडायचा. 'ओवरटाईम असतो' या सबबीखाली तो उशिराच घरी परतत असे.

रघुनाथन घरी यायचा, तोपर्यंत सौम्या एकटीच असे. अख्खा दिवस सौम्याला एकांतवासाची शिक्षाच होती. तिला असह्य होई. शेजारणींना 'काही तरी पाणी मुरतंय' असा संशय यायला लागला. नवं जोडपं आहे. बायकांना बायकांची मनं ओळखता येतात. कारण अशाच प्रकारच्या अनेक संकटांतून, न सुटणाऱ्या कोड्यातून, परिस्थितीतून त्या गेलेल्या असतात. लोकांना गुलाबाचे फूल दिसते पण काटे दिसत नाहीत तसंच काहीसं हेही असतं. एकांताची शिक्षा अनेकांच्या वाटेला आलेली असते. काहींना मराठी-साउथ इंडियन भाषा अवगत होत्या. त्या माध्यमातून संभाषण, जवळीक निर्माण झाल्यामुळे त्या घट्ट मैत्रिणी झाल्या होत्या. मनातील सल, दुःख व्यक्त करण्यास संकोच नव्हता. गुप्त गोष्टींची देवाण-घेवाण झाली होती.

सरोज कुलकर्णी नावाची अशीच मैत्रीण सौम्याला भेटली. सरोज पुण्यातीलच, मग काय सौम्याला मैत्रीण माहेरचा माणूस भेटल्यासारखं झालं.

सरोजने सौम्याला एका नवीन मैत्रिणीच्या घरी नेलं. मनातलं सांगायला भाषेची जरुरी नसते. नव्या मैत्रिणीला इतर भाषा कळत नव्हत्या. तिची सरोजने सौम्याशी सावधपणे ओळख करून दिली. त्यांचे संभाषण/गप्पा चालू असताना दोन लहान मुलं आईला येऊन बिलगली. चहापाणी झाल्यावर सरोज-सौम्या घरी यायला निघाल्या.

काही अंतर चालून आल्यावर सरोजच्या मनात खळबळ सुरू झाली. बायकांच्या तोंडात तीळ भिजत नाहीत अशी म्हण आहे. मनातील जिभेवर तर ओठातून केव्हा बाहेर पडेल ते सांगता येत नाही, अशी सरोजची स्थिती झाली. सौम्याला सावध करणं तिला महत्त्वाचं वाटलं. 'पुरुषावर थोडी तरी नजर ठेवावी' असं तिच्या आईनं नेहमी म्हटल्याचं आठवलं. 'घराला मायेचं कुंपण असावं तर कंपाउंडला तारेचे कुंपण.'

"तुला माझ्या मनातलं सांगू का, पण तू माझं नाव कुणाला सांगू नकोस." शेवटी सरोजच्या मनातली खळबळ बाहेर आलीच.

"सांग ना!"

"मी कुठे चुकले का? मला मोठी बहीण नाही. तुम्ही तर माझ्या मोठ्या बहिणीसारख्या आहात. शिवाय माझ्या भल्याचाच चार गोष्टी असतील तर मी समजून घेईन!"

"हे बघ सौम्या, आता आपण ज्या घरात गेलो होतो, दोन लहान मुलं येऊन त्या महिलेला बिलगली ते तू पाहिलंस. ती त्यांचीच मुलं आहेत. त्या दक्षिण भारतीय असाव्यात. तिचा नवरा म्हणजे रघुनाथन आहे. त्यांचा संसार त्याच्या आईवडिलांच्या धाकावर उभा आहे. त्यांची रोज धुसफुस चालू असते. रघूनं तुला फसवून लग्न करून इथं आणले आहे. त्याची-रघूची इकडे आड-तिकडे विहीर स्थिती आहे! म्हणून तो 'ओव्हरटाईम आहे,' या सबबीवर तो फक्त रात्री उशिरा घरी येतो, तुझ्याकडून शरीरसुख घेतो, बस्स....थोडक्यात तू तिची सवत आहेस!" सरोज एकदाची मोकळी झाली.

"तू एवढी शिकलेली, सुंदर मुलगी, काही विचार न करता असा त्याच्या गळ्यात कसा हार घातलास? यापेक्षाही अधिक सरस, देखणा नवरा तुझ्या देशात मिळाला असता. लग्न ठरवणारी माणसं नेहमी खरी असतात असं नाही."

कन्या वरयते रूपम्! माता वित्तम, पिता श्रुती, बांधवाः (आप्त)
कुलमिच्छंति मिष्टानं इतरेजनाः!!

असं आहे एकंदर आपल्या समाजात.

"सौम्या. आता तू जे तुझ्या तब्येतीबद्दल सांगितलंस, त्यावरून तू आई होणार आहेस, असं वाटतंय. त्याने तुझा विश्वासघात केला आहे. स्वतःच्या आई-वडिलांना आणि तुमच्याकडच्या लोकांना फसवलं आहे. तेव्हा आता पुढचा विचार कर. त्या बाईबरोबर आता तुला सवत म्हणून राहावं लागेल. आणि तो मात्र दोन बायकांचा दादला होऊन मजा करणार. दोन-दोन संसार तुझ्या नवऱ्याला परवडणार नाहीत. तो खूप पैसा मिळवतोय म्हणतोय, हे सर्व खोटं आहे. मी त्याची सर्व माहिती काढलेली आहे!"

हे सगळं ऐकल्यावर सौम्याला विमानातून खाली समुद्रात पडल्यासारखं झालं.

रात्री रघुनाथन घरी आला. सौम्याने त्याला घरात घेतलं खरं, पण मनात वणवा

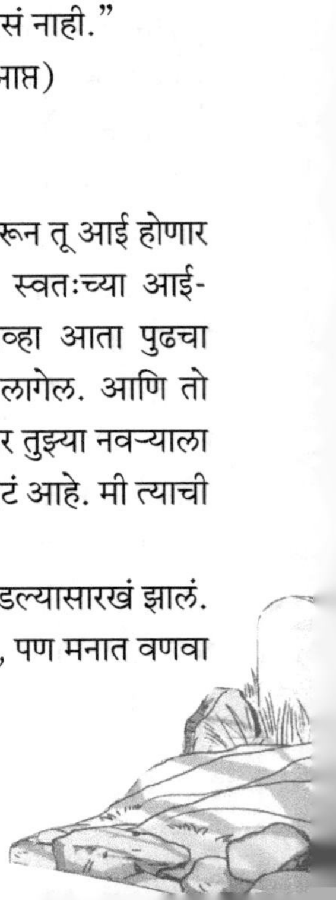

पेटला होता. तिच्या हातात बॉम्ब होता, ठिणगी पडायचाच अवकाश होता. काही क्षण गंभीर शांतता पसरली होती.

"आज घरी लवकर कसा आलास? बायको-पोरांना भेटून आलास ना! तुझ्या बायकोनं लाथ घातली असेल आणि इथं रात्र घालवायला आलास!"

"तुला काय म्हणायचं आहे? बायको-पोरं? काय चाललंय तुझं. माझं तसं काही नाही!" रघुनाथन.

"उगाच खोटं बोलू नकोस. मी माझ्या डोळ्यांनी तुझी? बायको-पोरं बघितली आहेत."

त्या दोघात शब्दांची बाचाबाची सुरू झाली.

"माझ्या आई-वडिलांनी माझं लग्न लावलं!"

"अरे पण तुला अक्कल नव्हती का!"

"माझ्या आई-वडिलांचा मध्यस्थानी विश्वासघात केला आणि माझ्यासारख्या सभ्य उच्चशिक्षित मुलीशी लग्न लावलंस!"

"अगं पण तुला काही कमी केलंय का? तुला संसार मांडून दिला!"

"मग तू तिच्याबरोबरच राहा ना. ती चांगली आहेस म्हणतोस आणि मी सवतीबरोबर राहू म्हणतोस. अरे लबाडा, दोघींवर रात्रीचा हक्क दाखवणार. मी आता आई होणार आहे. मी इथं राहिले तर पोरांची रांग लावशील. तू काय कोट्याधीश आहेस, बायका आणि पोरांची रांग लावायला. स्त्रिया तुला उभ्या चिरून टाकतील हे लक्षात ठेव. नालायक-लबाड माणसा, तू चल चालू लाग येथून!" सौम्या प्रचंड चिडली होती. काही क्षणांनी ती शांत झाली.

"वादे...वादे तत्त्वजायते!" डोंगरात उगम पावलेली नदी आपल्या पुढचे खाच-खळगे ओलांडून आपला मार्ग शोधते. स्त्रीत जन्मतःच निसर्गदत्त गुण असतात. समोर आलं ते भयानकच होतं, पण त्यातून मार्ग काढला पाहिजे. आपणही आपला मार्ग शोधू अशा जिद्दीने तिने शांतपणे विचार केला.

मधल्या काळात सौम्याच्या धाकट्या भावाने शिक्षण पूर्ण केले आणि तो अमेरिकेत गेला. सौम्याने आई-वडिलांना थोडीशी माहिती दिली, पण भावाला या घटनेची सगळीच माहिती दिली. त्यालाही खूप वाईट वाटले. पण तो तरी काय करणार होता?

सौम्याला टुरिस्ट व्हिसा संपण्याच्या मुदतीच्या आत पुण्यात यायचं होतं.

तिने रघुनाथनला मला पुण्याला नेण्याची व्यवस्था कर, नाहीतर फसवणुकीच्या गुन्ह्याखाली तुझी पोलिसांकडे तक्रार करीन, असा सज्जड दम दिला. रघुनाथन त्यामुळे घाबरला. सौम्याला घेऊन पुण्यात आला.

सौम्या अवजड सामान घेऊन आली. रघुनाथनने सौम्याला दारापर्यंत सोडले आणि बाहेरच्या बाहेर निघून गेला. त्यालाही सासू-सासऱ्यांना तोंड दाखवायची लाज वाटली असणार. त्यांच्यासमोर आपलीच नाचक्की होणार म्हणून त्याने पळ काढला.

मनातून कोसळलेल्या सौम्याने स्वतःला सावरले. हे काम फार अवघड होते. अर्जुनाप्रमाणे तिच्यासमोर अनेक प्रश्न होते. मातृत्व ही तर मोठी जबाबदारी होती.

निसर्गाने आपले कर्तव्य पार पाडले. सौम्या एका मुलाची आई झाली होती. आईच्या देखरेखीखाली सर्व सुरक्षित पार पडले. नातवाला सांभाळायची जबाबदारी आजी-आजोबांनी अंगावर घेतली. त्यामुळे सौम्याचा पुढील मार्ग सुकर झाला.

आता पुढे काय करायचे, याचा विचार तिने आधीच केला होता. तिच्याकडे स्वरक्षणाच्या ढाली उपलब्ध होत्या. शिक्षण, निसर्गदत्त देखणं रूप, मृदू मधाळ भाषा होत्या. पुण्यातच नोकरी करायची हे पक्कं होतं. मुलाचं- 'रवींद्र'चं शिक्षण, त्याच्यावर योग्य ते संस्कार करायचे हे ध्येय डोळ्यांसमोर ठेवलं होतं. तिचं कॉन्व्हेंट स्कूलमध्ये शिक्षण झालं होतं. अर्थशास्त्र घेऊन, ती एमए बीएड झाली होती. संधी मिळाल्यास पीएचडी करण्याची तिची इच्छा होती. त्यामुळे कॉन्व्हेंट स्कूलमध्ये शिक्षिका म्हणून नोकरी सहज मिळू शकेल असं मनोमन वाटलं.

सौम्या आपल्या जुन्या शाळेत गेली. ती मुख्याध्यापकांना भेटली. योगायोगाने ती त्यांची विद्यार्थिनी होती. मुख्याध्यापक काही महिन्यांत निवृत्त होणार होते. काही शिक्षक अगोदरच निवृत्त झाले होते. शाळेला शिक्षिकांची कमतरता भासणार होती. ती पोकळी भरून काढण्यासाठी ते उत्तम शिक्षकांच्या शोधात होते.

अचानक त्यांच्यासमोर त्यांची विद्यार्थिनी सौम्या उभी होती.

'गुड मॉर्निंग सर' मंद हास्य करत तिने म्हटले. त्यांच्याशी इतर बोलणी झाली. काही दिवसांनी तिला पार्ट टाइम नेमणुकीबद्दल शाळेचे पत्र मिळाले. आंधळा मागतो एक डोळा देव देतो दोन डोळे! तिच्या डोक्यावरचे ओझे कमी झाले. आजी-आजोबा यांच्या पाठिंब्यावर रवींद्रने इंजिनिअरिंगचे (आयटी) शिक्षण पूर्ण केले. भावाने अमेरिकेतील उच्च शिक्षणाचा भार उचलला.

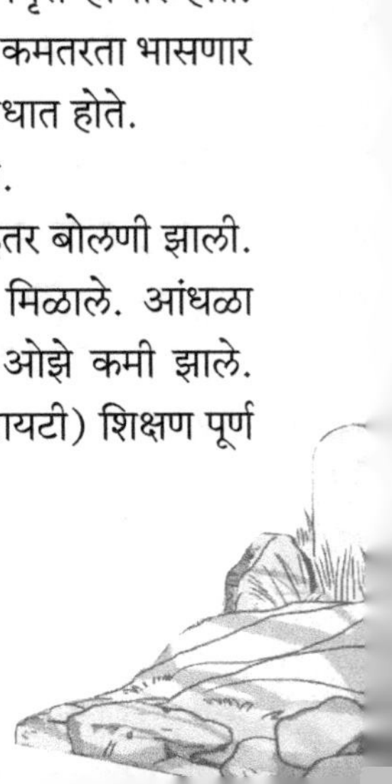

रवींद्रला चांगल्या पगाराची नोकरी मिळाली. त्यानंतर सौम्या अमेरिकेत त्याच्याकडे राहून आली. रवींद्रचं बोलणं, वागणूक छान आहे. हा संस्काराचा प्रभाव तिला जाणवला.

सौम्याने हा दोन तपाचा खडतर-कठीण काळ जिद्दीने घालवला. पंचवीस वर्षं भुर्रकन उडाली.

बऱ्याच वर्षांनी सौम्या शिल्पाला भेटली. तिच्या चेहऱ्यावरच्या काळजीच्या रेषा नाहीशा झालेल्या होत्या. चेहऱ्यावर प्रसन्नता होती. दोघींना खूप आनंद झाला. गतकाळातील काही गोड अठवणींची देवाण-घेवाण त्यांच्यात झाली.

"अगं, कालच मी यूएसएहून परत आले. तेथील 'यूज अँड थ्रो' या संस्कृतीत रवींद्र मोडत नाही. त्याच्यासाठी पुण्यातील मुलगी बघायची आहे. पूर्वानुभवावरून 'खोलवर' चौकशी केल्याशिवाय पुढं पाऊल टाकायचं नाही असं ठरवलंय. माझ्या मुलासाठी आता मुलगी बघायला सुरुवात करायचीय. भात मुरल्याशिवाय तो खाऊ नये, तर श्री समर्थ रामदास स्वामी म्हणतात-

वाट पुसल्यावीण जाऊ नये
फळ ओळखल्याविण खाऊ नये
पडिली वस्तू घेऊ नये एकाएकी!!

त्याचप्रमाणे मुलगा/ मुलगी यांची नीट चौकशी केल्याशिवाय त्यांच्या लग्नाच्या गाठी मारू नयेत," असं सौम्या म्हणाली.

पूर्वीची सौम्या आता निवृत्तीपर्यंत पोहोचली होती. जीवनातील खाचाखोचा, खाच-खळगे, आर्थिक चटके आणि मध्यस्थ यांचा आढावा या सारीपाटावर मांडला. मुलीचं जगणं हा काही भातुकलीचा खेळ नाही, भांडून-भांडून डाव मोडू नको असं नाही ना! वेळ पडल्यास तिने झाशीच्या राणीसारखं झगडलं पाहिजे!

आता सौम्या दोन ओळीच्या (दोन माळा) घालून आनंदी, प्रसन्न मनाने आयुष्य जगते आहे.

■■■

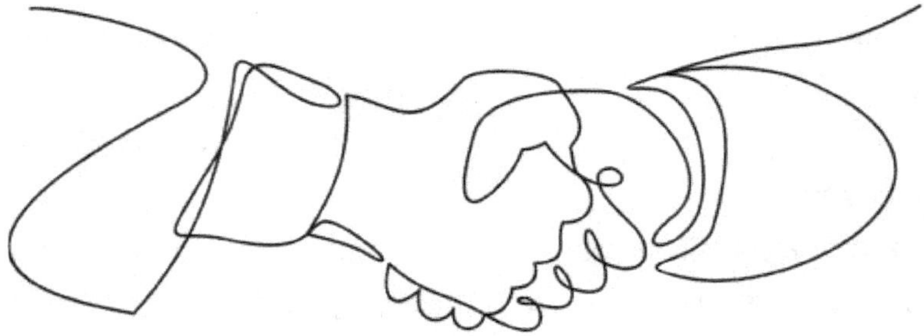

। ३ ।

भागीदार

निसर्गात बदल होत असतो. तो निसर्गनियम आहे. उन्हाळा, पावसाळा, थंडी असे ऋतू म्हणजे हवेत बदल होत असतो. सूर्यनारायण आणि चंद्र यांचे भ्रमणही होत राहते. असाच बदल प्राणिमात्रात होत जातो. या बदलांचा अभ्यास, निरीक्षण संशोधक, भविष्यवेत्ते आपापल्या कुवतीप्रमाणे सतत करत असतात. चंद्राच्या (अमावस्या-पौर्णिमा) कलांवरून भविष्य कथन करतात.

तसेच बदल मनुष्याच्या बाबतीत होत असतात. यातूनच जय-पराजय, परीक्षांचे निकाल, पास-नापास, लग्न जमणे, नोकरी-धंदा यांचे भविष्य कळते.

आजचा माणूस खूप बदललाय. तो पूर्वीसारखा भाला, त्रिशूळ किंवा धनुष्यबाण-घोड्यांचा रथ वापरत नाही. टांगा सोडून आधुनिक काळात त्याने अनेक साधने विकसित केली. एक चाकी सायकलपासून ते चार चाकी-सोळा चाकी अवाढव्य आकाराचे ट्रक निर्माण झाले.

एक मजली घर बघता-बघता आकाशाला भिडेपर्यंत इमारतीची उंची गेली. माणसा-माणसाच्या स्वभावात आमूलाग्र बदल झालेला दिसून येतो. मात्र त्याचवेळी तशी माणुसकीची पातळी खाली येत चाललीय हेही दृष्टोपत्तीस येते. विश्वनाथ व विलास यांच्यातली हृदयस्पर्शी घटना नेमके हेच सांगते.

विश्वनाथ देशपांडे व विलास घाटपांडे हे दोघे मित्र, अगदी लंगोटीयार. दोघांत 'पांडे' कॉमन. दोघेही बुद्धिवान, सुस्वरूप, देखणे होते. मोठे होतील

तशी त्यांची अधिकाधिक प्रगती होत गेली. दोघेही कॉम्प्युटर इंजिनिअर झाले. याशिवाय दोघांचे स्वप्नही एकच होते. आपण दोघे मिळून कॉम्प्युटरविश्वात एकत्र व्यवसाय करू. याला एकमेकाची संमती होती. त्याप्रमाणे त्यांची पुढे वाटचाल सुरू झाली.

एका मोठ्या आलिशान बिल्डिंगवर 'व्ही. अँड व्ही. कॉम्प्युटर इंजिनिअरिंग कं'.ची पाटी झळकलीसुद्धा. जागेचा प्रश्न मिटला होता. फर्निचर, ऑफिस केबिन्स आणि जरुरीपुरते लागणारे कॉम्प्युटर इंजिनिअर आणि त्या क्षेत्रात अनुभवी किंवा अनुभवी यांच्या मुलाखती झाल्या. या क्षेत्रात अनेक तरुण मुलं-मुली काम करत होतेच.

विश्वनाथ व विलास आपल्याला योग्य अशा कॉम्प्युटर क्षेत्रात काम करणाऱ्यांची निवड करत असत.

त्यातल्या त्यात विश्वनाथ फारच वेगळा होता. समोरच्या व्यक्तीची बुद्धी, तरतरीतपणा, कर्तव्यदक्षता अशा गुणांच्या मुलींची किंवा मुलांची निवड करत असे. 'आपले काम चोखपणे करणे' यावर विश्वनाथचा भर होता. मुलगी/स्त्री कर्मचारी संध्याकाळी सातच्या आत घरी असावी असे त्याचे मत होते.

विलासची आवड वेगळी होती. त्याला आताच्या युगात फिट बसणारी कर्मचारी हवी असे. दिसायला देखणी, चारचौघात उठून दिसणारे व्यक्तिमत्त्व, फॅशन करणारी, गोड बोलणारी (थोडक्यात स्टेजवर उठून दिसणारं पात्र हवं असे.) बुद्धी, थोडाबहुत अनुभव, नीटनेटकी राहणी इत्यादी गोष्टी तपासून तो मुलींची निवड करत असे.

ऑफिसमध्ये तरुण मुलांची संख्या जास्त असल्याने गप्पा, मस्करी करणे असले प्रकार शक्यतो होणार नाहीत याकडे विश्वनाथचे कटाक्षाने लक्ष असे. सध्याच्या काळात ऑफिसमध्ये मुलींची छेड काढण्याचे प्रकार होतात, ते त्याला माहीत होते. सामाजिक भान, मुला/मुलींना 'इक्वल राइट्स' असावा पण त्यालाही मर्यादा हव्यात. त्यांचे, पालन झाले नाही, तर तरुण-तरुणींचा पाय घसरतो, त्यातूनच कंपनीला त्रास होणार नाही हे बघण्याची जबाबदारी संचालकांवर येते.

व्ही. अँड व्ही. कॉम्प्युटर इंजिनिअरिंग कंपनीत कॉम्प्युटर विषयात पदवी, अनुभव असलेल्या स्मार्ट मुला/मुलींच्या निवडीसाठी त्याच क्षेत्रातील नावाजलेले

तज्ज्ञ उपस्थित असत. ती समिती त्यांची निवड करत असे. मग मुलाखती सुरू होत.

श्यामल नावाची मुलगी मुलाखतीसाठी तज्ज्ञांसमोर बसण्याअगोदर अशाच एका मुलाखतीत रिवाजाप्रमाणे 'गुडमॉर्निंग' म्हणाली. ती खुर्चीवर बसली. श्यामल दिसायला देखणी, गोरीपान, तिने अद्ययावत पोशाख परिधान केला होता. तिच्या बोलण्यात स्पष्टता, धीटपणा किंवा उत्तरात अचूकपणा, 'कॉन्फिडन्स' होता. तिचा एकूणच प्रभाव तज्ज्ञांना जाणवला. विशेष म्हणजे विलासला. हा उमेदवार आपल्याला पसंद पडला. ही मुलगी माझ्या कामासाठी अनुकूल आहे. आपण तिचीच निवड करू या, असे तो म्हणाला. त्यावर तज्ज्ञांनी शिक्कामोर्तब केले. तिचे अभिनंदनही केले. तिच्या गोंडस-गोड चेहऱ्यावर लाली बरसली. तेच स्मित हास्य ठेवत ती ऑफिसच्या बाहेर आली. बऱ्याच जणांच्या मुलाखती झाल्या. अजून दोन मुलींची मुलाखत व्हायची होती.

पुढील मुलीने बोर्डरूममध्ये प्रवेश केला. तिचं नाव होतं सौदामिनी. खरोखर ती मुलगी तेजस्वी, रूपवान होती. जणू श्वेतवस्त्रांकित, वीणा हातात असलेली सरस्वती देवी पाहत आहोत असंच वाटत होतं. स्मितहास्य करीत सर्व तज्ज्ञांना हात जोडून नमस्कार केला आणि 'गुडमॉर्निंग' केलं. अस्सल महाराष्ट्रीयन, दिसायला आकर्षक, गौर वर्णाची, मधाळ बोलणं, समोरच्या व्यक्तीशी आदराने बोलणं होतं. प्रश्नाचं उत्तर नेमक्या शब्दात मांडण्याची पद्धत तज्ज्ञ मंडळींना आवडली. तिने सर्वांनाच अगदी थोड्या वेळात मंत्रमुग्ध केलं. सर्व मुलाखती पूर्ण झाल्या. एकूण मुलाखतीतल्या सहांना नेमणुकीचं पत्र दिलं. त्यांपैकी श्यामल व सौदामिनी होत्या.

दोन आठवड्यांनंतर श्यामल विलास सर तर सौदामिनी विश्वनाथ सर यांच्या ऑफिसमध्ये रुजू झाल्या. त्यांना स्वतंत्र केबिन्स- छोट्या पण अद्ययावत सुविधा असलेल्या खोल्या दिल्या होत्या.

श्यामल आज खुशीत होती. सुंदर चेहरा आणि उंची वस्त्रं परिधान केलेली श्यामल विलास सरांसमोर स्थानापन्न झाली होती. दोघांनी एकमेकांना शुभेच्छा दिल्या. शेकहँड करून तिनं आभार मानले.

"आपण माझ्याबरोबर काम करणार आहात, त्याबद्दल अभिनंदन."

माझ्याबरोबर या-या प्रोजेक्टवर काम करायचे आहे. त्याची सुरुवात कशी

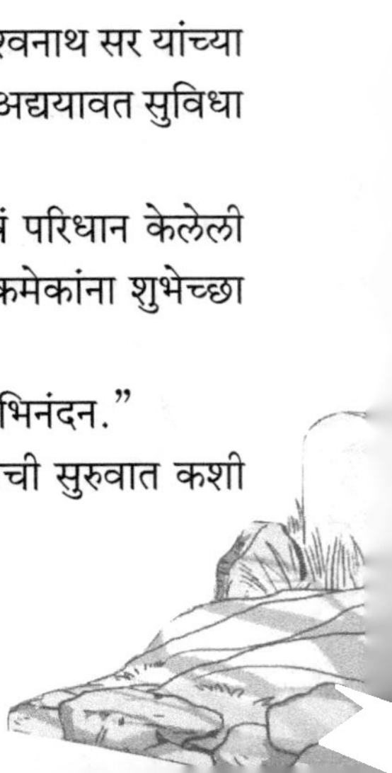

करायची त्या व इतरही सूचना त्यांनी स्पष्ट केल्या! खेळीमेळीच्या वातावरणात एकमेकांना सांभाळून काम करू. तुमच्या सूचनांचा यथायोग्य विचार करून आपलं काम पुढे नेऊन आपली संस्था नावारूपास आणू, असं म्हणून विलासनी तिची स्तुतीही केली.

विलास उच्चशिक्षित, विविध कल्पनांचा विचार करणारा स्मार्ट उद्योजक होता. घरात आई-वडील होते तो एकुलता एक होता. आई-वडिलांचे त्यावर लक्षही असे. त्याचंही लग्नाचं वय होतं, पण व्यवसाय स्थिरावल्याशिवाय लग्नाचा विचार करायचा नाही असं त्यांनी ठरवलं, पुढे बघू म्हणून तो विचार अर्धवट राहिला.

विलासचं वय वाढत होतं. मुलींकडे बघण्याचा दृष्टिकोन बदलत होता. त्याला जीवनात एखादी मैत्रीण सोबत असावी असं वाटे. हा दोष वयाचा होता.

श्यामलला येथे काम करून जवळजवळ दोन वर्षं झाली होती. ती दिसायला रेखीव, आजकालच्या जमान्याप्रमाणे कपडे-राहणीमान असे. त्यामुळे विलास तिच्याशी मित्रत्वाच्या पद्धतीने वागण्याचा प्रयत्न करत होता. काही महिन्यांतच श्यामलला त्याचं व्यक्तिमत्त्व उमगलं होतं. उगाचच स्तुती करणे, चोरटा स्पर्श करणे, खांद्यावर हात ठेवणे, अंगचटीला येणे याची तिला शिशारी आली. तिला आपली मानहानी होतेय अशी टोचणी होती. अशा बाबतीत स्त्रिया-मुलींना 'सिक्स्थ सेन्स' असतो असं म्हणतात. विलासची विलासी तिच्या लक्षात आली. वृत्ती समजली.

एकदा असाच काहीसा प्रसंग उद्भवला. तिने ही घटना सौदामिनी व विश्वनाथ सर यांच्या कानावर घातली.

मधल्या काळात घरच्यांनी श्यामलचे लग्नही ठरवले होते. तो मुलगा नवरा म्हणून पसंतही केला होता. तिच्या योग्यतेचा, अनुरूप, देखणा होता. सासू-सासरे, दीर असं सगळं घराणं उच्चशिक्षित, सुसंस्कृत-सज्जन माणसं होती. लग्नाची तारीख निश्चित असं ठरली नव्हती. नवरा मुलगा परदेशातून भारतात येणार होता. अजून लग्नाचे जहाज तरंगत होतं. नवऱ्याला परदेशात राहायला नको वाटत होतं. 'गड्या आपला गाव बरा' असंच वाटे. तो आपल्या माणसांत, संस्कृतीत रमणारा होता. शिवाय गायन/वादनाची आवडही होती. त्याच्या दृष्टीने कलेला प्रथम स्थान होतं. 'श्यामलशीच लग्न करणार आहे, थोडा मला

अवधी द्या' असं घरच्यांना बजावले होतं. श्यामलच्या जीवाची तगमग वाढत होती. अशा परिस्थितीत विलास सरांबरोबर काम करणे फार कठीण होते.

श्यामलला 'कॉन्फरन्स'च्या निमित्ताने पंचतारांकित हॉटेलात घेऊन जाणं, खाणं, त्याचं पिणं तिला नकोसे वाटे. हे प्रकरण गळ्यापाशी आल्यावर तिनं त्यांच्याकडे नोकरीचा राजीनामा पाठवून दिला. नको तो असला बॉस... बस्स आणि ती नोकरी. स्मार्ट मुली म्हटलं की त्याचा गैरफायदा घेण्याची वृत्ती, तिला घृणा निर्माण झाली.

उत्साह संम्पन्न अदीर्घ सूत्रं,
क्रियाविधिज्ञं व्यसनेष्वसक्तं
शूरं कृतज्ञं दृढसौहृदं च
लक्ष्मीः स्वयं याति निवासहेतोः

या श्लोकात सुसंपन्न जीवनाचं रहस्य काय? कवीच्या मते ज्याच्या अंगी सळसळता उत्साह आहे, ज्याला कामाचा उरक आहे, काम करण्याची रीत ज्याला माहीत आहे, ज्याला कुठलंही व्यसन चिकटलेलं नाही, जो साहसी आहे, दुसऱ्यानं केलेल्या उपकारांची जो जाणीव ठेवतो आणि जो मित्रांशी अतूट नातं जोडतो, अशा माणसाकडे लक्ष्मी आपणहून मुक्कामाला येते. विलास सर वरील श्लोकात कोठे बसतात?

श्यामलने राजीनामा विलास सरांच्या टेबलावर ठेवला आणि ऑफिसला रामराम ठोकला, पण जाता जाता सौदामिनीला मनातील सर्व सांगितलं. 'माझं लग्न लवकरच होईल, तेव्हा मी तुला आमंत्रण देईन!' असं म्हणून तिचा निरोप घेतला.

श्यामल राजीनामा देऊन गेली याचं कारण विश्वनाथ सरांनी सौदामिनीला खोदून खोदून विचारलं. त्याचं काय उत्तर द्यावं असा प्रश्न तिला पडला. खरं तर विश्वनाथ अतिशय सज्जन, संयमी, तरुण उद्योजक होते.

श्यामलने तडकाफडकी राजीनामा दिल्याबद्दलची कारणे स्पष्टपणे सैदामिनीने सांगितली. विलास असं काही वागेल याची कल्पनाच त्यांना करता येईना.

काही दिवसांनंतर विलास सर विश्वनाथ सरांकडे गेले. श्यामलने राजीनामा दिला आहे, मला एका असिस्टंटची सध्या गरज आहे. त्या वेळी दुसरी व्यक्ती मिळेपर्यंत सौदामिनीला माझ्याकडे अर्ध्या दिवसासाठी मदतीला पाठवतोस का?

अशी विनंती केली.

"मी अगोदर सौदामिनीची तयारी आहे का ते विचारतो. दोघांच्याही कामाचा खोळंबा नको!" असे विश्वनाथनी स्पष्ट सांगितले.

मधल्या काळात विलास सरांची मानसिक स्थिती बिघडली. विलासी वृत्ती उफाळून आल्या. स्वैरपणा वाढला. ऑफिसमध्ये केव्हाही येणं, काम न करताच निघून जाणं त्यामुळे महत्त्वाच्या कामात व्यत्यय येई. गोंधळ होई, पैशाची देवाण-घेवाण यातले घोटाळे वाढले. हा तर मोठा चिंतेचा विषय होता.

सौदामिनीने काही अटीवर विलास सरांकडे जायचं कबूल केलं. विलास सरांची वर्तणूक कशी आहे, याबद्दल विश्वनाथला सर्व खुलासेवार सांगितले. श्यामलचे लवकर लग्न होणार आहे. तिऱ्हाईत माणसाने तिच्या सासरी कागाळी केली तर तिचं विश्व उधळून जाईल. माझंही अजून लग्न व्हायचं आहे. आई-वडील माझ्या लग्नाचं बघत आहेत, असंही सांगितलं.

त्याचवेळी तिच्या मनात विश्वनाथ सरांबद्दल विचार चालू होते. हा बॉस सज्जन, विद्वान, देखणा, समोरच्या व्यक्तीबद्दल आदर..अशा गुणांनी युक्त असा हा माणूस आहे. थोडक्यात विश्वनाथबद्दलच्या प्रेमाचा अंकुर तिच्या मनात रुजू लागला होता. पण मनातील कसं सांगायचं, याचा विचार, आई-वडिलांची परवानगी इ. अनेक गोष्टी तिच्या मनात घोळत होत्या. तिचं मन आत्ताच उघडं करणं अप्रशस्त, घातुकीचं वाटत होतं. योग्य वेळ यायला हवी, संधी मिळाल्यावर....!

तर विश्वनाथच्या मनात सदैव आपल्या कंपनीचा विचार चालू असे. पैसा आणि चंचल प्रवृत्तीनं विलासला गाठलं असावं. अशी दैवी कृपा प्रत्येकावर असतेच असं नाही. आणि त्या व्यक्तीने प्रत्येक मुलगी / स्त्रीकडे वाईट नजरेने बघू नये. घरातील वडीलधारे लोक योग्य ते संस्कार करत असतात. श्यामल देखणी, स्मार्ट, आचार-विचारांनी समृद्ध होती. ती उठवळ मुलगी नव्हती. तिच्यावर घरच्यांचे चांगले संस्कार होते. त्या तरुण मुलीला त्या 'दृष्टीने' तोलू नये याचे भान विलासने कसे ठेवले नाही? सध्यातर विलास फक्त मद्य पिऊनच पोट भरत आहे. श्यामलने राजीनामा दिल्यानंतर कंपनीचे कामकाज / फायदा-तोटाही विश्वनाथला डोळ्यांत तेल घालून बघावा लागणार होता.

विश्वनाथ सरांनी विलासशी चर्चा केली. त्याची अनेक प्रकारे समजूत

काढण्याचा प्रयत्न केला. पण सगळं मुसळ केरात गेलं. आता विलासची मागणी वेगळीच होती. तो एकटा असिस्टंटशिवाय काम कसं करू शकणार होता? आता त्याला सौदामिनी काही दिवस मदतनीस म्हणून काम करण्यासाठी जरुरीची वाटत होती. व्ही.व्ही. अँड कंपनी दोघांच्याच नावावर होती. तोटा / फायदा यांत दोघांचा वाटा होता.

या विचित्र आणि गुंतागुंतीच्या परिस्थितीत विश्वनाथ सरांनी ती मागणी मान्य केली.

सौदामिनी विलास सरांच्या ऑफिसमध्ये रुजू झाली. त्याला पर्यायही नव्हता. पण ती तेथे रुळली नाही. विलास सरांचे ऑफिसमधील जाणे-येणे, व्यवहार यांत फार मोठा फरक होता. त्याच ऑफिसशी निगडित गोष्टीत दुरावा निर्माण झाला होता. मनाची एकाग्रता विचलित झाली होती. कामावरची निष्ठा उडाली होती. अशा परिस्थितीत सौदामिनीला कार्यालयीन काम करणे शक्य नव्हते.

सौदामिनीने अशा परिस्थितीत काम करणं अशक्य आहे, नाहीतर श्यामलसारखं राजीनामा देऊन मोकळं व्हावं लागेल. पण मला नोकरी सोडायची नाही! असा विचार केला. काही काळाने सौदामिनीने विलास सरांकडे जाण्याचं नाकारलं.

विश्वनाथ सरांना सर्व बाजूने विचार करावा लागत होता. विलास, श्यामल, सौदामिनी आणि त्यांची नाराजी, कंपनीचा ताळेबंद, नवीन कॉम्प्युटर टेक्निशियन-इंजिनियर असे अनेक प्रश्न त्यांच्या समोर होते. पण एकेक प्रश्न हळू-हळू विचारपूर्वक सोडवले पाहिजेत असं त्यांनी मनाशी ठरवलं.

सौदामिनी बॉसच्या समोर खुर्चीवर बसली होती. आज तिची मनःस्थिती शांत होती. नेहमीचेच पण व्यवस्थित, योग्य रंगाचे कपडे. रस्त्याने येताना तिला नेहमीचा गजरेवाला भेटला. 'ताई..ताई' या कपड्यावर तुम्ही केसावर मोगऱ्याचा सुगंधी गजरा माळा. तुम्हांलाही प्रसन्न वाटेल. मोगऱ्याच्या फुलांनाही आनंद वाटेल. तुमच्याकडे पीन नसेल तर मी देतो, तिने आपली पर्स बघितली. खरोखरच तिला सेफ्टी पिन सापडली नाही. गजरेवाल्याकडून पिन घेऊन दाट मोगऱ्यांचा फुलांचा गजरा आपल्या केसात माळला. तुम्ही इथं गजरा माळता त्यामुळे माझ्या गजऱ्यांचा खूप खप होतो; खणखणीत चार पैसे अधिक खिशात पडतात असं म्हणाला.

विक्रेत्यांची जाणाऱ्या-येणाऱ्यांवर चाणाक्ष, सूक्ष्म नजर असते. त्या व्यक्तीला कोणत्या रंगाचे कपडे शोभून दिसतात, याचा तो परीक्षक असतो.

एकूणच सौदामिनीचा 'मूड' बदलला. तिच्या सर्व आनंदी भावना उचंबळून आल्या. जागरूक झाल्या. प्रसन्नपणे ती ऑफिसमध्ये शिरली. आपल्या खुर्चीवर बसली. टेबलावरील काही कागदांची आवराआवरी केली. तिच्या कपाळावर नेहमीच रुळणारी केसांची एक बट कानापाठी टाकत, गजरा नीट बसला की नाही ते बघण्यासाठी आरशापाशी गेली. हाताने केस सारखे केले. मोगऱ्याचा सुगंध सर्व वातावरणात पसरलेला होता. खुर्चीवर बसली तोच इंटरकॉमची बेल वाजली. विश्वनाथ सरांनी तिला ऑफिसमध्ये बोलावले होते.

सौदामिनीच्या चेहऱ्यावर प्रसन्नतेचे पसरले भाव होते.

'गुडमॉर्निंग' म्हणत ती उभी राहिली. मोगऱ्याचा सुगंध त्या खोलीत मंदपणे दरवळला.

"आज मी किती दिवसांनी नव्हे अनेक वर्षांनी मोगऱ्याचा वास घेतोय. श्वास घ्यायलाही वेळ मिळाला नव्हता. तुम्ही आज फारच सुंदर, मोहक, प्रसन्न दिसत आहात. तुमचा वाढदिवस वगैरे आहे का? काही विशेष? घरातली मंडळी ठीक आहेत ना, का तुमचं लग्न वगैरे ठरलं की काय?" विश्वनाथला अनेक प्रश्न पडले होते.

"नाही हो सर, पण आज माझं मन तुमच्याकडे मोकळं केलं तर चालेल का?"

"अवश्य करा! मन मोकळं करायला आपल्या जवळचा माणूस प्रत्येकाला हवा असतो. मी काही चंचल, रागीट, बेताल माणूस नाही. मी सुसंस्कृत, मोठ्या घरातून आलो आहे. आई-वडील, दोन बहिणी, त्यांची लग्नही झालेली आहेत. मी लाजरा-बुजरा आहे. पटकन भडाभडा बोलणारा नाही. समोरच्या माणसाला अपमानास्पद शब्द वापरत नाही. तुम्ही निश्चिंत व्हा. मी सर्व तुमचं बोलणं शांतपणे ऐकून घेईन व त्यातील काही कोणाला सांगणार नाही!"

विश्वनाथ सरांनी फोन करून दोन चहाची ऑर्डर दिली. "चहा ठेवा व जा! आम्ही काही महत्त्वाच्या विषयावर बोलत आहोत आणि हो, तुम्हांला सांगितलेल्या फाईल्स तासाभराने आणून मॅडमच्या ताब्यात द्या!"

समोर बसलेल्या सौदामिनीची मनात उलघाल चालू होती. सांगावं की नको

'टू बी ऑर नॉट टू बी.' मनातून तिला खूप आनंद झाला होता. तो चेहऱ्यावर दिसत होता. मनातले सांगायला ती धीर एकवटत होती.

तोपर्यंत चहाचा स्पेशल ट्रे आला. सेवकानी वाफाळलेल्या चहाचा ट्रे सरांच्या समोर ठेवला. चहाच्या वाफा हवेशी भिडत गोलाकार होत उंचीवर विसर्जित होत होत्या. चहा व मोगऱ्याच्या फुलांचा सुगंध यानी ती हवा अधिकच उत्साही झाली. पहिल्या घोटात तिला धीटपणा आला. त्या क्षणी शब्द ओठातून झरझरत बाहेर पडले.

"सर, तुमच्या बरोबर काम करायला आवडते. तुमची कार्यपद्धती खूप छान आहे. मला तुमच्यासारखा अबोल, ठाम, देखणा, कर्तव्यदक्ष नवरा हवा आहे. मी तुमच्या प्रेमात पडली आहे! सर, आज मी तुम्हांला लग्नाची मागणी घालण्याचे धाष्ट्‌र्य करत आहे!"

अनपेक्षित असे हे शब्द विश्वनाथ सरांच्या कानावर पडले. ते स्वतः गोंधळून गेले. काय बोलावे तेच कळेना. त्या शब्दामुळे त्यांच्या गोऱ्यापान, देखण्या चेहऱ्यावर गुलाबी छटा पसरल्या. सौदामिनी त्यांना पसंत होती. ती त्यांच्या दृष्टीने सर्वगुणसंपन्न होती. तिला नाकारण्याचं काहीच कारणच नव्हतं. मनात असलेल्या गोष्टी ओसंडून जाण्याआधी 'चहा घ्या, तो गार होऊन जाईल.' या शब्दांनी आनंद मोकळा करण्याची संधी दोघांना एकाच वेळी मिळाली. तिने सुंदर कपबशी त्यांच्या पुढ्यात ठेवली.

गरम चहाचा पहिला घोट विश्वनाथ सरांनी गळ्याखाली उतरवला. अधिक ऊर्जा मिळाली. झटकन आपला उजवा हात सौदामिनीसमोर धरला.

"अभिनंदन-अभिनंदन! मी तुमच्या मागणीचा स्वीकार करतो. भावी आयुष्यात तुमच्यासारखी कर्तव्यदक्ष, गुणी बायको मिळणं हे माझं भाग्यच आहे. आत्ताच बाहेर कोणाला बोलू नका. आई-वडिलांचे आशीर्वाद घेऊन मग पुढे जाऊ!"

विश्वनाथ सरांनी मनात काही आराखडा तयार केला. आपल्या घरी ही बातमी कशी द्यायची ते ठरवलं. सौदामिनीला काही सूचना केल्या.

"तुम्ही थोड्या लवकर तुमच्या घरी जा. तुमच्या आई-बाबांना घेऊन तासा-दीड तासांनी माझ्या घरी या. तुम्ही थोड्या उशिरा या. त्यात सहजता असू द्या." विश्वनाथ सरांना आपल्याला हवा तसा योग्य जोडीदार मिळाला, तेही

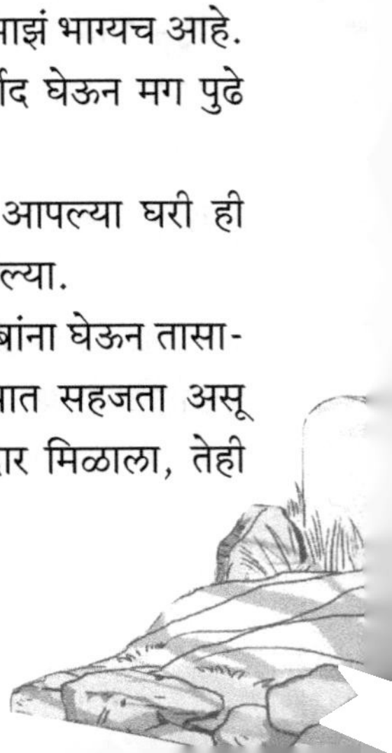

सहजपणे याचा आनंद झाला होता. 'लग्नाची गाठ खरोखरी अशी बांधली जाते का, योगायोग ह्यालाच म्हणतात!'

विश्वनाथ घरी जाताना ऑफिसची बॅग घेऊन निघाला. हलवायाकडून पेढ्याचा पुडा तर गजरेवाल्याकडून गुलाबाचा टवटवीत गुच्छ आणि काही मोगऱ्याचे गजरे घेतले व इतरही काही खरेदी केली.

आपण खूप दमून-भागून आलो आहोत असे चेहऱ्यावर दाखवत घरात प्रवेश केला.

घरात प्रवेश करता क्षणी त्याला बाहेर जाण्याच्या तयारीत असलेले आई-वडील दिसले. आई-वडील दोघेही गोरेपान, नीटनेटके म्हणजे साक्षात लक्ष्मीविष्णूचा जोडाच होता तो.

"अरे आज तू लवकर कसा, तुला बरे वाटत नाही का?" प्रश्नांची सरबत्ती झाली?

"पण तुम्ही कुठे निघाला होतात, का नेहमीच्रंच माझ्यासाठी मुलींची स्थळं! आई, अग माझं लग्न होईल, एवढी काय चिंता करतेस? थोडासा उशीर झाला तर काय होतंय, नाही तर एखादी मुलगी चालत येईल घरबसल्या. आज तुम्ही कुठे जायचं नाही. तू चहा कर, चहा घेता-घेता गप्प मारूया!" म्हणाालली, असं म्हणून तो कपडे बदलायला गेला.

"आज विशूचा मूड वेगळा दिसतोय!"

"अग, एखादा नवीन प्रोजेक्ट, धंद्यासाठी जागा किंवा इतरही काही घडू शकते!" वडील म्हणाले.

विश्वनाथने आपल्या घरी दोन्ही बहिणींना मेव्हण्यांसोबत घरी बोलावले, मात्र काहीही कारण सांगितले नाही.

अंधार व्हायची वेळ झाली. विश्वनाथच्या घराच्या बैठकीचा हॉल मोठा होता. दहा-पंधरा माणसं बसून गप्पा मारतील असा. त्या प्रशस्त हॉलमध्ये सुंदर श्री विष्णूची मोठी फ्रेम होती.

इतक्यात दारावरची बेल वाजली. विश्वनाथच्या बाबांनी दार उघडलं. त्यांच्यासमोर दोन अनोळखी व्यक्ती उभ्या होत्या. आत घरात या म्हणून त्यांचे स्वागत केले. एखाद्या स्थळाचे आई-वडील असतील असं त्यांना वाटलं.

"आपला मुलगा लग्नाचा आहे हे कळलं म्हणून आलोत!" असं म्हणत ते

आत आले. हॉलमध्ये बसले. त्या दोघांनी माहिती देवाण-घेवाण केली. तोपर्यंत विश्वनाथच्या बहिणी आपल्या नवऱ्यासोबत आल्या. एकूण विश्वनाथच्या प्लॅनप्रमाणे सगळे चालले होते. विशूच्या मनात आनंद दाटला होता.

आई पाहुण्यांसाठी चहाच्या तयारीसाठी स्वयंपाक घरात गेली. विश्वनाथने आईला "तुझी सून (सौदामिनी) येणार आहे. आता पाहुण्यांना गुलाबाचा गुच्छ दे व तिच्या हातात पेढ्याचा पुडा, गजरा आणि ड्रेसचे कापड देऊन तिचा स्वीकार कर!" असे खुशीने सांगितले.

"असा मामला आहे तर!" आई हसून म्हणाली.

साधारण अर्ध्या तासानंतर सौदामिनीने बेलचे बटन दाबले. तिची छाती धडधडत होती. कोणी तरी दार उघडले. सौदामिनीला आत हॉल गच्च भरलेला दिसला. आत जाण्यासाठी पाऊल उचलणार तोच समोर विश्वनाथ सर दिसले.

"या...या, आत या. सगळे घरचेच लोक आहेत. परके कोणी नाहीत!"

ती थोडी निर्धास्त झाली. सुंदर, गोरीपान, देखणी, काळेभोर लांबसडक केस, केसांची एका बट हवेमुळे मागेपुढे होणारी एका हाताने सावरत असताना सौदामिनीची तारांबळ होत होती. केसात माळलेल्या मोगऱ्याच्या गजऱ्याचा सुगंध हॉलमध्ये पसरला. तिला पाहून सगळ्यांच्या चेहऱ्यावर आनंद दिसू लागला. बहिणी-बहिणींत कुजबूज सुरू झाली.

सौदामिनी आत आल्यावर विश्वनाथने तिची घरातल्या सगळ्यांशी ओळख करून दिली. विश्वनाथला ती साजेशी होती हे बघून सगळे खूश झाले.

मुलगी खरोखरच देखणी, सभ्य, सज्जन आहे. मला चांगली सून मिळाली याचा मला-आम्हाला आनंद झाला, असं आई म्हणाली.

"आता तू आणि बाबा लग्नाच्या दृष्टीने पावलं उचला. लक्ष्मी आपणहून आपल्या घरी येते हे मी तुला अगोदरच सांगितले होतं ते आता खरं ठरलं की नाही. उगीचच स्थळांची चौकशी करीत फिरायचं आता बंद!"

"एवढ्या घाईघाईने म्हणून तर तुम्हा सर्वांना येथे बोलावले. लग्न कधी, मुहूर्त कसे करायचे ते आई-बाबा आणि सौदामिनीचे आई-बाबा तुम्ही सगळे ठरवा."

"आता पुढील काही दिवस ऑफीसमध्ये अत्यंत महत्त्वाची कामे उरकायची आहेत. त्यामुळे पुढच्या गोष्टी तुम्ही ठरवा. विलासने व्ही.व्ही.अँड कंपनीमध्ये केलेला गोंधळाचा निपटारा करायचा आहे. विलासने खूप पैसा कंपनीतून घेतला

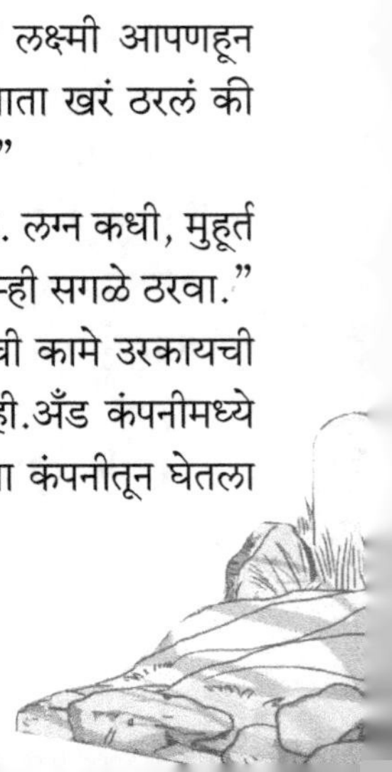

आहे. जवळ-जवळ त्याचा वाटा कंपनीतून हापसून घेतला आहे. कंपनीचं नाव दिवाळीखोरांच्या यादीत जायला नको. नाव मिळण्यासाठी खूप कष्ट घेतलेत आम्ही. व्ही.व्ही.ॲन्ड कंपनीतून विलासच्या नावावर फुली मारावी त्या दृष्टीने कायद्याचा आश्रय घेऊन त्याला दूर करावे लागेल," असे त्याने नंतर घरात सांगितले.

विश्वनाथ आता विलासच्या आई-वडिलांना यांना भेटायला गेला. विलास आत्तापर्यंत व्ही.व्ही.अँड कंपनीत काय प्रताप केलेत, ते सांगितले. पैसा खिशात कसा टाकला याची कागदपत्रं, ताळेबंद, बँकेची पासबुकं, चेकबुकं आणि एक वकील सल्लागार घेऊनच तो गेला होता. गेल्या काही दिवसांपासून विलास कंपनीत येत नव्हताच. तो आजारी आहे, असे कळले होते. त्यांनी प्रथम विलासच्या प्रकृतीची चौकशी केली. त्याची दोन्ही मूत्रपिंडं काम करेनाशी झाली होती. गेली कित्येक महिने तो कंपनीत येत नाही. त्याची तब्येत कितपत सुधारेल याची डॅक्टरांनाही चिंता होती. त्यामुळे बाकी कायदेशीर झटापटी नको असतील तर विलास राजीनामा देणे व कंपनीतून पायउतार होणे श्रेयस्कर असे वकिलांनी सांगितले. विलासला कंपनीतील हक्क सोडण्यावाचून दुसरे गत्यंतर नसल्याने त्यानेही निमूटपणे कागदपत्रांवर सही केली. वकिलाच्या सल्ल्याप्रमाणे विश्वनाथ व विलास कंपनी ऐवजी वेदा व विश्वनाथ अँड कंपनी, थोडक्यात व्ही.व्ही.अँड कंपनी असा बदल करत आहोत. असे नवीन कंपनीचे नाव असेल असे सांगितले. आता त्याला कंपनीत आणि आयुष्यातही उत्तम भागीदार मिळाला होता.

■■■

। ४ ।

पुत्रच कशाला हवा ?

मला श्री. गजानन इनामदार या नावाचे सद्‌गृहस्थ जीवनाच्या वाटेवर भेटले. आम्ही दोघेही एकाच वाटेवर. एकाच ऑफिसमध्ये आम्ही दोघे कार्यरत होतो. फरक एवढाच की ते मला ज्येष्ठ होते. माझ्यापेक्षा वयाने मोठे असतील चौदा-पंधरा वर्षांनी. शिवाय नोकरीतही ते वरिष्ठ होते.

त्यांना, म्हणजे गजानन यांना, 'गजाभाऊ', 'गजा', 'गजाई' असं म्हणून इतर संबोधित करत, तशा हाकाही मारत. पण असे हाक मारणे मला अप्रशस्त वाटे. पण मी असं काय म्हणू शकतो ? त्यांच्या वयाचा आणि खुर्चीचा मान राखलाच पाहिजे. नव्हे, मी माझी पायरी ओळखली पाहिजे ना! मी हळू-हळू जिभेला वळण लावून 'गजाभाऊ', असे संबोधू लागलो. कालांतराने, हळूहळू एकमेकांच्या सहवासामुळे एकमेकाला स्वभावानुसार आवडू लागलो, पण मी कधी एकेरीवर आलो नाही.

गजानन इनामदार अतिशय मृदू भाषी, गोरेगोमटे, सभ्य, सदा सर्वदा सर्वांशी हसूनखेळून वागणारे. थोडक्यात ते सदाबहार, सदाचारी होते. प्रेमळ होते. अशा गुणांनी त्यांची आणि माझी गट्टी जमली हे सांगायला नकोच!

गजाभाऊ इनामदार साहेबांचा संसार वाढीचा होता. त्या काळात 'हम दो -हमारे दो'ची जाहिरात गावातल्या मारुती देवळाच्या भिंतीवर असे. ती बघून न बघितल्यासारखे, कानाडोळा करून पुढे जात. 'गजाभाऊ आता तरी कुटुंब नियोजन करा' असा सल्ला देणारे बरेच जण गावात होते. "ते घाला चुलीत! तुम्ही

आणि तुमचे कुटुंब पाहून घ्या!” गजाभाऊ सल्ला देणाऱ्यांना उडवून लावत.

गजाभाऊंना दोन मुले व दोन मुली, आईवडील व धाकटा भाऊ असा मोठा परिवार होता. गावाकडे चार-पाच एकरांपेक्षाही जास्त बागायती जमीन होती. शेतीचं उत्पन्न थोडंफार येत असे. किती उत्पन्न येतं ते कोणतेही शेतकरी खरं काय ते सांगत नाही. पण गाववाल्यांना आज देवीचा उत्सव, रामनवमी, दसरा, दिवाळी यांना देणग्या या नावाखाली द्यावेच लागते. त्यापेक्षा नको तो शेतीचा माल, असे गजाभाऊंना वाटे. पैसा दिला नाही तर गाव त्याला बहिष्कृत करतील अशी भीती होती. नको....ती शेती असं वाटायला लागते.

गजाभाऊंना गाव सोडून जवळजवळ तीस वर्षे झाली होती. आता ते कुटुंब पुण्याचेच झाले होते. शेतसारा भरणे, गावकऱ्यांच्या मागण्या पुऱ्या करण्याइतपतच त्यांचा गावाशी संबंध येई. शेतीची निगा व घराची दुरुस्ती / शाकारणी त्यांनाच बघावी लागे. ते कसं सावरायचं याचाच विचार त्यांच्या मनात घुटमळत असे. तसं त्यांना कोणी पाहिलं तर त्यांचं पोखरलेलं मन ते दिसून देत नसत. तसा गजाभाऊ प्रयत्न करत असत. सुनं अवसान आणून आपला चेहरा मात्र मेकअप केल्यासारखा टवटवीत दिसायचा. ती निसर्गदत्त देणगी निसर्गाने सढळ हाताने दिली होती असं म्हणा हवं तर!

गजाभाऊंची मुलं-मुली वयात आल्या होत्या. मोठा मुलगा बबनला शिक्षणाबद्दल फार आकर्षण नव्हते. शेती किंवा एखादा तत्सम धंदा करून बस्तान बसवावं असा त्याचा विचार होता. अभ्यास म्हटलं की तो तेथून पळ काढत असे. त्याचं लग्न मामाच्या मुलीशी झालं होतं. मामाची मुलगी सून म्हणून गजाभाऊंच्या घरात गृहलक्ष्मी म्हणून आली होती. बबन निम्मा वेळ शेती आणि एका ऑफिसमध्ये कारकुनी करित होता. बबनच्या हातात पैसा खेळू लागला होता. पैसा हाती आला की तो कोणालाही स्वस्थ बसू देत नाही. लक्ष्मी चंचल असते. पैसा असेल जेथे लक्ष्मी असेल तेथे अलक्ष्मी असते याचे भान मनुष्याकडे असायला हवं. नाहीतर अलक्ष्मीच्या वाटेने नेईल ती असे ज्येष्ठ / वयस्कर माणसं म्हणतात ते काही खोटं नसतं. शेतीकडेही त्याने फार लक्ष दिलंय असं नव्हतं.

गजाभाऊंची धाकटी मुलं काळानुसार-वयानुसार वाढत होती. भाऊंच्या मुली मात्र अभ्यासात-घरकामात हुशार होत्या. सर्वसामान्यांप्रमाणे दिसत होत्या, पण शिक्षणाने त्यांचा दबदबा इतरांवर पडे. वडिलांची आर्थिक ओढाताण त्या बघत

होत्या. सोनाली आणि मनाली वडिलांच्या आवडत्या कन्या होत्या. सोनाली पदवीधर झाली होती. मनाली पण पदवीधर होती. तिला सरकारी नोकरी मिळाली होती. आर्थिक दृष्ट्या गजाभाऊंच्या घराची सुस्थिती सुधारली होती.

बबनचे शेतीकडे दुर्लक्ष होत होते. त्याला त्याच्या बायकोची म्हणावी तशी साथ नव्हती. संसार वाढत होता. दोन मुलंही त्याच्या पदरी होती. बबनने आपली वाट बदलली होती. रिकामटेकड्या जमीनदार मित्रांच्या नादाला लागला. रोज रात्री मित्रांच्या बैठका होऊ लागल्या. 'आता छान चालले आहे, तूच किती दिवस जमिनीत खपणार एकटा? तुझा जमिनीतला वाटा गजाभाऊंकडून काढून घे' असा भुंगा बबनच्या कानावर 'पेय' घेताघेता सोडला होता.

सगळ्यांचं व्यवस्थित मार्गाला लागलेलं दुष्ट लोकांना खुपायला लागलं. बबनच्या खिशातील पैसा आपल्या हातात कसा पडेल किंवा मौजेत कसं राहता येईल याच विचाराचं चक्र त्यांच्या मनात होतं. 'वाटा' हे दुधारी शस्त्र त्याने गजाभाऊंच्यावर सोडलं.

प्रत्यक्षात गजाभाऊंनी बबनला लग्न झाल्यावर आपल्या ऐपतीप्रमाणे पुण्यात फ्लॅट घेऊन, सजवून, दिला होता. त्याशिवाय फ्लॅटचे कर्जही फेडले होते. मी जिवंत असताना जमिनीची मागणी करून भांडायला उठतोय याची खंत गजाभाऊंना वाटत होती. 'वाटणीमागे' कोणाचा हात आहे, त्याचा भुंगा कोणी लावला त्याचाही शोध घ्यायला हवा. सध्या तरी हा संसारी मुलगा दारूच्या बाटलीत बुडालेला दिसतोय. मी निर्व्यसनी माणूस आहे. कोणाचा पैसा टेबलाखालून घेतला नाही. ही तर माझी ओळख नाही. कोणाचं कर्ज नाही, वाईट संगतीपासून चार हात दूरच. माझ्या आई-वडिलांची अशी शिकवण नाही, ते तर संत ज्ञानेश्वर, श्रीकृष्णाचे भक्त होते. पहिला मुलगा झाला म्हणून गजाभाऊ व आजी आजोबांना खूप आनंद झाला होता. ते आत्ता असते तर त्यांना काय वाटलं असते कोणास ठाऊक? अशी संतती मिळणं हा तर दुर्दैवाने दिलेला शाप तर नाही ना? असं गजाभाऊंना वाटू लागले.

"काही पण करा पण माझा हिस्सा जमिनीवरचा तोडून द्या," जेव्हा-जेव्हा गजाभाऊंच्या समोर बबन येई तेव्हा हा वाद होई. भांडणं विकोपाला जात. जमीन शेजारच्या जमीनदाराला हवी आहे म्हणून बबनच्या मागे लागलाय; कारण बबन वाटा घेऊन त्याचा पैसा करणार, हळूहळू जमीनही गेली आणि पैसा गेला. आपलं कुटुंब, दोन मुलं यांचा नीट सांभाळ करून, मुलांना चांगली शिक्षणं देऊन उत्तम

भविष्याकडे बघावे हा विचार बबनच्या मनात कसा येत नाही!" गजाभाऊंना वाटे.

त्यांच्यात अलीकडे खूप वादावादी झाली. प्रकरण टोकाला गेलं. 'तुम्ही मरेपर्यंत तुमचं तोंड बघणार नाही' असं म्हणून बबन्याने गजाभाऊंच्या घराचा उंबरा ओलांडला.

काळ कोणासाठी थांबत नाही. ते काही किल्ली अथवा बॅटरी घातलेले घड्याळ नाही. निसर्गाचे घड्याळ व नियती सतत प्रत्येक क्षण आजूबाजूचे लक्षात ठेवते. बबनचे ते शब्द निसर्गाने ग्राह्य धरले ते शेवटपर्यंत.

आपले आईवडील किंवा ज्येष्ठ माणसे लहान मुलांना असे शिकवतात की जपून शब्द वापरावेत, समंजपणे बोलावे, वाढवावा, आततताईपणा-रागीटपणा कमी करावा. त्याचा फायदा होईल की नाही, पण भविष्यात त्याचा उपयोग निश्चित होईल. पण आता काळ बदललाय. बापाची चप्पल मुलाच्या पायाशी आली की तो मोठा झालाय असं वाटत असे. आत्ता तसं नाही. त्याची जागा बुटाने घेतली आहे. जग बदललंय!

गजाभाऊंचा धाकटा मुलगा आर्मीत गेला. तोही बबनच्या वळणावर गेला. त्याचा संसार गजाभाऊंनी उभा केला. त्यालाही दोन गोंडस-हुशार मुलं होती. त्यालाही स्वतंत्र फ्लॅट घेऊन दिला होता. त्याने लष्करातील नोकरीतून निवृत्ती घेतली होती. त्यालाही पेन्शन मिळत होती. तरी तो गजाभाऊंच्या घरी राहायला आला. आणि आपला फ्लॅट भाड्याने दिला. 'तेवढेच त्याचे उत्पन्न मिळेल, इथंही जागा आहेच की!' असं म्हणून त्याचं कुटुंब गजाभाऊंच्या गळी पडले.

मधल्या काळात गजाभाऊंचे आई-वडील स्वर्गवासी झाले होते. त्यांची जागा भय्याने बळकावली. त्यांच्या स्वभावाचा फायदा या कुटुंबाने घेतला. नाही म्हणणं शक्य नव्हते.

सर्व कुटुंबाचा खर्च गजाभाऊ आपल्या आर्थिक उत्पन्नावर भागवत होते. त्यातल्या त्यात जमेची बाजू म्हणजे गजाभाऊंनी दोन्ही मुलींचे शिक्षण देऊन त्यांचे हात पिवळे केलेले होते.

पाणी गळ्याशी आल्यावर माकडीणसुद्धा लहान पिल्लाची पर्वा करत नाही, हा सर्व नियतीचा खेळ आहे. माणूस एकटाच जन्माला येतो आणि एकटाच देवाच्या स्वाधीन होतो. निसर्गाची किमया अजब आहे.

गुलाबाची फुले अतिशय सुगंधी, टपोरी, अनेक टवटवीत पाकळ्या, एकमेकांवर

घट्ट आतल्या भागावर चिटकून बसलेले असतात. ताजं, देखणं रूप कोमेजायला लागलं की एकेक पाकळी विभक्त होते. हळू-हळू सगळ्याच पाकळ्या जमिनीशी एकरूप होतात. उरतो देठ, मात्र तो झाडावर झुलत राहतो. या ठणठणीत असलेल्या देठाचा काय उपयोग! खाली उरलेल्या फांद्यांवर काट्यांचे राज्य असते सोबतीला.

सुंदर, विविधरंगी (टणटणी / घाणेरी, मधु मालती, काटेसावर, बोगन वेल इ.) अशा फुलांच्या खाली काट्यांचा पिंजरा लावलेला असतो. प्रश्न असा पडतो की निसर्गानी असं रूप देऊन झाडांना बेरूप का केलं असेल? असंच काहीसं माणसाचं आयुष्य असतं. कधी भरभराटीचं, तजेलदार, उभारीचं असतं. गजाभाऊंच्या आयुष्यात जे आले, ते त्यांनी पचवले. याला गजाभाऊ अपवाद नव्हते. मुलं म्हणजे फुलं. गजाभाऊंना उतरती कळा लागली. फुलांच्या पाकळ्या गळून गेल्या. देठच फक्त निराशेने झाडावरच पुढच्या दशेची वाट पाहत राहिलं होतं.

सोनालीचा संसार अजून फुलत नव्हता. तिच्या लग्नाला पाच-सहा वर्षे उलटून गेली होती. तिला अपत्यप्रेमाची ओढ स्वस्थ बसू देत नव्हती. तिच्या मैत्रिणींच्या घरात दोन-दोन गोजिरवाणी अपत्य कुशीत खेळत होती. ‘अगं, तू तशीच?’ मैत्रिणी विचारत असत. त्याचं उत्तर तिच्याकडे नव्हतं.

शारीरिकदृष्ट्या ते दोघेही सशक्त होते, पण निसर्गाचं हे कोडं अधिक कोड्यात टाकत होतं. मातृत्वाच्या ओढीने आधुनिक पद्धतीचा वैद्यकीय आधार घेतला होता. निसर्गानी तिला साथ दिली नव्हती. सगळेच प्रयत्न विफल गेले होते.

याच दरम्यान भैयाची प्रगती वेगळ्याच दिशेने चालू होती. लष्करात लागलेली ब्रॅण्डेड दारूची चटक सुटलेली नव्हती. लष्करातील दुकानात दारूच्या बाटल्या स्वस्तात तेथील लोकांना देतात आणि नाहीच मिळाली तर दारूची दुकाने चोवीस तास उघडी असतात. कोरोनाच्या काळात दारूच्या दुकानासमोर लागलेली रांग असा फोटो वर्तमानपत्रात छापून आलेला होता. कदाचित त्या रांगेत भैया-सोनालीचा भाऊ पण असेल. दारूच्या व्यसनामुळे त्याच्या शरीराचे अवयव निकामी झाले होते. त्याची अखेर त्या दुखण्यात झाली. एक वेळ बॉर्डरवर शत्रूच्या गोळीबारात गेला असता तर... गजाभाऊंच्या पदरात आपल्या कुटुंबाची जबाबदारी टाकून निजधमास गेला. गजाभाऊंना हा फार मोठा धक्का होता. सोनाली व जावई बापूंनी त्यांना सावरायला मदत केली.

गजाभाऊंचं वय वाढत होतं. शरीरात लपलेल्या आजारांनी डोकं वर काढून

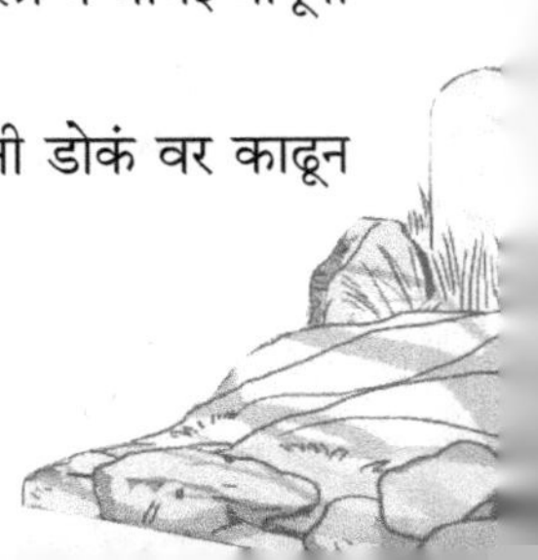

सळो की पळो केलं होतं. हृदय, लीवर, फुप्फुसाचे आजार वाढत गेले.

एका रात्री गजाभाऊंना कसं तरी व्हायला लागलं, हृदयाची धडधड वाढून घाम आला. सोनालीने तातडीने ॲम्बुलन्सने दवाखान्यात भरती केलं.

सोनाली-मनाली या बहिणींवर अनेक संकटे पाठोपाठ उभी राहिली. सोनालीच्या नवऱ्याने सासऱ्याची सेवा केली. ते दोघे गजाभाऊंच्या उशाशी बसून होते. देखभाल, रात्रपाळी, दवाखान्याची बिलं भरण्यापर्यंत ते दोघे दिवस रात्र झटत होते. बबनने मोठा भाऊ किंवा मुलगा या नात्याने विचारपूसही केली नाही.

गजाभाऊ बोलताना आपल्या मनातले शेवटचे विचार या दोघांना सांगितले. कदाचित त्यांना आपला शेवट जवळ येतो आहे असे वाटू लागले होते.

"सोनाली, तुम्ही दोघं व मनाली पण या अवस्थेत असताना मदत-मदत करताय हे मला दिसतंय. बबन असा कसा निपजला, एवढं वैर का धरावं? मला निवृत्तिवेतन मिळतं. दवाखान्याची बिलं, औषधपाणी, रात्रीचं जागरण हे सर्व मोठ्या मुलाने करावं, ते सर्व तू करतेस. असं काय पाप केलं की त्याच्या मागणीप्रमाणे जमिनीचा वाटा मागतो. त्यावर मुला-मुलींचाही सध्याच्या कायद्याप्रमाणे हक्क असतो. हे त्याला कसं कळत नाही. एवढं वैर!

"माझं काही बरं वाईट झालं, तर माझ्या देहाला तूच अग्नी दे. मोठ्या मुलाने बापाला अग्नी द्यावा, तर तो स्वर्गात जातो. पण कोणी बघितला आहे स्वर्ग. शिवाय 'तुमचं तोंडही पाहणार नाही' हे वाक्य देवानेही ऐकलं असेल!"

"असे अभद्र बोलू नका. बबन त्याचे कर्तव्य पार पाडेल, उगाच मनात काही आणू नका. तुम्ही बरे होऊन घरी याल" असे आश्वासन दोघींनी दिले.

संध्याकाळ झाली. सूर्य पलीकडे गेला. प्रखर प्रकाशाची जागा अंधाराने घेतली. दवाखान्यात येणाऱ्या व्हिजिटरची संख्या विरळ होत गेली. नर्सेसने आपल्या पायाचा वेग कमी केला. विजेचे दिवे सर्वत्र लागले, तसे दवाखान्यातले नको असलेले दिवे विझले.

आकाशात काळे लहान मोठे ढग इतरत्र फिरत होते. पावसाळा सुरू व्हायचा होता.

गजाभाऊंच्या, हाताच्या-नाकाच्या नळ्यांचं जाळ विणलं गेलं होतं. त्यांच्या हृदयाची धडकन इ.सी.जी, बी.पी, ऑक्सिजन बाटलीतील एकेक बुडबुडा सेकंदा-सेकंदाला दिसत होता. इ.सी.जी.पडद्यावरच्या निळ्या तांबड्या रेघा नर्स

अधून-मधून बघून जात होती. इतर गोष्टीवर नजर टाकून ती पसार होत होती.

सोनाली-मनाली बाहेरच्या 'फॉर पेशंट' बाकावर चिंतेत, मूग गिळून बसल्या होत्या. मध्यरात्रीनंतरचं चित्र बदललं. नर्सनी सोनालीला हाक मारली. तसेच सगळे डॉक्टर / नर्सेस भराभर गजाभाऊंच्या कॉटपाशी जमलेले होते.

सोनालीला प्रसंगाचं गांभीर्य क्षणात उमजलं.

गजाभाऊंनी शेवटचा श्वास घेतला होता.

सोनालीने या कठीण प्रसंगात मनाला आवर घातला. घरच्यांना, नातेवाइकांना आणि गावाकडील जवळच्या माणसांना फोन केले. सगळे दूरवरचे राहणारे पाहुणे अशा रात्री कसे जमणार, हा मोठा प्रश्न होता.

'दोन तासात पार्थिव नेण्याची व्यवस्था करा!' डॉक्टरांनी सांगितले.

रात्रीच पुण्यात असलेले जवळपासचे लोक दवाखान्यात जमले. गाव व तेथील नातेवाईक शिवाय मोठा भाऊ आल्याशिवाय पुढचे कार्य कसे करणार, हा गुंतागुंतीचा प्रश्न सोनालीसह जवळच्यांना पडला. गावाकडे लोक दुचाकी/ चारचाकीवर दवाखान्यात जमले.

गजाभाऊंना गावात चांगला मान होता. गावामध्ये मिळून मिसळून होते त्यामुळे त्यांची मित्रमंडळी ही खूप होती. 'गजाभाऊंचे पार्थिव गावातच आणलं पाहिजे, गावातच शेवटची मानवंदना सगळ्यांना देता येईल' एका पुढारी माणसाने, आम्ही सर्व विधी तेथेच होईल, त्या सर्वांची व्यवस्था आम्ही करून येथे आलोत. सोनाली-मोनाली तुम्ही काळजी करू नका, असे सांगून पुढचा प्रश्न सोडवला.

तोपर्यंत सोनालीने गजाभाऊंना प्रेतगृहात ठेवण्याची व्यवस्था केली. उद्या सकाळी तुमच्या ताब्यात घ्या असे सांगून व इतर गोष्टींचा खुलासा करून व्यवस्थापक गेले.

सोनाली-मोनाली दुःखात बुडून गेल्या होत्या. इतर लोकांनी पुढाकार घेऊन गजाभाऊंचे पार्थिव ताब्यात घेतले आणि ते ॲम्बुलन्समध्ये ठेवले. अनेकांनी गजाभाऊंचे अखेरचे दर्शन घेऊन, हार घालून नमस्कार केला. उपस्थितांच्या डोळ्यांत अश्रू उभे राहिले. त्यांच्या मनात गजाभाऊंच्या जुन्या आठवणी एकापुढे एक सरकत होत्या. 'जन्म आणि मृत्यू कोणाच्याच हातात नाही' हे प्रत्येक जण जाणत होता. आपलाही प्रवास असाच असणार...!

श्रीराम श्रीराम नामाचा जप सुरू झाला. ॲम्बुलन्सची चाकं हलली. चाकांना

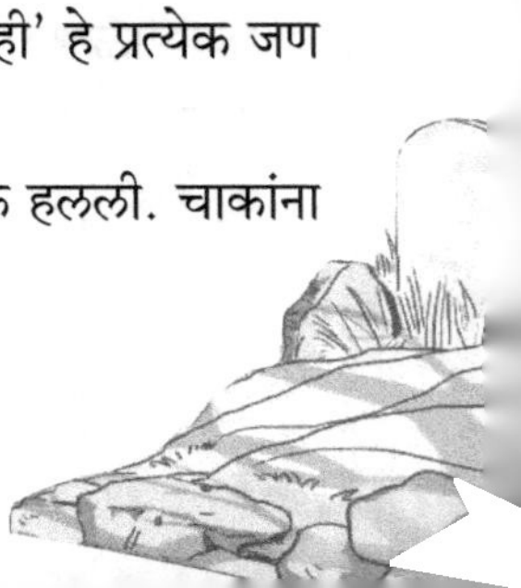

गती मिळाली. गजाभाऊंच्या पार्थिवाच्या अखेरच्या प्रवासाला सुरुवात झाली. त्याचं गाव पुण्यापासून दोन तासांच्या अंतरावर होतं.

अडीच तासात ॲम्बुलन्स गजाभाऊंच्या दारात पोहोचली. त्याचं शव दारात/शेवटच्या दर्शनासाठी ठेवण्यात आले. हारतुरे आणि नमस्कार, श्रीराम-जय राम पुटपुटत लोक पुढे सरकले. रडण्याचा-हुदक्याचा आवाज गजाभाऊंच्या घरातून बाहेर एकू येत होता.

गजाभाऊंचं पार्थिव स्मशानात पोहोचले. अत्यंत कठीण परिस्थिती होती. मोठा मुलगा बबनची लोक वाट पाहत होते. मोबाईल करून त्याला धुंडत होते. मोबाईल फक्त वाजत होता. 'तो जाणून बुजून फोन घ्यायला टाळत होता किंवा मद्याच्या धुंदीत बाटलीत बुडाला असावा' असा तर्क लोकांनी केला.

मोठ्या मुलाने वडिलांच्या पार्थिवास अग्नी द्यावा, तो माणूस स्वर्गात डायरेक्ट जातो. अशी आपल्याकडे समजूत आहे. लोक बबनची वाट पाहून कंटाळले.

सोनाली एका कोपऱ्यात बसली होती. गालावरून येणारे अश्रू पदराने टिपत होती. शेवटच्या क्षणापर्यंत वडिलांशी वैर धरायचं म्हणजे काय, हा काय शहाणपणा आहे, कशाला हवा मुलगा, वारस म्हणून मुलगा. हाच आदर्श तुझी मुलं लक्षात ठेवतील. जाऊद्यात गजा.... गजाभाऊंच्या नशिबात असेच असेल तर काय आणि कोण काय करणार? देह सोडण्यापूर्वी गजाभाऊंनी सोनालीला सांगितलं होतं की 'तूच मला अग्नीच्या स्वाधीन करा.'

गावातील ज्येष्ठ मंडळींनी सोनालीला सांगितले, "गजाभाऊंना अग्नी दे, आता बबनची वाट पाहण्यात अर्थ नाही. खुद्द वैरीसुद्धा या प्रसंगात असा वागला नसता. इतकं वैर कशासाठी? म्हणे तोंडही बघणार नाही."

सोनालीच्या डोळ्यांतून अश्रूंचा झरा वाहत होता. अखेर तिनं गंजाभाऊंच्या पार्थिवाला नमस्कार केला. शेवटी गजाननभाऊंना अग्नी दिला.

निसर्ग म्हणजे बदल. हा बदल आपल्याकडील ऋतूतही दिसून येतो. मृग नक्षत्रात पडणारा पाऊस पुढे सरकला आहे. अनेक लोकांची मुलं परदेशस्थ झाली आहेत. ते तिकडेच कायम झाले आहेत. आता आई-वडिलांची आठवणही होत नाही. त्यांची विचारपूसही करीत नाहीत, तर त्यांच्या पार्थिवाला अग्नी कोण देणार? असे अनेक प्रश्न मनात डोकावतात. परिणामी आपल्या जुन्या कल्पना गंगार्पण कराव्यात हेच आपल्या हाती आहे!

'मुलगा-मुलगी समान हक्काच्या' काळात मुलीने 'अग्नी' दिला तर काय बिघडतंय, मुलाची मिजास करायची. तिचा जसा आई-वडिलांच्या इस्टेटीवर हक्क असतो, असा कायदा आहे तसा हा ही हक्क आहे.

'मुलाने अग्नी दिला की ते थेट स्वर्गात जातात.' कोणी बघितला स्वर्ग?

इतिहासात डोकावलं की भाऊबंदकी, हेवेदावे आणि वैर दिसते. त्यामुळे राजेशाही वैरामुळे भुईसपाट, नेस्तनाबूत झालेली आहे. राज्य छोटे असो वा घराणेशाही, छोटे कुटुंब असो घराण्याचा ऱ्हास व्हायला वेळ लागत नाही. आजही राजकारणसुद्धा असेच खेळले जाते. संपत्ती साठवून पुढच्या पिढीत वैराची रुजवण तर करत नाही ना याची प्रत्येकाने दखल घ्यावी. नाती कायम राहतीलच याची शाश्वती नाही.

भगवान श्रीकृष्णांनीसुद्धा गीतेत त्याचा उल्लेख केला आहे. तेव्हा 'ठेविले अनंते, तैसेची राहावे.'

■■■

। ५ ।

बाटलीतील ब्रह्मराक्षस

मी रसायनशास्त्र हा मुख्य विषय घेऊन पदवीधर झालो. एकदोन फॅक्टरीत नोकरी केली. फार पैसा हाती आला नाही, आणि त्या कामात मनही रमले नाही; पण अनुभवाच्या गाठी कमरेला बांधल्या गेल्या खऱ्या! त्या काळात पगार (पैसा) फारसा जरी नसला तरी तो एका छोट्या कुटुंबाला पुरेसा होता. पैशापेक्षा कामात अधिक शिकावं हीच माझी इच्छा होती. त्यामुळे दुसऱ्या नोकरीसाठी प्रयत्न करत होतो. त्याच वेळी पुण्यातील एका नामवंत प्रयोगशाळेचे-NCLचे नेमणुकीचे पत्र मिळाले.

पत्राच्या हुकमाप्रमाणे मी त्या प्रयोगशाळेत पाषाण येथे दाखल झालो. त्या संस्थेचा कारभार आणि प्रतिष्ठा फार मोठी होती. त्याचा मला खूप आनंद झाला.

सरकारी पत्राप्रमाणे मी प्रयोगशाळेत रुजू झालो. माझ्याकडील कागदपत्रांची पूर्तता, मेडिकल चाचणी वगैरे सगळे सोपस्कार पूर्ण केले. विभागप्रमुखांना भेटलो ते उंचेपुरे, अंगाने धष्टपुष्ट, रुबाबदार गृहस्थ होते. त्यांनी माझी ओळख करून घेतली. इतर चौकशी केली. त्यांच्या मनात मला कोणते योग्य काम द्यावे, याचा विचार बहुतेक असावा. काही क्षण शांततेत गेले. मग साहेबांनी एका संशोधकाचे नाव घेतले, 'त्यांना भेटा', असे सांगितले. मी त्यांचे आणि आभार मानले मी खोलीतून बाहेर आलो.

या विभागप्रमुखाच्या हाताखाली बरेच संशोधक काम करत होते. तेथे

वेगवेगळ्या प्रकारची संशोधनं चालू होती. बऱ्याच खोल्यांत वेगवेगळ्या गटांचे निरनिराळे प्रयोग चालू होते.

लहान मुली चूल, बोळकी, तांब्या-पितळी वाट्या, थाळ्या, छोटी पातेली घेऊन भातुकली खेळतात. तितकी लहान-लहान काचेची असंख्य उपकरणे होती. त्याची नावं, उपकरण, उपयोग, वापर, त्यांची हाताळणी यांचा मला अभ्यास करायला लागणार की काय? ते पाहून मी एक क्षण विचलित झालो. आपल्याला विचार, वाचन, चिंतन करावंच लागणार. येथे कोणताही शॉर्टकट नाही. आपण हे सर्व शिकायचं, अखेरपर्यंत शिकायचं, असं मनाशी ठरवलं. शिकायला वय नसतं. माझ्या आईने पाच मुलं सांभाळत सेवासदन संस्थेत पुढील शिक्षण घेतलं. त्याच जिद्दीने मी सर्व करायचं ठरवलं. आई माझी गुरू, मातृदेवो भव!

मोठ्या साहेबांनी एका संशोधकाची गाठ घालून देऊन यांच्याबरोबर तुम्ही काम-संशोधन करा, असं सांगितलं.

मी तर पूर्ण कच्चा खेळाडू होतो. हे संशोधन पाणी-खारे पाणी शुद्ध करण्यासंबंधीचे होते. अत्याधुनिक पद्धतीने अशुद्ध पाणी शुद्ध करता येणारे तंत्रज्ञान (स्टायरीन डी व्ही बेस कॅटॅअन- ॲनिऑन रेझिन्स वापरून पाण्यातील क्षार कमी करता येतात. उद्योगधंद्यामध्ये पाण्याचे हे शुद्धीकरण तंत्रज्ञान वापरतात.)

या नवीन तंत्राची माहिती हळूहळू करून घेतली. आता मला ॲनिऑन रेझिनची निर्मिती करण्याबद्दलची माहिती मिळाली. आता ते रेझिन करण्याचे तंत्र अवगत करायचे होते. प्रयोगासाठी लागणाऱ्या साहित्याची, रसायनांची जमवाजमव केली.

त्यापैकी रसायन तयार करण्यासाठी प्रयोगशाळेच्या पाठीमागील उघड्या छताखाली उपकरणं मांडली. ते एक प्रकारचे ॲसिड (आम्ल) आहे. ते प्रयोगशाळेत तयार करावे लागे. त्यावरच पुढची प्रक्रिया अवलंबून असते. (ॲसिड : क्लोरोमिथिलइथर (CME) असं त्याचं नाव आहे.

पाच लिटर कोरोमिथिल इथर तयार केले. आणि ते एका शंक्वाकृती / निमुळत्या काचेच्या भांड्यात ठेवले. त्याची योग्य काळजी घेऊन एका कोपऱ्यात सुरक्षित ठेवलं, त्या भांड्यावर काचेची तबकडी (पेट्रीडिश) ठेवली. आजचा दिवस या कामात गेला. संध्याकाळचे सहा वाजले. घरी निघालो.

कॅटॅअन रेझिन तयार करण्यासाठी काचेचे मोठे भांडे (केटल) असे गरजेचे होते. आवश्यक गोष्टींची जमवाजमव पूर्ण करून आम्ही ॲसिड (पाच लिटर)

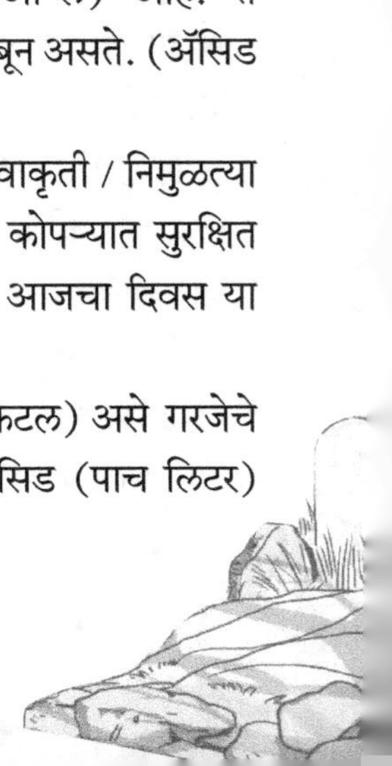

ठेवले होते त्या जागी तेथे आलो. ती पॉलीमर बेसमेंटची प्रयोगशाळा होती.

CME ॲसिड ठेवले होते तेथे आम्ही पोहोचलो. आणि क्षणात... डोळ्यांची पापणी लवायच्या आत त्या काचेच्या भांड्यातून अतिशय वेगात ॲसिडचा उंच फवारा खोलीच्या छतावर धडकला. छतावरून पडलेले ॲसिड तितक्याच वेगाने आम्हा दोघांच्या अंगावर पडले. एखाद्या ज्वालामुखीच्या अरुंद मुखातून उकळता लाव्हारस जमिनीवर पडावा तसे वाटले. अर्थात ज्वालामुखी मी पाहिलेला नाही. प्राग (झेक) येथील कारलोव्हॅरी गरम पाण्याचा १७-१८ मीटर उंचीचा झोत मी पाहिला आहे, त्याची आठवण झाली.

आता काय करावे, काही सुचेना. काही सेकंद सुन्न झालो. दोघांचे अंगावरील कपडे, डोळे, डोके ॲसिडने भिजले होते. डोळ्यांची आग होत होती. रसायनाचा दुर्गंध खोलीभर पसरला. खोलीत पाण्याचे नळ होते. ताबडतोब पाण्याने अंघोळ केली. खोली तळघरात होती. येणाऱ्या-जाणाऱ्यांची वर्दळ नव्हती. पाण्याने ॲसिडचा निचरा केला. त्यामुळे कोणाला काही कळायच्या आत अंगावरच्या ओल्या-दुर्गंधी असलेल्या कपड्याने बसमध्ये बसून घरी जायला निघालो.

"काय बाई! काय माणसं म्हणायची! दिवसाढवळ्याही गावठी दारू पिऊन येतात!" नाकाला पदर लावून बसमध्ये बसलेल्या स्त्रिया एकमेकीशी पण मला ऐकू येईल अशी कुजबूज करत होत्या. त्यांचं बोलणं, खुसपूस, काही चुकीचं नव्हतं.

अर्धवट ओले, भयंकर दुर्गंध असलेले कपडे, अंगाची/ डोळ्यांची होणारी आग... तसाच मी घरी पोहोचलो. आईनेही तक्रार केली. मी आधी आंघोळ केली. कपडे पाण्यात बुडवले. स्वच्छ झालो. मी स्वच्छ, स्वस्थ-शांत झालो. काय घडले ते आईला सांगितले.

ह्या घटनेने मला चांगलाच धडा शिकवला. आपण रसायनांपासून सावध, जपून काम केले पाहिजे.

आमच्या कार्यालयाचे मोठे उपाहारगृह आहे. चहाच्या सुट्टीत कार्यालयातील किंवा इतर सेवकांची आमच्याच खोलीवरून जा-ये असे. त्यांच्या गप्पांचा विषय या खोलीतील लोक किंवा ग्रंथालयातील लोक नुसत्या गप्पा मारत असतात; अशा स्वरूपाची टीका/ टोमणे, चालू असायचे.

"अरे बाबन्या, तू चार बुकं अधिक शिकला असतास तर असा डॉक्टर (डॉक्टरेट) झाला असतास, लायब्ररीत डोळे मिटून बसला असतास. इथं फक्त

फायली देण्याचं, साहेबांच्या घरी गॅस सिलेंडर आणण्याचं काम करतोस?"

"आणि तू काय करतोस, तेच करतोस की!"

"अरं माझ्या बापानी शिकवलं नाही ना, चवथी पास झालो, मोठा झालो आणि इथं आणून चिटकवलं. तुझं तसं नव्हतं, तुला डॉक्टर म्हटलं असतं!"

संशोधकांची टवाळी करणं, टोमणे मारणं, संशोधक तरुण मुली /मुलं यांच्यावर नजर ठेवणे, शेरेबाजी करणे हेच त्यांचे काम.

मी त्यांच्याशी बोलताना फार जपून बोलावं हे मनात ठरवलं. शिवाय त्यांच्याकडून संशोधनासंबंधीची काचेची उपकरणे स्वच्छ करून घेणं अतिकठीण होतं. त्यापेक्षा स्वतःच काचेची उपकरणं स्वच्छ करणं फायदेशीर ठरायचं. त्याचा फायदा तर व्हायचाच. स्वच्छता, काचेची बहुमूल्य उपकरणं सांभाळण्याची-हाताळण्याची मी सवय लावून घेतली. संशोधनाचे कागद-फायली सुरक्षित ठेवणं हा एक भाग महत्त्वाचा होताच की; उपकरणं स्वच्छ करणं हे कौशल्याचं, श्रमाचं काम असतं.

दरम्यानच्या काळात पाणी शुद्ध करणाऱ्या रेझिन्सचा प्रकल्प पूर्ण केला.

आणि माझी सिंथेटिक (कृत्रिम) रबर तयार करण्याच्या प्रकल्पावर नेमणूक केली.

नाइट्राईल ब्युटाईल रबर (NBR) हे कृत्रिम रबर त्या काळी परदेशातून (विशेषतः जर्मनी) आयात करावे लागे. त्यात एका रबर बनवणाऱ्या कंपनीचा सहभाग होता, त्याचा करार सरकारतर्फे झाला होता. प्रयोगासाठी लागणारी रसायने विशेषतः 'ब्युटाडाईन' नावाचा वायू ती कंपनी पुरवणार होती.

कंपनीने एक भला मोठा (१०० कि/ग्रॅम) गॅस भरलेला सिलेंडर पाठवला होता. हा वायू कसा वापरायचा, त्याचे द्रवरूप कसे करायचे, त्याची हाताळणी, साठवण अशा अनेक समस्यांवर चर्चा झाल्या. आणि छोट्या प्रमाणात (बेंच स्केल) संशोधनास सुरुवात केली. पुन्हा पुढचा प्रश्न उपस्थित झाला. संशोधनाच्या वस्तू काय वापरावयाच्या? तो प्रश्नही हळूहळू सोडवला.

इमल्शन पॉलीमराझेशन पद्धतीने हे प्रयोग (पाणी, तेल, इतर साबण, रसायनं याचे दुधासारखे मिश्रण) करायचे ठरवले. त्यासाठी उत्तम-दणकट घट्ट झाकणाच्या बाटल्या वापरल्या. रसायनाचे मिश्रण कमी तापमानास घुसळण्यासाठी 'रबर रोलर मील' वापरली. कोल्डरूमच्या तापमानाचा अंदाज घेतला. रबर रोलरवर

सहा बाटल्या (ब्युटाडाईन, अक्रिलोनाट्राइल व इतर रसायनाचे मिश्रण असलेल्या बाटल्या, रसायनांचे वेगवेगळे मिश्रण अशा बाटल्या म्हणजे सहा प्रयोग) मंदगतीने कोल्डरूममध्ये फिरत ठेवले. साधारण ६ ते १० तास कोल्डरूममध्ये मी सहकाऱ्यांबरोबर हे काम करत होतो. काही संशोधक महत्त्वाची रसायनं 'लेबल विथ डेट' स्टँडवर ठेवत. कोल्डरूम सतत उघडत नसत. शिवाय त्यातील दिवे मंद प्रकाशाचे होते. (अशा दोन कोल्डरूम्स होत्या. त्या इतर कोणालाही वापरण्याची परवानगी नव्हती.)

अशाच एका प्रयोगाच्या वेळी कोल्डरूममध्ये शिरलो. रबर रोलरची बाटली मी हातात घेणार तेवढ्यात ती धाडकन फुटली. काचा आणि रसायने चौफेर फेकली गेली. मोठा फटाका हातात फुटला तर? कल्पना करा, त्या व्यक्तीची स्थिती काय होईल! छोटा बॉम्ब फुटावा असा तो प्रकार होता. क्षणभर काय झाले, कसे झाले काही कळेना! मती गुंग झाली. आम्हांला शारीरिक दुखापत झाली नाही, पण रसायनाचा (विषारी)प्रसाद मिळाला. आम्ही बेशुद्ध झालो नाही. केवळ नशीब म्हणूनच वाचलो. दैव बलवत्तर म्हणूनच; बेशुद्ध पडलो असतो तर... कोल्डरूम कोणीच उघडली नसती तर? खोलीतच मृत म्हणून पडलो असतो. नशीब जोरावर होतं म्हणून सहीसलामत कोल्डरूममधून बाहेर पडलो.

संशोधनात असे कठीण प्रसंग प्रत्येकाच्या वाट्याला येतीलच असे नाही.

एका प्रयोगाच्या वेळी एक उग्र वासाची मरकॅप्टन रसायनाची बाटली टेबलवरून घरंगळत खाली जमिनीवर पडली. त्याचा उग्र वास खोलीभर पसरला. रात्री आठ वाजून गेले होते. सकाळी ६ वा.प्रक्रिया सुरू व्हायची, आता तरी घरी जायला हवे तेवढ्यात ह्या रसायनाने खोलीभर दुर्गंध पसरवला. आम्ही दोघांनी सबंध खोली पाण्याने धुऊन काढली. खोलीच्या खिडक्या-दारे उघडली. मेन गेटवर वॉचमनला सूचना केली, 'खोलीची दारं-खिडक्या उघड्याच राहू द्या. नाहीतर वॉचमन दारावर 'DOOR NOT LOCKED' असे लेबल लावायचा व ते प्रकरण सेक्युरिटी ऑफिसरपर्यंत जायचे.

एका प्रकल्पांतर्गत नाईट्राईल रबराचे संशोधन पूर्ण केले. प्रयोगशाळेचे नाव भारतभरात झाले. हाच तो आमचा आनंद! कारण नाईट्राईल रबर प्रकल्पास राष्ट्रीय पारितोषिक मिळाले.

सांगायचा मुद्दा असा की, इतर ठिकाणच्या नोकरीत तुम्ही सकाळी ९ ते ५.३०

असे काम करता का? मात्र संशोधनाला वेळ/काळ कधीच नसते. चोवीस तास संशोधनाची प्रक्रिया मनात घोळत असते. अनेक प्रकारच्या धोक्यांना धाडसाने तोंड द्यावे लागते. सामान्य माणसाला फक्त सकाळी ९ ते संध्या. ५.३० हा काळ दिसतो. संशोधनात तसे नसते.

मला माझ्या मोठ्या साहेबांनी अनेक प्रकल्पांवर काम करायची संधी दिली. आणि प्लास्टिक, विविध अडेझिव्ह इ. पदार्थांची माहिती मिळाली. मधुमक्खीसारखा फुलांचा मध (अभ्यास करायला मिळाला) गोळा केला. भविष्यात त्याचा मला खूप फायदा झाला. अनेक पॉलीमर इंटरनॅशनल जर्नल्समध्ये संशोधनासंबंधीचे लेख प्रसिद्ध झाले.

स्त्रियांना चेहरा, केशभूषा व नखांची सजावट करणे आवडते, नव्हे तो त्यांचा एक छंदच असतो. नाटकातील पात्रांना मेकअप करणे आवश्यक असते. मेकअपमन नटाचे अवगुण झाकण्याचे प्रयत्न करत असतात. तांब्या-पितळी वस्तूंना कल्हई करत असतात. तसेच प्लास्टिक वस्तूंना विविध रंगांचे लेप-रंग (कल्हई) करून ती अधिक आकर्षक बनवतात.

संशोधन क्षेत्रात या प्रकल्पाला 'सरफेस मॉडिफिकेशन' म्हणतात. गुण-दोषांचे बदल करावे लागतात. सध्या बाजारात पॉलिइथिलीनच्या (PE,HDPE) अनेक वस्तू मिळतात. आज आकर्षक रंगाच्या, आकाराच्या, वजनाने हलक्या (कळश्या, हंडे, घमेले इ.) अशा अनेक-अनेक वस्तू बाजारात उपलब्ध आहेत. अनेक जण पाण्यासाठी, रॉकेल-पेट्रोलसाठी कॅन वापरतात. पण रॉकेल, पेट्रोल किंवा पेस्टिसाईड औषधे ठेवताना मात्र काळजी घ्यावी लागते. उदाहरणार्थ पी.ई.कॅनमध्ये रॉकेल न वापरता खूप दिवस ठेवले तर काही काळाने रॉकेल संपलेले दिसते. शेतीची औषधे आपोआप गायब होतात. हा अनुभव अनेकांनी घेतला असेलही. याचे कारण प्लास्टिकच्या भिंतीतून हे द्रव/औषधांचे विषारी वास झिरपून जातात. या प्रकाराला अटकाव करण्यासाठी बाटलीला/कॅनरा रासायनिक लेप (कल्हई) दिला जातो. द्रव/वास झिरपण्याची प्रक्रिया कमी करण्यासाठी अथवा थांबवण्यासाठी सल्फोनेशनचा सूक्ष्म लेप आतल्या बाजूने देण्याचे संशोधन सुरू केले. सल्फोनेशन ओलियम (Oleam) सल्फरसाठी ट्राय ऑक्साईड (So3) वापरण्याचे योजले. हे ॲसिड बाजारात मिळत नाही, पण पुण्यातील सिंहगड रोडवरच्या सुदर्शन केमिकल कंपनीने ते आम्हाला उपलब्ध करून दिले.

ओलियम ॲसिड हाताळणे फार मोठ्या धोक्याचे आणि आव्हानात्मक होते. डोळ्यांवर सेफ्टी गॉगल, लॅबकोट, हातमोजे, पायात शूज असली अवजारे असा अंतरिक्ष यानातून प्रवास करणाऱ्यासारखा पोशाख आवश्यकच होता. असे जरी असले तरी सुरक्षित वाटत नसे. ह्या ॲसिडमुळे एक कठीण प्रसंग ओढावला. अखेर त्यावर आम्ही कशी मात केली, ते ऐकण्यासारखे आहे.

या संशोधनासाठी एचडीपीई फिल्म (HDPE Film) व 100 मि.ली.च्या बाटल्या पिलको (PILCO) मुंबई यांनी पुरवल्या होत्या. एनसीएल व पिलको यांच्यात तसा करार झाला होता.

या संशोधनासाठी प्रयोगशाळेत काचेचे वैशिष्ट्यपूर्ण उपकरण तयार केले. त्यात एचडीपीई फिल्म बसवली. ओलियम/नायट्रोजन मिश्रण फिल्मच्या पृष्ठभागावर सोडले. त्याचा अवधी निश्चित केला. आणि फिल्म तयार केली. या फिल्ममधून ऑक्सिजन झिरपण्यावर काय परिणाम होतो, याचा शोध घेणे असे संशोधनाचे ढोबळ स्वरूप आहे. या संशोधनावरचे निष्कर्ष 'जर्नल ऑफ अप्लाईड पॉलीमर सायन्स Vol.58,1275-1278 1995'मध्ये प्रसिद्ध केले आहेत.

असे प्रयोग करत असताना एका मोठ्या संकटाशी सामना करावा लागला. तो प्रसंग असा-ओलियम (सल्फर ट्राय ऑक्साईड ॲसिड) ची बाटली फ्युमिंग कपाटात आडवी झाली. ॲसिडचा हवेशी संपर्कात आल्याबरोबर आमची प्रयोगशाळेची शेड धुरानी भरली आणि बाटलीतून ब्रह्मराक्षस बाहेर पडला. डोळ्यांची आग होऊ लागली. दृष्टी धूसर झाली. पण धीर सोडून चालणार नव्हते. पाण्याचा मारा सुरू केला. काही प्रमाणात ॲसिडचा धूर आमच्या शरीरातही गेला असेल ना! इतरांना या रसायनाची माहिती नसते. श्वासागणिक धुराशी टक्कर देत ॲसिड धुवून काढले. मगच आम्ही शेडमधून स्वच्छ हवेत बाहेर आलो. फायर ब्रिगेड करते त्यापेक्षा वेगळे काम करायला मिळाले.

मग संशोधक फक्त सकाळी नऊ ते संध्याकाळी साडेपाच असे मर्यादित वेळेतच काम करतो का? प्रयोगासाठी लागणारे साहित्य जमा करणे किंवा स्वतः करणे, उपकरणांची आखणी करणे हे संशोधकच करत असतो. ॲसिड, आयसोनेट्स किंवा काही घातक वायू हाताळणे ही फार मोठी जोखीम असते. आयसोनेट रसायन यू फोम कृत्रिम अवयव तयार करण्यासाठी वापरतात.

लायब्ररीत उपलब्ध असलेल्या अनेक देशांतून प्रसिद्ध होणाऱ्या नियतकालिकांचा

अभ्यास करावा लागतो, आढावा घ्यावा लागतो. त्याशिवाय संशोधनाबद्दलचे पेपर/ पेटंट प्रसिद्ध करणे असे चक्र चोवीस तास संशोधकांच्या मेंदूत फिरत असते. संशोधन फक्त तेवढ्या वेळात (९ ते ५.३०) बसते का? तो केवळ पगारासाठी काम करतो का? नाही. तो अखंड कार्यरत असतो. त्याला यश मिळणे हे अत्यंत अवघड कार्य आहे.

अनेक प्रकारची रसायने प्रयोगशाळेत काम करणाऱ्या लोकांना वापरावी लागतात. रसायनांचा सखोल अभ्यास करावा लागतो. कधी-कधी अग्निशामक दलातील लोकांनाही त्याची माहिती द्यावी लागते.

भोपाळच्या युनियन कार्बाईडची घटना सर्व जगाला माहिती आहे. सगळेच संशोधन लोकांसमोर येत नाही. त्यासाठी काळ, कष्ट, विचार, अभ्यास, सोशिकपणा इत्यादींचा दूरगामी विचार करावाच लागतो.

प्यूनने 'चार बुकं शिकला असतास तर तू डॉक्टर झाला असतास' असे म्हणणे म्हणजे कावळ्याने राजहंसाला खूप खोल समुद्रात पोहता येते का, असे विचारण्यासारखेच आहे. याकडे कानाडोळा करणे योग्य ठरेल. त्याचा फार विचार न करता आपण आपले काम/ कार्य करणे श्रेयस्कर आहे.

■■■

। ६ ।

कानाला खडा

भारतात अनेक सण-उत्सव, विविध धार्मिक कार्यं, लग्न, मुंज (मौंज), मंगळागौर, पोंगल, छटपूजा इ. साजरे करतात. भारतभरातल्या सगळ्या सणांची यादी केली तर, प्रत्येक दिवशी काही ना काही सण असतोच असे म्हटले तर वावगे होणार नाही. एकेकाळी सर्व सण-कार्यक्रम सामुदायिक असत. काही सण घरगुती स्वरूपात असतात, तर काही सणांत समाजातील सर्व समाज एकत्र येतो.

लग्न-विवाह हा मोठ्या कार्यक्रमाचा एक भाग असतो. तो आयुष्यात प्रत्येकाच्या आयुष्यात जपून ठेवावा असा अमोल ठेवा असतो. मग ते लग्न भावा-बहिणीचे असो, मित्र-मैत्रिणीचे असो. अनेक गमती-जमतीचे, हास्याचे धबधबे खळखळून वाहत असतात.

त्याला आता खूप वर्षे झाली. पण ती आठवण आजही ताजी आहे. त्या आठवणीने मनात घर-पक्के घरच करून ठेवले आहे.

श्रीरंग माझा मित्र. माझ्याबरोबरचाच. तो आई-वडिलांचा एकुलता एक व धाकटी बहीण श्रीलक्ष्मी. देवांची नावं प्रथेप्रमाणे ठेवलेली. श्रीरंग, श्रीलक्ष्मी. पण श्रीलक्ष्मीने काही नाव काढले नाही. नाव लक्ष्मी पण हातात कथलाचा वाळा! अशी म्हण आपल्यात प्रचलित आहेच की, आणि ती खोटी नाही.

वडील रामभाऊ एका वकिलाकडे दिवाणजीचं काम करायचे. त्यांचा कारभार चोख, प्रामाणिक असे. कर्तव्य बजावण्यात त्यांची हयात गेली. हाती फार पैसा

येत नसे. संसार तारेवरची कसरत करत ओढला जात होता, पण त्यात ते समाधानी होते. लोकांकडे हात पसरायची वेळ आली नाही एवढेच. अंथरूण पाहून हातपाय पसरणारा, चार जिवांचा पोशिंदा होतो.

श्रीरंग अभ्यासात फार मोठा हुशार होता असं नाही, पण कष्टाळू व प्रामाणिकपणाचा वारसा त्याला मिळाला होता. तो मॅट्रिक पास झाला. त्याच्या शिक्षणाला पूर्णविराम मिळाला. वडिलांनी आपल्या खांद्यावरचे ओझे अलगद त्याच्या खांद्यावर ठेवले. कुठले कर्जाचे ओझे नव्हते, तर ते होते बहिणीच्या लग्नाचे.

श्रीरंगला ग्रामपंचायतीत सेक्रेटरी म्हणून नोकरी मिळाली. त्याच्या दृष्टीने सेक्रेटरी पद व पगार, शिवाय मान्यवरांच्या ओळखी ह्या सर्व जमेच्या बाजू होत्या. आई-वडील, बहीण यांचा सांभाळ करणे, बहिणीच्या लग्नाचे बघायचे, बघता-बघता ते ही व्यवस्थित पार पाडू अशी त्याची धारणा-विश्वास वाटू लागला. पण मॅन प्रपोझेस ॲन्ड.....पण नियतीला मान्य ते नसते.

अचानक रामभाऊंनी कोर्टाची वाट सोडून स्वर्गाची वाट धरली. सुदैवाने कोणाचेही कर्ज डोक्यावर नव्हते.

श्रीरंगच्या खांद्यावरचे ओझे अधिकच वाढले. आपल्याकडे मुलीचे असो वा मुलाचे लग्न वडील गेल्यानंतर वर्षाच्या आत करावे असा अलिखित नियम आहे. श्रीलक्ष्मीचे लग्न करण्याची जबाबदारी पार पाडणं भाग होतं. श्रीरंगने बहिणीच्या लग्नासाठी योग्य वराची शोधाशोध सुरू केली.

वर संशोधनासाठी चप्पल घासावी लागली नाही. त्याच्याच ग्रामपंचायतीतला मुलगा, तोही सेक्रेटरी म्हणून काम करत होता. फक्त फरक एवढाच की तो श्रीरंगचा वरिष्ठ सेक्रेटरी होता. गोरागोमटा, देखणा, श्रीलक्ष्मीला योग्य असा वर होता. त्याच्या घरचे जमीनजुमला, गावात प्रशस्त वाडा, सर्वदृष्टीने ते उत्तम स्थळ होते. श्रीलक्ष्मीचं लग्न ठरवायला काहीच अडचण नव्हती. देणे-घेणे, मानपान, हुंडा नाही. फक्त आलेल्या पाहुण्यांना लग्नाच्या दिवशी जेवण देणे एवढी एकच अट! पण दिसतं तसं नसतं. काठावर उभं राहून गंगेच्या पात्राची खोली समजत नाही. त्यातलाच हा प्रकार.

आजच्यासारखी त्या काळी मंगल कार्यालये नव्हती. कार्यालयातून आचाऱ्याला लागणारी भांडी, ताटं-वाट्या इत्यादी आदल्या रात्री मोजून घेणे, पिण्याचे पाणी,

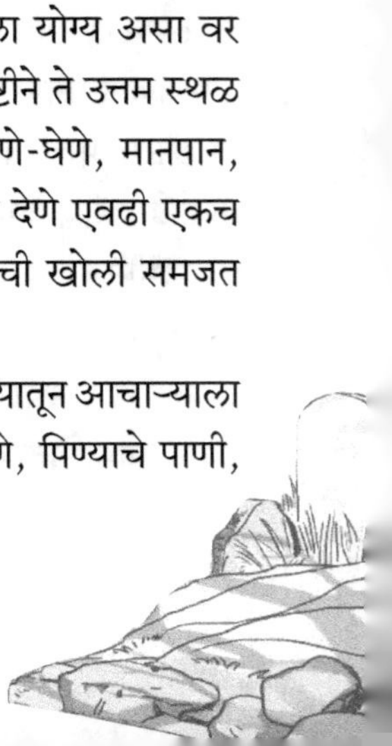

वापरायचे पाणी विहिरीतून उपसून पाण्याच्या टाक्या भरणे, मिरवणुकीसाठी सकाळी घोड्याची व संध्याकाळी रथाची, बत्त्या नंतर मुलामुलीचे हार, गजरे, इ. यांची व्यवस्था कार्यालय करत नसे. आचाऱ्याला मोठ्या चतुराईने सांभाळावे लागे. हांजी हांजीच ती!

"घर पाहावे बांधून, लग्न पाहावे करून!" अशा अर्थाची म्हण प्रचलित होती. नवरामुलगा, आचारी, पाहुणे इ. यांच्यापुढे पुढे करता करता मुलीचा बाप हैराण होई.

नवरामुलगा सेक्रेटरी, जमीनदार-वतनदार. सबंध गाव त्यांच्या ओळखीचे. गावात लग्न करायचं म्हटलं असतं तर शेतातच मांडव टाकावा लागला असता. श्रीरंगची आर्थिक बाजू कमकुवत होती. म्हणून तर त्याने मुलाच्या वडिलांची अट मान्य केली. रमाकांत-श्रीलक्ष्मी यांच्या लग्नाची घडी जवळ आली.

मंगलाष्टक संपले. अंतरपाट दूर झाला. नवरा-नवरीने एकमेकांच्या गळ्यात हार घातले. 'सावधान' म्हणून गुरुजी निघाले. हा विधी उरकला, तेव्हा सूर्य माथ्यावरून पुढे वाटचाल करू लागला होता. आपली सावली पायाखाली आली तसेच पोटातले कावळे कॉव...कॉव...करू लागले. पाहुण्या मंडळींनी जेवणाच्या पाटावर बैठक मारली. अर्ध्या बटाट्याच्या फोडीत सुगंधी उदबत्त्या पेटत होत्या. पानापुढे सुंदर रांगोळी होती. अन्नाच्या घमघमाटाने भुकेने जीव कासावीस होऊ लागला. केव्हा पत्रावळीत अन्न पडतंय असं पानावर बसलेल्यांना वाटत होतं, शंभर माणसं जेवायला बसतील अशी व्यवस्था केली होती, पण कार्यालयाबाहेर असलेल्यांची गर्दी तुफान होती.

पहिल्यांदा पंगतीला गावचे मानकरी बसले. ब्राह्मणी पद्धतीचं जेवण. पक्वान्न म्हणून बुंदीचे लाडू. पहिल्या पंक्तीलाच मसाले भात, लाडूचे डबे हळूहळू रिकामे होत गेले. काही लाडू पोटात तर काही खिशात. मुलीच्या बाजूला काळजी वाटू लागली. आता काय? सर्व संपलं, उठा म्हणणे अप्रशस्त होतं. 'जो येईल तो जेवण करून जाईल' ही फार अवघड अट त्यांच्यापुढे ठाण मांडून होती.

'असा प्रकार होतोच' असं आचाऱ्यांना ठाऊक होतं. रिकाम्या चुलीवर भाताचे हंडे ठेवले अणि बुंदी पाडायला घेतली. बटाटे उकडायला टाकले गेले.

असं करीत अनेक पंगती उठल्या. मांडवपरतणी झाली. आम्ही मित्र जेवलो की नाही याची दखलसुद्धा कोणी घेतली नाही. उरलेल्या बुंदीच्या मूठभर कळ्या

खाल्ल्याचं तेवढं आठवलं.

याच लग्नात मी मित्रांच्या भावा-बहिणीच्या लग्नाला मदत करायला या पुढे जायचं नाही याचा कानाला खडा लावला.

मदत करणे हे व्रत हे जन्माला येतानाच देवाने मला दिलेले वरदान आहे. ते कधी आनंद देणारं असतं तर कधी तापदायक ठरतं. ते त्या वेळेच्या परिस्थितीवर अवलंबून असते.

संजय माझा बालपणापासूनचा मित्र. ग्रॅज्युएट होईपर्यंत मैत्री होती. ती आजही आहे. त्याचं लग्न ठरलं. वाग्दत्त वधू परळी वैजनाथ बाजूची–परभणीची. पुण्यापासून जवळ-जवळ पाचशे किलोमीटर अंतर.

“आम्ही परभणीचे जमीनदार! श्रीमंत. अनेक एकर जमीन कसतोय. शेतीला लागणारं पाणी आमच्या विहिरीचं. चार-चार विहिरी आहेत. पिकं हिरवी हिरवीगार असतात. मोटारी चोवीस तास चालतात. गाई-बैलांच्या देखरेखीसाठी, शेती-पाण्यासाठी, दहा-पंधरा माणसं त्यांच्या कुटुंबासकट पोसतो आहोत!” दशरथराव मुलाचे वडील गरजले.

घरचं लग्नं. मोठं वऱ्हाड घेऊन कुठं निघायचं तर पुण्याला. त्यांच्या लग्नात शे-दोनशे माणसं असतात जेवायला. घाईनं उठायचं, चार घास खायचे, हात धुऊन गावाला परतायचं. असं कुठं असतं काय लग्न? लग्न कसं दणक्यात झालं पाहिजे. नवरामुलगा घोड्यावर आला पाहिजे. पाठीमागे लवाजमा पाहिजे. भरपूर लाइटिंगचे लुकलुक करणारे रंगीबेरंगी दिवे- दिव्यांच्या माळा झाडावर लागल्या पाहिजेत. डीजेवर हिंदी गाणी वाजली पाहिजेत. सगळ्या गावाला समजलं पाहिजे. हे खरं लग्न!

दशरथराव पुढारी होते. सभेसाठी गाड्या, ट्रक भरून माणसं मैदानात आणायची सवय. सगळं प्रदर्शन झालं पाहिजे.

मुलगी तुम्हांला आवडली-पसंत आहे. आमचं घरंदाज घराणं आवडलं आहे. मग आम्ही टिचक्या पुण्यात लग्न करावं? ही अपेक्षा आम्ही केली नाही. लग्न आमच्या गावात, आमच्या मांडवातच होईल. मुला-मुलींनी छान नट्टापट्टा केला पाहिजे. मुलांनी बेहोषपणे मिरवणुकीत डीजेच्या तालावर नाचलं पाहिजे. माणसं पोटभर जेवले पाहिजे. आहेराची शेकड्यांनी पाकिटं आली पाहिजेत. भले त्या पाकिटात एक रुपया-डॉलर असला तरी चालेल, तो मानाचा असतो. तो आम्ही

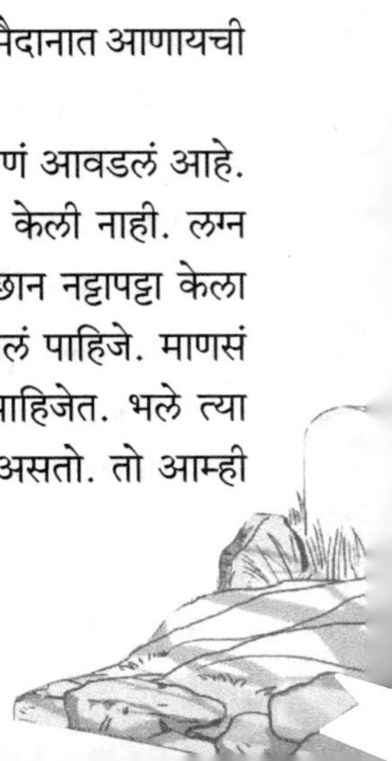

विसरत नाही. तो डॉलर पाचशे रुपयांपेक्षा जास्त किमतीचा असतो.

लग्न इथंच होणार. तुम्ही तुमची माणसं बस-ट्रकभर आणली तरी चालेल. सगळ्यांची व्यवस्था करतो. एवढं भलं मोठं भाषण मुलाच्याकडच्या मंडळींना ऐकवलं.

पुण्यातील मंडळींनी मुकाट्यानी त्यांचं भाषण ऐकलं. या कानाने ऐकलं, दुसऱ्या कानाने सोडून दिलं. पुणेकरांनी अशी अनेक मंडळींची भाषणं शनिवारवाड्यावर ऐकलेली होती. पुढचं पुढे बघून घेऊ, लग्न झाल्यावर! ते आपल्या हातात आहे. शनिवारवाड्याने असे अनेक पुढारी बघितले आहेत.

संजयच्या वडिलांनी हे चॅलेंज स्वीकारलं. अटींच्या आडव्या-तिडव्या गाठी सोडवल्या. 'वऱ्हाड निघालं परभणीला!' पुणे रेल्वे स्टेशनवर पन्नास माणसं, दहा-बारा लहान पोरं, काही पोटुशी, आजी पणजी-पणजोबा अशी सगळी जमली. रिझर्व केलेला पॅसेंजर डबा खचाखच भरला. काहींचा हा रेल्वेचा प्रवास तर पहिलाच. तीन वर्षांपासून दहा वर्षांपर्यंत सवलतीच्या दरात रेल्वे प्रवास फुकट. अघळ-पघळ वाढत्या वयाचे नवे कपडे घातलेली पोरं वात्रट, खट्याळ, तापदायक, दंगेखोर अशी त्यांच्या नावापुढे विशेषण असलेली मुलं/पोरं रेल्वेचं वारं पिऊन बेफाम झाली होती. सबंध डब्यात धिंगाणा घालत होती. रेल्वेचा डबा प्रवास प्रथमच करणार होती. प्रत्येक गोष्टीचं उदा. पंखा, त्याची पाती, बटणं, खिडक्या-काचा, रेल्वेची शिट्टी, सामान ठेवण्याची जागा, मुलांनी त्या जागेत कब्जा केला. एखादी माकडांची मोठी टोळीच रेल्वेच्या डब्यात होती असं संजयला वाटलं. सगळेच आप्त! कोणाकोणाला रागवणार! ते अवघड होतं.

झुक झुक ....आगीन गाडी, पळती झाडे पाहू या

मामाच्या लग्नाला जाऊ या!! एक आवाज डब्यात घुमला.

रेल्वे इंजिनाने कू..कू...(स्पेशल शिट्टी) शिट्टी मारली. रेल्वेने औरंगाबाद स्टेशन सोडलं. बिलंदर पोरांचा दंगा अधिकच वाढला. डब्यातील पंख्यांची बटनं खेळून झाली. बंद पडलेले पंखे (खरं रेल्वेचे पंखे शोभेलाच असतात ते कुठे त्यांना माहीत होतं!) काडी, पेन घालून चालू केले. काही पंखे चालू झाले. एका मुलाचं लक्ष डब्याच्या वरच्या बाजूला गेलं. एक तांबडी साखळी लावलेली होती. ती लटकलेली त्याने पाहिली. गाडीच्या वेगाप्रमाणे तो दांडा हलत होता. त्याची त्याला गंमत वाटली, आकर्षण वाटलं.

'ही साखळी ओढली तर? दांड्याच्या डान्सनी त्याच्या मनात उसळी मारली.' त्याचं चित्त थाऱ्यावर राहिलं नाही. त्या झपाटलेल्या मुलाने पुढचा-मागचा विचार केला नाही. खिडकीच्या गजाचा आधार घेऊन त्याने दांडा धरला. हातात तो दांडा धरून खाली उतरला आणि जे व्हायचं तेच झालं.

आणि चालती-पळती गाडी क्षणाची उसंत न घेता थांबली. सर्व डब्यात शांतता पसरली. एका नाटकाचा नवा अंक सुरू झाला. छोट्या वात्रट पोरांचा खेळ थांबला. ऑ..ऑ..करून माणसं रडकुंडीला आलेली, चिंताक्रांत झालेली तोंड बघत बसली. भुताटकी झाली की काय, लग्नात विघ्नच की अशी बायका-बायकांत कुजबूज सुरू झाली. कोणाची डोकी कुठं चालतील ते सांगता येत नाही. 'यशोदे, तुला म्हटलं होतं की डब्यावरून भाकर तुकडा ओवाळून टाक, पण कुठली सासूचं ऐकायला!' सासु-सून यांच्यात वादावादी सुरू झाली. जावा-जावांत कलकल सुरू झाली. शब्द हवेत उडू लागले.

पंधरा मिनिटांनंतरचा प्रसंग तर फारच गंभीर होता. दोन रेल्वे पोलीस, स्टेशन मास्तर, दोन अधिकारी धडाक्यात डब्यात प्रवेश करती झाली. अधिकाऱ्यांचं लक्ष लोंबकळणाऱ्या तांबड्या दांडीकडे गेले.

'कोणी ओढली ही साखळी. बोला....कोणी ओढली?" एका पोलिसाने काठी आपटत विचारलं. वऱ्हाड मूग गिळून बसलं.

काही क्षणात डब्यात भयाण-भीतीदायक शांतता पसरली. बारकी पोरं आपल्या आईच्या पदराआड लपली. गप्पांच्या ओघात बाया-बापड्यांचं तिकडे लक्षच नव्हतं. झालेली घटना गंभीर होती. गाडी अडेलतट्टूसारखी अडून बसली होती. 'चला रे घ्या यांना ताब्यात!" साहेबांनी हुकूम सोडला. सूचनाः 'साखळी ओढू नये. साखळी ओढणाऱ्याला अमुक अमुक दंड किंवा सहा महिने तुरुंगवास' अशी धमकीवजा अस्पष्ट काळ्या पुसट अक्षरातील नोटीस होती. प्रसंग तसा फार कठीण, कारण जेलची शिक्षा होती. लहान पोरं चळाचळा कापत होती. पोलीस पकडून नेणार आणि 'घरचं लग्न तर इथंच लागलं!' असं लोक म्हणू लागले. आता काय करायचं?

डब्यातील, वऱ्हाडातला ज्येष्ठ, आपली हेडगेवार काळी टोपी हलकेच सावरत उठला. त्यांचा अनुभव येथे उपयोगी पडेल, वाद निवळून आपण लग्नमंडपापर्यंत पोहोचू असं सगळ्यांना वाटलं. धीर आला. काळीज दमादमाने हालायला लागलं.

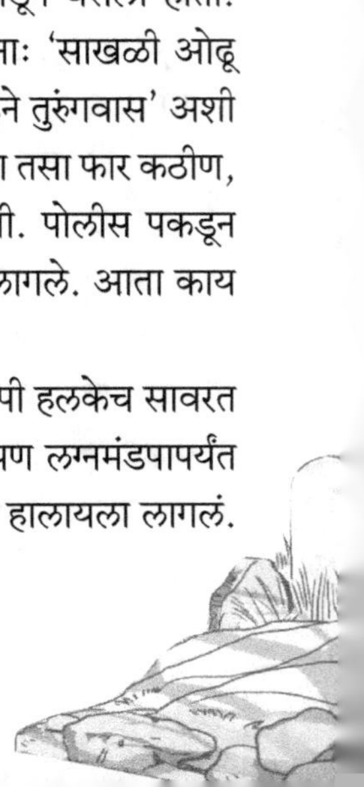

घाम येणं बंद झालं. हाताचा कंपही थांबला.

आजोबांनी पोलीस, रेल्वेचे अधिकारी यांना नमस्कार केला.

"अधिकारी साहेब, झाली ही गोष्ट रेल्वे नियमानुसार चुकीचीच होती. आम्ही म्हातारी माणसं, उठता-बसताही येत नाही. त्यात उन्हाचा कहर. अंगाची लाही-लाही झालीय. असं असताना आम्ही अशी साखळी ओढून चालत्या गाडीला खीळ कशी घालू? शिवाय आम्ही लग्नाला निघालो आहोत. परभणीला. श्रीमंत, घरंदाज माणसाची मुलगी, तो कोपऱ्यात बसला आहे तो नवरदेव. कोणा पोरासोराचा खेळ आहे. सोडून द्या. त्यापेक्षा आम्हाला शिक्षा करा/ दंड करा. काही तरी मार्ग काढा. आम्हाला माफ करा!"

त्यांच्यात वाटाघाटी झाल्या. अधिकाऱ्यांनी रिपोर्ट तयार केला. अधिकारी निघून गेले. गाडीने निघण्याची शिट्टी केली. गाडी हलली.

साखळी ओढणारा मुलगा संडासात लपून बसला होता. घाबरलेला, घामाघूम झालेला मुलगा आईसमोर थरथरत उभा राहिला. आई-आजी त्याच्यावर अशा काही तुटून पडल्या की विचारायची सोय नाही. अखेर गाडीने परभणी गाठली.

लग्न सोहळा अप्रतिम-प्रेक्षणीय झाला. 'दादा मला एक वहिनी आण' हे गाणं मोठ्या आवाजात म्हणू लागली. वहिनी खूपच देखणी होती. वऱ्हाड सर्व कार्यक्रम उरकून परत येणार होते. मी माझा गाशा गुंडाळला. पुण्यात परत आलो. प्रवासात मनामध्ये लोंबणारी साखळी सतत नजरेसमोर होती. तेव्हाच ठरवलं, दूरवरच्या लग्नास कधी जायचं नाही, वऱ्हाडाबरोबर तर नाहीच, असा कानाला खडा लावला.

उन्हाळ्यात सर्व डोंगर ओसाड असतात. वळवाचा पाऊस पडून जमीन ओलीचिंब होते. लपून बसलेली गवताची बीजं अंकुरतात. पुन्हा डोंगर मखमली, पिवळसर, पोपटी रंग धारण करतो. तसंच मनातील आठवणी योग्य वेळ येताच मनातून बाहेर वाट काढतात. आठवणींचा गोफ तुटतो. एकेक मणी/ आठवणींना जाग येते. ती कोणाला तरी सांगावी याचा मोह होतोच होतो.

मे महिना चालू झाला होता. लग्नाच्या मुहूर्ताचे दिवस. पुण्यातील सर्वच मंगल कार्यालयं आधीच सहा-आठ महिने बुक करतात. पुण्याची सर्व थिएटर्स फुल असतात. लक्ष्मी रोड, तुळशीबाग, उद्याने, पर्वती-चतुःश्रृंगी, केळकर संग्रहालय अशी ठिकाणं गर्दीने फुलून गेलेली असतात.

नात्यातल्या एका मुलीचं लग्न होतं. 'एक मे' ला म्हणजे महाराष्ट्र दिन,

शनिवार. शनिवारला जोडून रविवार म्हणजे एक दिवस कॅज्युअल टाकली की सरकारी माणसांना तीन दिवस सुट्टी. असा मुहूर्त कोण सोडणार!

डोंबिवली-ठाणे, अहमदनगर, औरंगाबाद, कोल्हापूर इ. ठिकाणांहून पुण्यात पाहुण्यांची गर्दी. आजकाल बहुतेक लोकांकडे चार चाकी गाड्या आहेत. गॅरेजमध्ये धूळ बसलेल्या गाड्या चकाचक केल्या. गाड्या निघाल्या (सहकुटुंब) पुण्याच्या दिशेने. रात्री १० नंतर पोहोचले, तर मंगल कार्यालयाची वेळ संपलेली असते. इथं तर आपलंच कार्यालय आहे, मग काय?

पाहुण्यांचं कार्यालयात स्वागत झालं. नमस्कार चमत्कार झाले. यजमानांनी वाटेत काही त्रास झाला का...वगैरे चौकशी केली.

"चला, अगोदर उशीर झाला आहे जेवायला, आधी जेवण करून घेऊ!" मुलीचे वडील म्हणाले.

"आम्ही वाटेत पोटभर खाऊन आलोत. त्यापेक्षा आपण असं करूया!" पाहुण्यांचा सल्ला कार्यक्रम रंगला. 'जेवण करता येईल हो, प्रथम संगीताचा कार्यक्रम करू यात. अनायसे रश्मी, राखी आणि रमेशसारखे गायक-नकलाकार आहेत. आमच्या गाडीत नेहमीच वाद्यं असतात. होऊन जाऊ द्यात मैफल, मजा येईल!' रश्मी-राखी यांचा लावणी कार्यक्रम सुरू झालाही. देठ हिरवा, काटपदरा....गाणी उत्तम, उत्तेजित करणारी होती. कार्यक्रम रंगत गेला. रात्रीचे अकरा वाजून गेले.

आचारी-वाढपी यांच्या कार्यक्रमाला कंटाळले. स्वयंपाकघरात दिवसभर धूर, अन्नाचा व मसाल्यांचा वास फुफ्फुसात कोंबत होते. लोकांच्या हसण्या-खेळण्याने ते उबून गेले होते. या कार्यक्रमाला, पाहुण्यांना काळ-वेळ यांचं बंधन वाटत नाही, 'दुसऱ्याचा काही विचार तरी करा की!' एक त्रासिक स्वर.

अखेर काही हाताखालच्या आचाऱ्यांनी आपली शस्त्रं खाली ठेवली. एकेकानं काढता पाय घेतला. 'आम्ही जातो, तुम्ही जेवणाचं बघा!" तसं मुख्य आचाऱ्याला करता आलं नाही. नाइलाजाने तो थांबला. 'झालेल्या कामाचे पैसे तर मिळाले पाहिजेत ना!' उद्या वऱ्हाड निघून गेल्यावर कोण पैसे देणार? आचारी, वाढपी यांचे पैसे देणे तर भाग आहे. हा धंदा आहे.

लग्नाच्या दिवसाची पहाट झाली. मुख्य आचारी पाच वाजताच आला. ताज्या दुधाचा चहा पिऊन झाला. सर्व चुली, गॅस, बर्नर धडाक्याने पेटले. चुलीवर बटाटे उकडत लावले. दूध-पाणी गरम करायला ठेवलं. चहाचं आधण ठेवलं. वर-

वधूकडे चहा पाठवला. काही वेळानी नाष्ट्याची तयारी सुरू झाली. नाश्त्याला घरी केलेले चिवडा, करंजी, लाडू अशा पदार्थांची ताटं वधू-वरांकडे पाठवली. तोपर्यंत साडेनऊ-दहा वाजले. आचारी-वाढपी मंडळींचा पत्ताच नव्हता. एकूणच आपापसात संगनमत करून मुलीच्याकडील लोकांची फजिती करायची असं ठरवून मुख्य आचाऱ्याला वाघाच्या तोंडी द्यायचे होते.

केशवराव- मुख्य आचारी गयावया करून मुलीच्या वडिलांच्या पाया पडला. आता तुम्ही सर्वजण मला मदत करा, तुम्ही शांत राहा. मुलीच्या वडिलांनी अशा प्रसंगी डोक्यावर बर्फ ठेवावा, शांतपणे याप्रसंगी तोंड देऊन श्रीच्या कृपेने मुलीचे कार्य पाडू, यातच कल्याण आहे. केशवरावांचं म्हणणं मान्य करण्याशिवाय गत्यंतर नव्हतं. मुलीकडील तरुण मुलं केशवरावांना मदत करायला सरसावली. काका, तुम्ही कोणतंही काम सांगा, आम्ही करतो, असा धीर दिला.

मुलीकडील महिला मंडळी भरजरी साड्या, शालू, हेअरडू, लालचुटूक ओठ, कानात, कर्णफुलं, नाकात नथ, अंगावर विविध प्रकारचे दागिने, अलंकारांनी खुलून गेल्या होत्या. या स्त्रिया पाहिल्या की पेशवाईतील 'स्वामीनी' मनात झळकत होती.

मुख्य पेशवेबाई मुदपाक घरात- स्वयंपाक घरात, भरजरी शालू, गळाभर सोन्याचे-मोत्याचे दागिने घालून विळीवर भाजी चिरताहेत तर इतर जणी चुलीचा धूर खात खोकत आहेत. खोकताना अंगावरचे सर छातीवरून वरखाली होताना दिसू लागले. प्रसंग कठीणच होता. तो प्रकारही आगळा वेगळा होता. असं चित्र डोळ्यांसमोर उभं राहिलं तर नवलच नाही का?

घड्याळाचा सेकंद काटा धीम्या गतीने / त्याच्या गतीने पुढे-पुढे सरकत होता. घड्याळाला कळलं, बारा वाजले. जेवणाची वेळ. पुरुषांनी-मुलांनी टेबलावर स्वच्छ पुसून ताटं, वाटी व पाण्याची भांडी आवाज न करता मांडली. पन्नास-सत्तर ताटं मांडली गेली.

विविध रंगाच्या भरजरी शालू नेसलेल्या, नाकात नथ, मोत्याचे अलंकार, मॅचिंग बांगड्या, अशा पेशवाई थाटात डाव्या-उजव्या बाजूला एकेकजणी ताटात अन्नपदार्थ वाढत होत्या. गरम अन्नपदार्थांचा सुवास सर्वत्र दरवळत होता. अप्रतिम रांगोळी प्रत्येक पानापुढे, शेजारीच अर्ध्या बटाट्यात खोवलेल्या सुगंधी उदबत्त्या, मंद सुगंध पसरवत होत्या.

पंगत बसली, वदनी कवळ घेता असं देवाचं नाव घेऊन लोक जेवायला बसले.

पंगतीचा थाट, वाढणाऱ्या आलंकारिक सुवासिनी, त्यांचा आग्रह... सगळेच आश्चर्यचकित झाले.

"हे खरे पुणेकर, पेशवाई थाट बघायचा तर फक्त पुण्यातच!" हा अनोखा थाटमाट पाहून पाहुणे खूप खूश झाले. 'पेशवाईनंतर पंगतीचं जेवण आज पुन्हा बघायला मिळालं' असे उद्गार अधून-मधून ऐकायला मिळत होते.

स्वयंपाकघरातील गोंधळ अजून पाहुण्यांनी बघितलेला नव्हता. मुलीकडचे सर्व सजलेले पुरुष कढईत बटाटेवडे, जिलेबी करत होते.

सर्वजण आनंदाने, आपापल्या परीने मदत करत होते. लग्न थाटामाटात पार पडले ते सांगायला नकोच. आचाऱ्यांशी संयमानेच वागावं हा कानाला खडा लागला.

मे महिना, महाराष्ट्र दिन आणि त्या दिवशीचं पेशवाई थाटाचं लग्न आणि कानाला खडा ह्या सर्व गोष्टी आठवतात. नव्हे, त्या चिरंजीवच आहेत माझ्या दृष्टीने.

■■■

। ७ ।

दिलदार नावाडी

दूरदर्शनवर एक बातमी झळकली. एका महत्त्वाच्या बातमीचा सतत उल्लेख ती निवेदक करत होती. "भारतातील एकूण तेरा लाख मुलगे / मुली-कुटुंबांना अमेरिकेने कायम वास्तव्याचा (परमनंट व्हिसा) परवाना दिला आहे. आणि हा ओघ वाढतच जाणार आहे!" असं ती ठामपणे सांगत होती. ही बातमी आकर्षक होती. नवलाची होती. मग मनात अनेक विचारांची वावटळ उठली.

अनेकांनी आपला देश—भारत किंवा भारतातील अनेक ठिकाणे बघितलेली नसतात. स्वतःचे जन्मगाव, तालुका, जिल्हाही बघितलेला नसतो.

दिल्लीतील कुतुबमिनार, लाल किल्ला, इ. प्रेक्षणीय वास्तू बघितलेल्या नसतात. पुण्यात अनेक वर्षं वास्तव्य केलेल्यांना ऐतिहासिक शनिवारवाडा, पर्वती, तेथील जुने पुणे कलादालन/ प्रदर्शनही माहिती नसते. औरंगाबादची कैलास लेणी, सांगलीजवळील खिद्रापूर, यवत येथील 'भुलेश्वर' श्री शिवशंकराचे मंदिर ही अप्रतिम कलाकृती पाहिलेली नसते.

अनेक जण अमेरिकेत जातात. तिकडच्या अनेक गोष्टी तिखट-मीठ लावून, स्तुतीचा गुलाल उधळत असतात. तेथे स्वच्छता, एका एकरावर मोठे बंगले, चार चाकी चार-चार गाड्या, स्वतःचे गार्डन.... अशा अनेक कहाण्या ऐकून आपले कान बधिर होऊन आपण सुन्न होतो. पण हीच मंडळी पुण्यात दात-रूट कॅनाल, किडनी, हृदय-बोन मॅरो इत्यादीसाठी हजर होतात. आता छातीत दुखत असेल

तर तेथे तीन महिन्यांनंतरची अपॉइंटमेंट मिळते आणि त्यासाठी अनेक डॉलर्स तेथे ओतावे लागतात. 'मान सांगावा जगाला, अपमान सांगावा मनाला'- 'तेरी भी चूप मेरी भी चूप' असं म्हणून गप्प बसावं लागतं.

दीडशे वर्षे भारतावर राज्य करणाऱ्या अमानुष ब्रिटिशांना हाकलून लावण्यासाठी अनेकांनी आपल्या प्राणांची आहुती दिली. स्वातंत्र्यवीर विनायक दामोदर सावरकरांसारखे अनेक स्वातंत्र्यसैनिक, देशप्रेमी अशा लोकांना कसे आठवणार! त्यांना अंदमान, पोर्टब्लेअर, सेल्युलर जेल याचे तरी स्मरण कसे होणार?

'सागरा प्राण तळमळला, ने मजसी ने परत मातृभूमीला... सागरा' हे प्रसिद्ध गीत कसं आठवणार?

मलाही खूप इच्छा होती अंदमानचा सेल्युलर जेल एकदा तरी बघावा, स्वातंत्र्यवीरांना दंडवत घालावा, काळ्या पाण्याची शिक्षा म्हणजे काय, याचा विचार मग मनात घोळत असे.

अचानक 'अंदमान-काळेपाणी' बघण्याचे ठरवले. त्याला कारणीभूत ठरले ते पुण्याचे कॅप्टन निलेश गायकवाड. त्यांनी आपल्या भारतातील / पुण्यातील एक लाख लोकांना सेल्युलर जेल दाखवण्याचे ध्येय ठरवले होते. मला अशी संधी सोडायची नव्हती. पाहता-पाहता तो दिवस उजाडलादेखील.

मी व माझी पत्नी, विमानाने पोर्टब्लेअरला पोहोचलो. कॅप्टन निलेश गायकवाड यांनी पुढील सर्व तयारी केलेली होतीच. त्यांनी अंदमानवरची सचित्र माहितीपुस्तिका दिली.

भारताच्या नकाशात पूर्व बाजूला साधारण बाराशे किलोमीटर अंतरावर अनेक लहान लहान बेटं आहेत. पाचशे-बहात्तर बेटांची मालिका मातीशी निगडित आहे. त्यापैकी सर्वात मोठे बेट म्हणजे अंदमान बेट. बेटाच्या अवतीभवती नैसर्गिक घनदाट अरण्ये, विविध प्रकारचे काही दुर्मीळ वृक्ष पसरलेले आहेत. झाडांचा आधार घेत काही वेली पण आहेत. त्या एवढ्या मोठ्या आहेत की सूर्यकिरणांना जमिनीशी संपर्क प्रस्थापित करायला वाट पाहावी लागते.

रामायण काळापासून ही बेटे प्रसिद्ध आहेत. श्रीरामभक्त हनुमानाने रावणाच्या साम्राज्यावर स्वारी केली होती. रावणाची नजर सीतेवर गेली. रावणाने कपटाने तिला पळवून श्रीलंकेत नेले. ह्या पौराणिक कथेतून आपल्याला समजले असणारच, की हनुमान तिचा शोध घेण्यासाठी श्रीलंकेत गेले. 'लंकादहन' कसं केलं याची गोष्ट

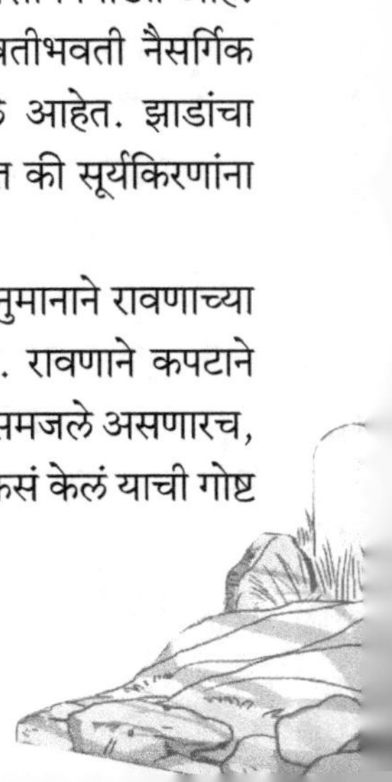

आपली आजी रंगवून सांगत असे. लहानग्यांचे मनोरंजनही-माहिती-कथा अनेक वर्षं या प्रसंगाचे वर्णन केले आहे. या बेटाचे नाव 'हंडूमान' हे तेथील आदिवासी लोकांना माहिती आहे. ब्रिटिशांनी त्याचा उच्चार अंडमान-हंडूमान म्हणजे आजचे अंदमान असा केला आणि पोर्टब्लेअर ही राजधानी. आणि आमचा प्रवास दुसऱ्या दिवशी सुरू झाला.

सेल्युलर जेलची उभारणी, त्यातील कठोर यातनामय शिक्षा म्हणजेच काळे पाणी. एखादा कैदी त्या पिंजऱ्यात अडकला की त्याची अखेर तेथेच होई. खरं तर या सेल्युलर जेलला 'जेलर डेव्हिड बॅरी' याच्या नावाने बारी जेल म्हणावं लागेल. स्वातंत्र्यवीर विनायक दामोदर सावरकरांना जेलच्या ६९८ कोठड्यांपैकी एका कोपऱ्यातल्या कोठडीत ठेवले होते. सात बाय साडे तेरा, उंची दहा फूट, छोटा व्हरांडा, तोही बंदिस्त. कडीकोयंडा भिंतीआड अशी ही कोठडी. स्वातंत्र्यवीर सावरकरांचे स्मरण करत डोळ्यांतून अश्रू येत असताना आणि कर्दनकाळ बारीला लाखो शिव्या घालत व ४ जुलै १९११ या दिवसाचे स्मरण करत नमस्कार केला. आणि सर्व प्रवासी मुक्याने, गंभीर होऊन जेलच्या लाकडाच्या दणकट पायऱ्या उतरलो. शंभर वर्षांपूर्वीच्या पिंपळापाशी असलेल्या दारातून बाहेर पडलो. दाराशी अनेक पर्यटकांची गर्दी होती.

आणि आमचा पुढचा प्रवास सुरू झाला.

पुढचा प्रवास बाराटांग या बेटावर होता. तो प्रवास करताना उत्सुकता वाढीस लागली होती. प्रवासी गाडीत नंबराप्रमाणे बसले. हा सर्व मार्ग घनदाट जंगलाचा होता. कच्चा/ओबडधोबड खड्ड्यांचा. गाडी कडेला गेली तर डोंगर किंवा मोठ्या झाडाच्या खोडाला धक्का मारणार, शिवाय या घनदाट अरण्यात अंगावर एकही वस्त्र नसलेले पुरुष, लहान मुलांना घेऊन जाणाऱ्या आदिवासी बायकांचेही दर्शन होते. त्यांचे दर्शन म्हणजे फार तापदायक असते, असे गाईडने सांगितले. त्यांची भाषा वेगळी, आपली वेगळी. या गोंधळात कोणता प्रसंग येईल याची शाश्वती नाही. दीड-दोन तास बस धिम्म्या गतीने आपला मार्ग चालत होती. उन्हाची किरणे चौफेर आकाश व्यापत होती, पण जंगलातील दाट पाने-वेली किरणांना जमिनीवर येऊ देत नव्हती. बसच्या खिडकीतून दूरवर सूर्यकिरण किंवा आदिवासी दिसतात का, या शोधात प्रवासी बसले होते. दाट जंगलामुळे ते शक्य होत नव्हते.

पाहता-पाहता जंगल संपायला आले. समोरचे काहीच दिसत नव्हते. काही

वेळाने खाडी दिसली. काठावर माणसे दिसू लागली. ते सामान वाहून नेणारे कामगार असावेत. अर्धवट चित्र डोळ्यांसमोर आलं. बस थांबली. प्रवासी खाली उतरले. समोरच एका झोपडीत पाणी, कोल्ड्रिंक, काही खाण्याचे पदार्थ दिसले. लोकांना चहा हवा होता, तो मिळत नव्हता. पण एकाने 'चहा करून देतो' असे सांगितले. तीस कप चहाची ऑर्डर घेतली. एका प्रवाशाने त्या तीस कपाचे पैसे आनंदाने दिले. पुन्हा सगळे प्रवासी उत्सुकतेने ते ठिकाण बघत उभे राहिले, आता पुढे?

आमच्यासमोर 'ग्रीन ओशन' नावाची पाटी दिसली. बोट खूप मोठी होती. याच बोटीतून बाराटांग बेटावर जाण्यासाठी बोटीत बसलो. बोट निघाल्याचा विशिष्ट हॉर्न (भोंगा) वाजला आणि बोट पाण्यातून डुलत डुलत निघाली. खाडीचा प्रवास एक-दीड तासाचा. बोटीच्या प्रवासात, डेकवरही जाता येत होते. वाराही तेवढाच वेगाने वाहत होता. दहा किलोमीटर अंतर बोटीने पार केले. तरुण प्रवाशांनी, तरुण-तरुणींनी एकमेकांना मिठ्या मारून खाडीच्या पाण्याची मजा लुटली. थिल्लरपणा... दुसरे काय!

आता मोठ्या बोटीतून असा नाश्ता. छोट्या बोटीत बसलो. प्रत्येकाला नाश्त्याची पाकिटे दिली. मोठ्या आकाराच्या दोन पुऱ्या व बटाट्याची भाजी त्यावर ताव मारला. छोट्या बोटींनी वेग घेतला तशा पाण्याच्या लाटा उसळल्या. काहींनी त्या काळ्या-खारट पाण्याने हात धुवून घेतले. स्पीडबोट आपला वेग कमी करत किनाऱ्याला थांबली. गंमत म्हणजे त्या एका तासात पावसाची जबरदस्त सर आली. मोठमोठ्या थेंबाने बोटीवरील प्रवाशांना केशरी रंगाच्या सेफ्टी जॅकेटसकट धुऊन काढले. पण वैशिष्ट्य म्हणजे बोटीतून उतरल्यावर कपडे वाळलेले होते. असा अंदाज नसलेला पाऊस अंदमान बेटावर कधीही पडतो. पुढे हा प्रवास दहा किलोमीटर होता.

आमच्या छोट्या बोटी डिझेलवर चालणाऱ्या होत्या. या प्रवासाचा आनंद घेत बोट पळत होती. छोट्या बोटी अरुंद पाण्याच्या दिशेने निघाल्या. पाणवनस्पतींचे अंगठीला वेढे असावे तसे विळखे पाण्यात तर बाहेर उंच वाढलेले होते. यांना 'मॅनग्रोव्हज' म्हणतात. या विळख्यात समुद्राच्या पाण्यात छोटे-मोठे डोंगरही असतात. झाडांची सावली आणि त्यांची गोलाकार मुळं सुखदायक वाटत होती. त्यामुळे सुसाट वाऱ्याने आम्हांला त्रास दिला नाही. काही क्षणांनी समोर मातीची

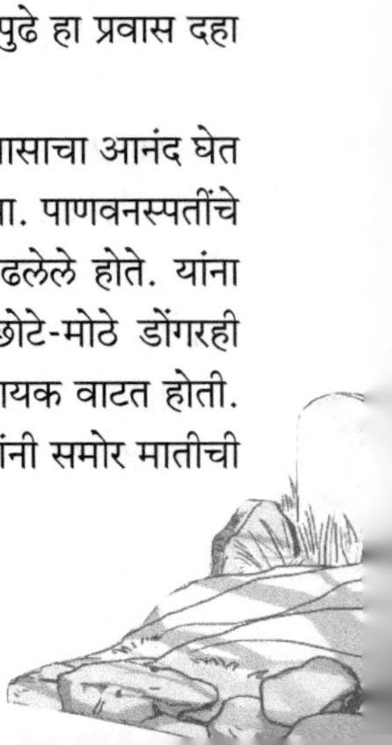

पायवाट दिसू लागली.

या पायवाटेवर छोटे लाकडी फळ्यांचे पूल लागले. फळ्या पक्क्या बसवलेल्या नव्हत्या. अधून-मधून त्या डगमगू लागत, पडण्याची भीती वाटे. बुडलो तर काय? लहान-मोठे दगड, झाडांनी आक्रमण केलेले जंगल, दाट सावली दिसे. डाव्या बाजूला हिरव्या रंगाचे मोठे डोंगर किंवा त्यांचे सुळके दिसत तर बाजूला समुद्राचे पाणीच पाणी दृष्टीस पडे. याशिवाय झाडांची काळपट रंगाची मुळे अधूनमधून रस्त्यात आडवी यायची. त्यात पाय-चप्पल अडकून पडायची भीती होतीच. डोळ्यांची पापणी न लवता पाऊलवाटेने पुढे जायचे. एकदा-दोनदा बकऱ्या दिसल्या. जवळपास वस्ती असावी. प्रवाशांची ये-जा तुरळक असायची. एकूणच हा सगळा वनाचाच भाग होता.

अंदमानात केव्हाही कुठेही पाऊस पडतो. पावसाचा अंदाज कोणालाच करता येत नाही. बघता-बघता आकाशात काळ्या ढगांचे आक्रमण झाले. मोठे-मोठे थेंब सपसपत अंगावर आले. क्षणाक्षणाने पावसाचा जोर वाढला. आम्ही ओलेचिंब झालो. छत्रीचा अजिबात उपयोग नाही. उघडली तर ती वाऱ्याच्या वेगाने उलटी होते. ती सरळ करणे म्हणजे सर्कसच! वरून कोसळणारा पाऊस, डोंगरावरून येणाऱ्या पावसाचा लोंढा, मुळ्यांची खोडं आडवी, अहो, सगळंच आडवं. सरळ काही नाहीच. आडव्या मुळ्या लांबलचक सर्प किंवा अजगरासारख्या वाटायच्या. आणखी एक धोका म्हणजे त्यांचा काही भाग जमिनीवर बरीच फट ठेवून जात असे. त्यात एखाद्याचा पाय अडकला की तोंडावर आदळणार. प्रत्येक पाऊल टाकताना विचार करायला लागायचा, नाहीतर आपल्यालाच काळ्या पाण्याची कायमची शिक्षा व्हायची!

साधारण एक तास चढत गेल्यावर मोठ्या डोंगराच्या अलीकडे आलो. पाऊस कोसळत होता. डोंगराच्या मध्यभागी गुहा-पोकळी असलेली उंच कमान दिसली. डोंगराच्या डोक्यावर पाण्याचा पडदा दिसला. करोनाच्या काळात लोकांशी कमीत-कमी संपर्क व्हावा म्हणून प्लास्टिकचे पारदर्शक पडदे लवलेले होते किंवा असाच अनुभव नायगरा फॉल बघणाऱ्यांनी घेतला असेलही.

डोंगराच्या त्या काळ्या गुहेपाशी पोहोचलो. पाण्यात भिजत पडदा ओलांडला. समोर काळाकुट्ट अंधार. डोंगरातून पाण्याचे ठिबक सिंचन चालू होते. काही चाणाक्ष प्रवाशांनी आपल्या जवळच्या बॅटऱ्या लावल्या. अंधाऱ्या गुहेत मंद प्रकाशकिरणे

प्रवेश करती झाली. ही गुहा दीडशे-दोनशे फूट लांब असावी असा अंदाज आला. छतावरून खूप मोठ्या-छोट्या आकाराचे उलटे तेही टोकदार डोंगर लोंबकळत होते. ते सर्व उलटे डोंगर खाऱ्या पाण्यापासून अनेक वर्षांपासून तयार झालेले असावेत. क्षारयुक्त. टोकदार. डोंगरातून ठिबक सिंचन चालू होते. शंकराच्या पिंडीवर थेंबथेंब पडणाऱ्या पात्रातून जणू अभिषेक होत आहे, असा भास झाला. अशा अंधारात एकमेकास साथ देत गोगलगायीच्या गतीने पुढे चालत राहिलो. एखादा धारदार-टोकदार उलटा डोंगर डोक्याला लागला तर कपाळमोक्ष होणार ही भीती होतीच. याशिवाय सरपटणारे प्राणीही तेथे असू शकतात, याचाही शक्यता होती.

अंधाऱ्या गुहेच्या शेवटी २०'×२०' मीटर अशी मोकळी जागा दिसली. तेथे एक लहानशी पणती तेवत असल्याचे दिसले. ते पाहिल्यावर आश्चर्याचा धक्काच बसला. पाऊस, मिणमिणता प्रकाश, वस्ती यांचा संगम. सगळंच अद्भुत! हे पाहिल्यावर मनात आणखी विचार येत राहिले. ही गुहा ज्या कोणी शोधून काढली असेल, त्या बहाद्दराची पाठच थोपटावी असं वाटलं. कोण असेल तो? अशी कामगिरी फक्त निसर्गच करू शकतो असं मनोमन वाटलं.

वळणा-वळणाच्या समुद्राच्या लहानशा पाण्यातून, वनस्पती (मॅनग्रोव्हज झाडे), फळ्यांचा झुलता पूल असलेल्या त्या अंधारी गुहेतून सावधगिरीने बाहेर पडलो.

पाऊस कोसळत होता. डोंगरावरून पाण्याचे जोरदार लोंढे रस्त्यावर, पायवाटेवर आक्रमण करत होते. सगळेच प्रवासी त्या पाण्यातून बोटीच्या दिशेने निघाले.

बंदरावरून निघालो. छोट्या बोटीत बसलो, तेव्हा अनेकांची ओळख झाली. त्यापैकी हेमंत व सौ. हेमवती हे जोडपं सोबत होतं. दोघांच्या आमच्याशी गप्पा झाल्या. अर्थात माझ्या बायकोशी थोड्या जास्त गप्पांना मैत्रीचं स्वरूप आलं. बाईचं स्वेटर विणताना लोकरीचा गुंडा मांडीवर ठेवत दोन सुयांवर एक उभा-एक आडवा असं चालू असताना लोकरीचा गुंडा सुळकन खाली पडला, तो पळायला लागला. सुटलेल्या लोकरीच्या धाग्याबरोबर हेमवतीच्या तोंडून घरच्या आठवणी तशाच घरंगळत बाहेर पडल्या. आजीने नातवाला राजा-राणीची गोष्ट सांगावी तशी हेमवतीच्या तोंडून सासू, नणंद, भावजया इ.च्या प्रेमाच्या गोष्टी धागे उलगडत लोकरीच्या गुंड्यातून बाहेर पडल्या. शेवटी गुंडाच कंटाळून थांबला पळायचा तशा

गप्पाही थांबल्या. आमचं मन येणाऱ्या लाटेवर तरंगतच होतं.

हेमंत-हेमवतीची दोन्ही मुलं पुढील शिक्षणासाठी अमेरिकेत गेलेली होती. त्यामुळे चोवीस तास एकटं राहाणं म्हणजे काटेरी बाभळीच्या वनात राहिल्यासारखं वाटतं. अशा अनेक सांसारिक तक्रारी हेमवतीने सांगितल्या.

आम्ही त्या अक्राळ-विक्राळ व टोकदार गुहेतून सहीसलामत बाहेर पडलो, पण पावसाच्या पाण्याचा लोंढा थांबवणं आमच्या हातातलं नव्हतं. याच खळग्याच्या मातीच्या वाटेने पुढे सरकत होतो. हेमवतीला एके ठिकाणी ठेच लागली आणि पायातील पट्ट्यापट्ट्याचा सँडल तुटला. तिचे ते पायताण पाण्याने ओढून नेले. समुद्राला मिळाले. इथे गंगेला मिळाले असे म्हणता येत नाही ना! तसाच पुढचा प्रवास चालू होता.

हेमवतीच्या बोटातील अंगठी थोडी सैल होती. त्या अंगठीत तिच्या साखरपुड्याच्या आठवणी गुंफलेल्या होत्या. अंगठीला आतून लोकरीचे धागे गुंडाळले होते. त्यामुळे अंगठी बोटाला घट्ट बसलेली होती. पण लोकरीचे एक टोक अर्ध्या-एक इंचाने बाहेर डोकवायचे. त्याचा आकार उभा फणा काढलेल्या नागासारखा दिसायचा.

हेमवतीने उजव्या पायातील सँडलचे पट्टे सैल केले. त्याचवेळी उभे नागाचे टोक बोटात अडकले आणि फार मोठा घोळ झाला. अंगठी झटकन बोटातून निघाली आणि जोरदार वाहणाऱ्या गढूळ पाण्यात गेली. ती अंगठी पकडणं अशक्य होतं. तिचा पुढे जाण्याचा वेग वाढतच होता. हेमवतीने तिची आशाच सोडली. आपली मोलाची—साखरपुड्याची आठवण पाण्यात गेली. तिच्या नैराश्याची जागा अश्रूंनी घेतली. अखेर पाणी कच्च्या फळीच्या पुलावर पोहोचले. अंगठीचा पत्ता लोकरीच्या धाग्यावरून अचूक लागत होता. त्यावरून हेमवतीची नजर उभ्या त्या धाग्यावरच होती.

त्या वेळी नावाड्याने आपली बोट तुटक्या फळ्या असलेल्या पुलाखाली नांगरली होती. ती एकमेव सुरक्षित जागा त्याने निश्चित केली. आणि तो नावाडी पुलाच्या खांबाला धरून उभा होता. त्याच्या डोक्यावर पाण्यातून येणारा पालापाचोळाही होता. येणाऱ्या जाणाऱ्या प्रवाशांकडून एका बाईची अंगठी वाहून गेल्याचं त्याच्या कानावर आलं. अशा स्थितीत पाण्याचा लोंढा लाकडी फटीतून खालच्या बोटीत वाळलेल्या पानाच्यासकट पडला. नावाड्याच्या सूक्ष्म नजरेने

त्या ढिगाऱ्यात काळाकुट्ट—मातकट धागा अचूक पकडला. नाहीतरी लोकांना बसण्यासाठी बोटीतील पालापाचोळा, पाणी काढणं भाग होतं. त्या कचऱ्यात काही तरी विशिष्ट गोष्ट लपली आहे का, ते त्याने पाहिलं.

काही वेळाने पावसाचा जोर कमी झाला, तसा पाण्याचा लोंढा कमी झाला. नावाडी हलक्या पायाने बोटीत उतरला. ती चमकदार वस्तू कोठे पडली असेल, याचा अंदाज घेतला. हळूहळू ओला कचरा बोटीतून काढला. एकेक पान कमी करत असताना धाग्याला चिकटलेली ती वस्तू दिसली. इथेही त्याला निसर्गाची किमया कळली. अंगठीच्या गोलात ओल्या-वाळलेल्या पानाच्या देठावर— पानावरच्या बाजूला अंगठी सुरक्षित होती. त्याला खूप आश्चर्य वाटलं. जणू बुडत्याला काडीचा आधार तसा त्या अंगठीला पानांचा अधार मिळाला. नाहीतर त्या समुद्राच्या तळाशी ती केव्हाच पोहोचली असती. नावाड्याला आनंद झाला. सोन्याची अंगठी मिळाली. हेमंत-हेमवती नावाड्यावर नजर ठेवून कडेला उभे होते. काही क्षणांतच ही बोट जेट्टीकडे परतणार होती.

"ही माझी अंगठी आहे!" हेमवती.

"ती वस्तू मला सापडली आहे. आता ती माझी आहे, मी तुम्हांला देणार नाही!"

अशी नावाडी आणि हेमवतीची वादावादी झाली. नावाड्याची बाजू योग्य वाटत होती. शेवटी वाद थांबला. हेमवतीकडे बघितल्यावर नावाड्याला आपल्या लेकीची आठवण आली.

नावाडी कुजलेल्या, आधूळ-लोकरीचं गुंफण असलेली अंगठी हातात घेऊन उभा होता. अंगठी परत करू का नको या विचारात गुंतला होता. एक मन म्हणत होतं, देऊन टाक तर दुसरं बंडखोर मन तयार नव्हतं. हातात सापडलेला मासा सुळकन पाण्यात शिरला तर? आणि ही अंगठी या बाईचीच कशावरून, असा प्रश्नही त्याला पडला होता.

अखेर नावाड्याला काही तरी सुचले.

"तुझा हात दाखव, तुझी बोटं दाखव- अंगठी घातलेलं बोट दाखव. अंगठीची निशाणी ज्या बोटात नेहमी असते त्या जागेवर ती निशाणी बरोबर दिसत असेल तर अंगठी परत करतो!" हेमवतीला त्याची अट मान्य करावीच लागली. नाही तर त्या अंगठीसोबतच मौल्यवान आठवणीही पाण्यात गेल्या असत्या.

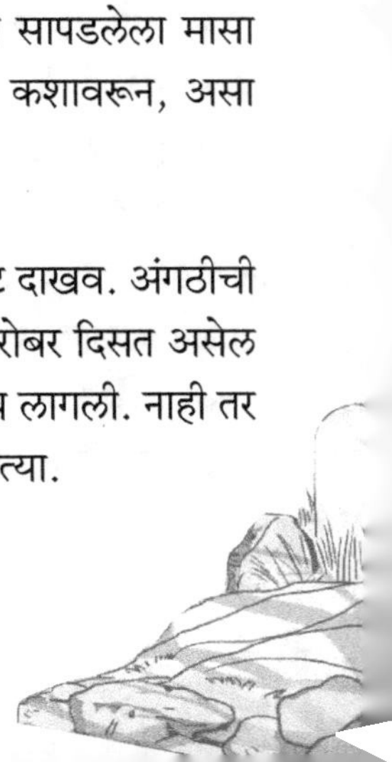

नावाड्याने पुन्हा विचारले, 'कुठल्या बोटात अंगठी घालतेस ते बोट दाखव.' हेमवतीने आपले दोन्ही पंजे दाखवले. गोरापान नाजूक हात, त्यावर लालचुटूक मेंदी, बोटांची नखं गुलाबी नेलपेंटने रंगलेली. तिने आपले हात पुढे केले.

"कुठल्या बोटात तू अंगठी घालतेस?"

"ह्या हातात या मार्क असलेल्या बोटात नेहमी अंगठी असते आणि त्याची ही निशाणी!"

नावाड्याची आता मात्र खात्री पटली.

"ही घे अंगठी, बोटात घालून दाखव, मग माझी खात्री होईल!"

हेमवतीने अंगठी आपल्या बोटात घातली. तिच्या चेहऱ्यावर आनंद दिसू लागला. तिने हेमंतला हाक मारली. अंगठी मिळाली!

तिने आपल्या पर्समधून पाचशे रुपयाची नोट काढून नावाड्याला दिली. ती त्याच्या पाया पडली.

नावाड्याला गलबलून आलं, त्याच्या डोळ्यांच्या कडाही ओल्या झाल्या. आपण आपल्या मुलीकडून असे पैसे घेतले असते का, असा विचार त्याच्या मनात लाटेसारखा येऊन गेला. आता तो एका मुलीचा बाप म्हणून तिच्यासमोर उभा होता. त्याने पैसे परत घ्यायला लावले.

"पोरी, तुझे भले होवो. ही अंगठी समुद्राच्या तळाशी गेली असती तर मिळाली नसती. तुझ्या अंगठीला 'बुडत्याला काडीचा आधार' मिळाला म्हणून तुझे आणि माझे नशीब. माझी मुलगी मला भेटली! याचा मला आनंद झाला."

'सुखी राहा' असा आशीर्वाद दिला. नावाड्याने प्रवाशांना काठावर आणले. हेमवतीला आपल्या अनवाणी पायाची आठवण झाली. बोटीतून उतरल्यानंतरचा रस्ता तापलेला, खडीचाच होता. सूर्य डोक्यावर आग ओकत होता. अशा निर्जन ठिकाणी चप्पल/सँडल कशी मिळणार? हेमवतीच्या पायाला तापलेली खडी टोचणार/बोचणार असा विचार हेमंतच्या मनात आला. चला, नशीब बलवत्तर आहे. अंगठी सापडली तशी चप्पलही मिळेल या आशेवर दुकानाचा शोध घेत भर उन्हात ते चालत राहिले. अशात एक दुकान दिसले. हवाई-रबरी चप्पल मिळाली. तापलेली जमीन, खडी बोचणार नाहीत, आता बिनधास्त पुढे जाता येईल, असं म्हणत सगळेच पुढच्या रस्त्याला लागले.

■■■

। १८ ।

शोधा म्हणजे सापडेल

श्रीमद्भगवत गीतेमध्ये श्रीकृष्ण भगवंताने असे म्हटले आहे की सृष्टीतील प्रत्येक जीवात माझा अंश आहे. प्रत्येक जीवाला आपल्या आयुष्यात नेमलेले कर्म करावेच लागते. त्याप्रमाणे प्रत्येकाला आयुष्यात सामाजिक, जबाबदारी, शेजारी, संसारी किंवा प्रवासातील धक्क्यांना तोंड द्यावे लागते. त्याशिवाय त्या जीवाची सुटका नसते. प्रत्येक कर्म नशिबावर सोडून चालत नाही. काही संकटं अचानक, अवेळी माणसापुढे उभी राहतात. त्याला यशस्वीपणे तोंड द्यावे लागते.

राजाभाऊ-यमुना हे माझे सासू-सासरे. दोघांनी आपल्या तीन मुली व दोन मुलं यांचे दोनाचे चार हात करून दिले होते. आतापर्यंतच्या संसारात कंबर कसून-कसून मोडीत निघायची वेळ आली, पण संसार व्यवस्थित निभावला होता. चला, आपण थोडं तरी या संसारापासून दूर जाऊ आणि प्रवास करू. आपलं आपलं म्हणून घरगड्यासारखं काम करणं सोडून कुठं तरी थांबलंच पाहिजे. काश्मीर, वाराणसी-काशी, रामेश्वरपर्यंतचा प्रवास अंगात दम असेपर्यंतच करू त्यासाठी या घरापासून दूर जाऊन कुठल्या तरी यात्रा कंपनीबरोबर जाऊ.

"काशीला जाऊन गंगा नदीत स्नान करू. तिची पूजा करू. घाटावर दिवे सोडतात ते दृश्य नयनरम्य असते ते बघू. गंगेत स्नान करू. आयुष्यात केलेली पापं धुवून थोडंसं पुण्य गाठीला मारू!" यावर दोघांचं एकमत झालं. या विचाराने दोघेजण खूप आनंदी झाले.

काशी-वाराणशीला जाण्यासाठी राजाभाऊंनी रेल्वेचे आरक्षण केले. कित्येक वर्षांत त्यांनी पुणे रेल्वे स्टेशन बघितले नव्हते. एवढे मोठे स्टेशन बघून ते थोडे गांगरून गेले होते. स्टेशनला जाण्याचा प्रश्न आत्तापर्यंत कधीच आला नव्हता. एरवी तांबडी एस.टी.च बरी वाटायची. जाऊन जायचं कुठं तर पंढरपूर नाही तर आळंदी.

राजाभाऊ व यमुना आजी कित्येक वर्षांनी म्हणजे जवळजवळ पन्नास वर्षांनी; रेल्वेच्या डब्यात तेही रिझर्व डब्यात एकमेकांशेजारी बसले. आजीला खिडकीची जागा मिळाली होती. काचेतून समोरची पळणारी झाडं, थंड हिरवंगार रान, खालच्या रस्त्यातून पळणाऱ्या सायकल-रिक्षा-मोटारी पाहून त्याचा आनंद चेहऱ्यावर ओसंडून वाहत होता.

मध्येच कोणत्या तरी स्टेशनला गाडी थांबली, पण रेल्वे स्टेशनच्या नावाची पाटी दिसली नाही.

समोर 'पिण्याचे पाणी' पाटी वाचली.

"अहो, प्यायला पाणी नाही. पाणी आणता का?" मोठ्या मिनतवारीने राजाभाऊंना पाणी आणण्यासाठी पाठवलं. एरवी 'अगं, पाणी दे-घेऊन ये' असे शब्दच राजाभाऊंच्या तोंडून बाहेर पडत असत. आज त्यांना नाही म्हणवे ना. अखेर राजाभाऊ प्लॅस्टिकची बाटली घेऊन खाली उतरून नळापाशी गेले. अनेक तहानलेली मंडळी पाण्याच्या नळाशी झोंबत होती. राजाभाऊंना पाणी मिळेपर्यंत गाडीने प्लॅटफॉर्म ओलांडला.

समोर असणारा टी.सी. त्यांची घालमेल-गोंधळ बघत होता. ते गांगरले. त्यांना डब्याचा नंबर आठवेना, बायको एकटी प्रवास कशी करणार?

"आजोबा, काळजी करू नका. थोड्याच वेळात दुसरी गाडी येत आहे. मी तुम्हांला त्या गाडीत बसवून देतो, ही गाडी त्या स्टेशनला थांबते. शिवाय स्टेशनमास्तरकडून तसा फोन करतो. तुमच्या बायकोची भेट होईल.''

राजाभाऊंना या देवदूताचा आधार वाटला. टी.सी.ने माणुसकीनी मदत केली म्हणून बायकोची भेट झाली. माणुसकी विसरत चालली आहे, असं म्हणतात पण तसं घडलं नाही. माणुसकी आहे तर... फक्त थोडा शोध घ्यावा लागतो.

माझा मेव्हणा, वसंता, नागपूरला ऑफिसच्या कामासाठी रेल्वेने रात्री चालला होता. सकाळी उतरताना त्याच्या लक्षात आलं की उशाला ठेवलेली बॅग दिसत नाही. गाडी पुढच्या स्टेशनला जायची होती. इकडे-तिकडे बघितले तर

बॅग चोरट्यानी लांबवली होती. बॅगेत दोन दिवसांचे कपडे होते. रात्री झोपायचे कपडे घालून तो झोपला होता. जाग आली, तेव्हा पॅसेंजर नागपूरला थांबली होती आणि डबा रिकामा झालेला होता. रात्रीच्या अवतारातच ते स्टेशन मास्तरकडे गेले. स्टेशन मास्तर तरी काय करणार होता? झालेली घटना सांगितली. त्यांनी ऑफिसला फोन केला. ऑफिसच्या लोकांनी त्यांच्या मापाचे कपडे आणले. येथेही माणुसकी व गोष्टी हरवणं हेच दिसून येते.

त्याने राजाभाऊंना धीर दिला. आपले आयुष्य हाही एक प्रवासच आहे, आणि या प्रवासात पाकीट मारणे, सोन्याचे दागिने लुटणे, बायको/ नवरा चुकणे किंवा लहान मुलगा गहाळ होणे या नित्याच्या गोष्टी झाल्यात. बॅग-थैली सापडणं, घरातून पळून गेलेली माणसं परत मिळणं, ह्या सर्व गोष्टी दुर्लभ आहेत. पोलिसांना पळून गेलेल्या माणसाला शोधायचं म्हणजे काय असतं, ते विचारा. अशा अनंत अडचणी प्रवासात अचानक समोर उभ्या ठाकतात. पण माझा अनुभव वरच्यापेक्षा वेगळा आहे. गोष्ट हरवली आणि ती नंतर सापडली या संदर्भात तो फिट बसत नाही, तरी मी सांगतो.

माझ्या प्रवासाचा अनुभव वेगळा आहे. रुमाल, पाकीट, पैसे गहाळ होणे किंवा रस्ता चुकण यातलं काही नाही. हा अनुभव कायमचा मनात घर करून बसला आहे.

माझ्या मेव्हण्याने काश्मीर ट्रीप ठरवली. आम्ही बघता-बघता पंचवीस जण झालो आणि त्या स्वर्गात पोहोचलो. आम्ही काश्मीरच्या रस्त्यावर प्रवासी (Volvo, Penosh अशी आरामगाडी) गाडीतून फिरलो. काश्मीरचे सौंदर्य न्याहाळत, बर्फाच्या टेकडीवर बर्फाचे गोळे फेक, काश्मिरी कपडे-फोटो, हसत-खेळत-गप्पागोष्टी करत प्रवास सुरू होता.

रस्ता कधी उंच-सखल, तर कधी रस्त्यावर खड्डे होते. अनेक बारीकशी वळणं, बोगदे-पूल सहज पार करण्यासारखे होते, पण पुढे एक कमान लागली. तिची उंची कमालीची कमी होती. ट्रकसारखे वाहन जावे या म्हणून रस्ताच थोडा खोलात नेला होता.

आमच्या बसच्या टपावर बॅगांचा ढीग रचला होता. ड्रायव्हर व त्याच्या साथीदाराने सर्व बॅगा मोठ्या दोरखंडाने व्यवस्थित बांधलेल्या होत्या.

बस बोगद्यात घुसली. निम्म्या बसने आत प्रवेश केला आणि एकच गोंधळ

उडाला. बस अडकून बसली. कमानीला घासून बसच्या टपावर असलेल्या बॅगा मोडल्या. एका प्रवाशाची बॅग तुटून तिने आ वासला होता. त्यातील वस्तू आणि कपडे उड्या मारून खड्ड्यात पडले. हळूहळू सूर्य अस्तास चालला होता. बोगद्यात अंधार होता. ड्रायव्हर-क्लिनर व इतर प्रवासी खाली काय झाले, ते बघायला उतरले.

आमच्यातला एक प्रवासी सौमित्र बसच्या टपावर चढला. तेथून त्याने नवीन, ऑरेंज रंगाची, दोन शकले झालेली रिकामी बॅग खाली आणली. रस्त्यावर पडलेले कपडे एकत्र करून मोडक्या बॅगमध्ये भरले. त्याशिवाय दुसरा पर्याय नव्हता. त्याच्या लहान मुलांचे व बायकोचे आणि स्वतःचे कपडे प्रवासाचे होते ते.

आता पुढे काय होणार, याची चिंता त्याच्या चेहऱ्यावर होती. जमेल तितके सामान गोळा करून आम्ही सगळेच पुढे निघालो. एका माणसासाठी पुढचा प्रवास कसा थांबवणार? बस पुढे प्रवास करत हायवेला आली. सैमित्रला रस्त्यावर बॅगचे दुकान दिसले. ड्रायव्हरने विनंतीनुसार बस बॅगच्या दुकानापाशी थांबवली. योगायोगाने दुकानदार व्ही.आय.बी.चाच (व्हेरी इंम्पॉरटंट बॅग सेंटर) विक्रेता होता. सैमित्रने नव्या बॅगची झालेली दैना दाखवली. नेमकं काय घडलं, त्याची कहाणी ऐकवली. दुकानदार कुटुंबवत्सल माणूस असावा. त्याला काय वाटले कुणास ठाऊक! तो खुर्चीतून उठला. त्याच्यातली माणुसकी जागी झाली. त्याने सौमित्रच्या बॅगसारखीच बॅग त्याच्या हातात दिली.

"ही घ्या नवीन व्ही.आय बी. तुमचं कुटुंब बरोबर आहे, लांबचा प्रवास चांगला होऊ द्या!" अशा शुभेच्छाही दिल्या. सौमित्राने बॅगची किंमत विचारली. 'मी तुम्हांला ही भेट दिली आहे महाशय!' दुकानदाराने दाखवलेल्या माणुसकीने सौमित्राच्या डोळ्यांच्या कडा ओल्या झाल्या. आडवाटेत अशी माणसं भेटणं म्हणजे भाग्यच ना!

सौमित्रचे कुटुंब आनंदले. आमचा प्रवास पुन्हा सुरू झाला. माणुसकी जिवंत आहे हे निश्चित झालं, खात्री वाटली.

मी प्रवासासाठी वापरतो त्या बॅगेत वीस किलोपर्यंत सामान बसते. अनेक पर्यटन स्थळं मी त्याच बॅगेच्या साथीने पाहिली. किल्ली हरवणे, बॅग उघडणे, किंवा तुटातुटी वगैरे अनुभव अद्याप माझ्या वाटेला आलेला नव्हता. हेच माझ्या मनातलं वाक्य परमेश्वराने ऐकलं असावं, आणि तो थांब, दाखवतोच हिसका! म्हणाला. आणि माझा दुबई-अबुधाबीचा प्रवास सुरू झाला.

मी व सौ. भुर्रदिशी अबुधाबीला पोहोचलो. तो सर्व वालुकामय प्रदेश! निसर्गाने तेल-इंधनाचे दान भरभरून दिले. त्या वाळूने किमयाच केली. 'प्रयत्ने वाळूचे कण रगडिता तेलही गळे' असे म्हणतात. समुद्रात मिळणाऱ्या अफाट तेलामुळे तेथील भरभराट झाली. तेलाच्या बदल्यात पैसा, सोनं अशांसारख्या गोष्टींनी तिथे समृद्धी आली. त्यामुळे तेथील राजांनी परदेशातील अनेक-अनेक तंत्रज्ञ, स्थापत्यशास्त्रज्ञ, यंत्रसामग्री इ. आपल्या देशात आणले. अनेक पर्यटकांना आकर्षित करतील अशा बुर्ज खलीफासारख्या प्रेक्षणीय-देखण्या इमारती उभ्या केल्या. छान शोभिवंत हॉटेल्स, सोन्याची असंख्य दुकानं, अनेक विविध रंगाच्या फुलांनी नटलेल्या बागांमुळे अनेक प्रेक्षक खेचले गेले. तेथे खजुराच्या विविध जाती आम्ही प्रथमच बघितल्या.

पर्यटन क्षेत्रात यु.ए.ई (युनायटेड अरब एमीरेट्स UAE) हे नाव सतत कानावर पडू लागले. बुर्ज खलीफा एक आश्चर्यचकित करणारी, टोलेजंग ८३० मीटर उंचीची देखणी इमारत आहे. वरच्या टोकापर्यंत जाणाऱ्या लिफ्ट, चोख सुरक्षा आणि स्वच्छता पाहून थक्क व्हायला होतं. यु.ए.ई. अतिउत्तम आहे, पण खर्चिक हॉटेल्स, बागा, रस्ते, विमान-बस सेवा असे सर्व काही उपलब्ध आहे. पर्यटक केवळ हे अद्भुत सौंदर्य बघण्यासाठी अनुभवासाठी दुबई-अबुधाबीला भेट देतात.

आम्ही दुबईला पोहोचलो. प्रवासातील अनेक गमती-जमतींच्या हास्याच्या लाटा बसमध्ये घुमल्या.

प्रवासी बस एका प्रचंड मोठ्या हॉटेलपाशी थांबली.

बसचे कर्मचारी बसच्या टपावर चढले. ते एकेक बॅग खाली रस्त्यावर टाकत होते. थोडक्यात सांगायचे तर वरून खाली फेकत होते. त्या फेकण्यात माझी निळ्या रंगाची व्हीआयबी मला दिसली. चला, आपली बॅग दिसली आणि मी निर्धास्त झालो. ती कर्मचाऱ्याने खाली फेकली. त्यातून काही तरी रस्त्यावर पडल्याचे आवाजावरून कळले. माझ्या पायाला लागून ती वस्तू अदृश्य झाली.

कर्मचाऱ्यांनी सर्व बॅगा हॉटेलच्या हॉलमध्ये आणून ठेवल्या आणि ते सर्वजण तेथून निघून गेले.

हॉटेलच्या सेवकाने नाव पुकारून खोली नंबर आणि त्याची किल्ली दिली. (किल्ली म्हणजे आपल्याकडच्या ATM कार्डसारखा प्लॅस्टिकचा तुकडा, यंत्रात

सरकवला की खोलीचे दिवे लागतात. खोली बंद करतेवेळी ते कार्ड जवळ ठेवावे, किंवा हॉटेलकडे जमा करावे लागते). हळूहळू रांगेतील संख्या आक्रसली. मला किल्ली मिळाली. हर्षवायू झाल्यासारखे वाटले.

'चला!' बायकोला म्हणालो. माझ्या बॅगपाशी पोहोचलो. बॅगची कडी वेडीवाकडी झालेली होती. उंचावरून पडल्यामुळे आकार बदलला होता आणि तिचे कुलूपही उघडत नव्हते. जेवणाच्या हॉलमध्ये कपडे बदलून कसे जाणार, ते ही त्यांच्या वेळेनुसार!

स्वच्छ हातपाय धुऊन जेवणाच्या हॉलमध्ये प्रवेश केला. मनात फक्त आणिफक्त बॅग, तिची अवस्था आणि कुलूप, कपडे, सामान एवढेच घुटमळत होते. कसले जेवण ते! चार घास कसेबसे पोटात सरकवले. 'उद्या सकाळी बस स्टॉपवर सर्वांनी हजर व्हावे' असा आर्जवी हुकूम पर्यटन कंपनीने दिला.

रात्री खोलीत पाय ठेवला, तेव्हा दहा वाजून गेले होते.

मी कॉटवर बॅग ठेवली. आता कुलूप तोडूनच काढावं लागणार! दुसरा पर्याय नव्हता. पुढच्या सोपस्कारासाठी सज्ज झालो. रिसेप्शन काउंटरवर गेलो. नशिबाने तो माणूस महाराष्ट्रीयनच होता. मी त्याला बॅगचं कुलूप उघडून द्याल का? अशी विनंती केली. तो खोलीत आला, बॅग बघितली.

"नाही सर, हे काम दुकानदार करून देईल."

दुकानं तर केव्हाच बंद झालेली होती. उद्या सकाळी अबुधाबीचा पल्ला गाठायचा होता. आता नुसता विचार करून भागणार नव्हतं. कपड्याची 'वळकटी' विमानात कशी स्वीकारणार, हा मोठा प्रश्न आ वासून उभा होता. पुन्हा एकदा म्हण आठवली, प्रयत्ने वाळूचे कण; थांबला तो संपला.

थोडा वेळ आम्ही दोघे डोक्याला हात लावून शांत चित्ताने उभे राहिलो. कोणी एकेकाळी गुरुनाथ ट्रॅव्हलबरोबर गुजरात-राजस्थानला ट्रीपला गेलो होतो. कंपनीने प्रवासात काय महत्त्वाचे सामान घ्यावे. याची यादी दिलेली होती. त्यात कपडे वाळत घालण्यासाठी नायलॉन दोरी घ्यावी, असे सांगितले होते. माझ्या प्रवासाच्या बॅगेत या सर्व वस्तू होत्याच. त्या नायलॉन दोरीची मला रात्री आठवण झाली. मी बॅगेतील सर्व सामान कॉटवर ठेवले. तुटलेल्या कुलूप-कडीचे निरीक्षण केले. बॅगच्या एका बाजूला असलेला छोटासा नट-बोल्ट दिसत नव्हता. तसाच दुसरा नट बोल्ट मिळाला तर कडी पुन्हा बसेल, हे लक्षात आले. सामान भराभर

बॅगमध्ये भरले. नायलॉन दोरीने पेटी उभी आडवी करून बांधली, हातात धरता येईल असा बंद तयार केला. बंद धरून पेटी सहज उचलू शकतो असा विश्वास आला. रात्री दोन वाजता एकदाचे झोपलो.

सकाळी सहा वाजता अबुधाबीच्या दिशेने प्रवास सुरू झाला. तसाच पुढे परतीचाही होणार होता. मनात अजून पट्टीचा नट बोल्ट/स्क्रू डोक्यात पीळ मारत होता. घरी पोहोचलो. बॅगेला काहीच झालेलं नव्हतं तर नवी कशाला घ्यायची? फक्त एका नट बोल्टची तर गरज होती.

नमुन्यादाखल हवा म्हणून बॅगचा शिल्लक असलेला नट-बोल्टही काढला. हा नट बोल्ट मिळतो तेथे-तेथे जाऊन आलो. “साहेब, कंपनीवाले कशाला काढतील असा सुटा? त्याचा त्यांना फायदा काय? पाच हजाराचा माल खपला तर फायदा; नट बोल्ट काय, त्यांचा खिसा भरणार आहे. नवीन बॅग घ्या!” असे अनेक शब्द, वाक्यं ऐकायला मिळाली. ना चा पाढाच तो.

लकडी पुलावर दिवे लावलेल्या पळत्या पाट्या दिसतात. माझ्या मनातसुद्धा ‘शोधा म्हणजे सापडेल’, ‘गरज ही शोधाची जननी/ प्रयत्ने वाळूचे...’ अशा पाट्या फिरत होत्या.

अचानक चमत्कार घडला. एक भंगारवाला मोडक्या–तुकडे झालेल्या प्लॅस्टिकच्या (VIB) पेट्या घेऊन चालला होता. त्या भंगार पेट्यांचे निरीक्षण केले. अरे वा, यातील एखादी कडी माझ्या बॅगेला बसेल असं वाटलं. त्याला थांबवलं. त्याने मला हवी असलेली कडी नट/बोल्टसकट काढली.

“या पट्टीचे पैसे किती द्यायचे?”

“कितीही द्या!

मी त्याला पाच रुपये दिले.

“भवानी झाली!” तो म्हणाला.

आठ-पंधरा दिवस मला बॅग-कुलूप-पट्टी स्क्रूकडे बघायला वेळ मिळाला नव्हता. पंधरा दिवस पट्टीचा शोध मनात चालूच होता. आणलेली पट्टी बॅगला बसवली, तरी समाधान नव्हतं. त्यात काही त्रुटी होत्या.

‘थांब जरा, तुला पाहिजे तो नट-बोल्ट मिळेल,’ मन म्हणालं. आणि तो दिवस उगवला.

सकाळी के.के. मार्केट चौकात भंगारवाला अशाच भंगारात पडलेल्या बॅगा

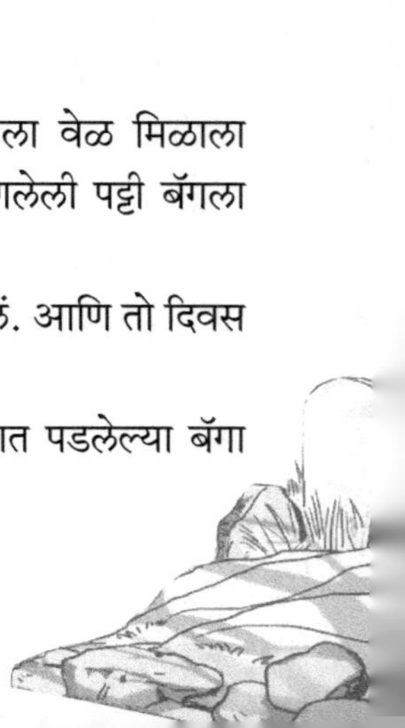

घेऊन चालला होता. त्याला घरी घेऊन आलो. माझी बॅग दाखवली.

"मला या बॅगची कडी (हँडल) कुलूप पाहिजे? तुझ्याकडे अशा प्रकारची असेल तर बघ!"

"काय साहेब, थट्टा करता की काय? भंगार वस्तूत खूप काही दडलेलं असतं. तुम्ही मंगळवार पेठेतल्या मार्केटमध्ये जाऊन बघा. तुम्ही भंगार म्हणा, पण अहो ते कुठेही न मिळणारं वस्तू/ सोनं असतं. जुन्या बाजारात काहीही मिळतं. ते शोधायला लोक येतात. हवी असलेली व बाजारात न मिळणारी वस्तू तिथे मिळते. त्या वस्तू टाकाऊ नसतात, ते श्रीमंतीचे चोचले असतात. वैकुंठाची राख ही सोन्याचीच खाण असते. तुम्हाला बी ठाव असेल. राखेलाही मोल असतं. पैसा फेकून घ्या नवीन!" त्याने माझ्या माहितीत भर घातली. भंगारवाल्याचं म्हणणं बरोबर होतं. जुन्या वस्तूचे स्पेअर पार्ट्स, कॅमेरा, घड्याळ-नळ्यांचे विशिष्ट भाग मिळण्याचे एकमेव ठिकाण म्हणजे जुना बाजार. हा बाजार पुण्याच्या पंचक्रोशीत प्रसिद्ध आहे.

भंगारवाल्याने स्क्रू-ड्रायव्हरने एका मोडक्या पेटीची कडी उचकून काढली. नंतर मला हवे ते नट बोल्ट काढून हिरे-मोती असल्यासारखे माझ्या हातावर ठेवले. मी ते हाताच्या मुठीत घट्ट धरून बसलो.

"आता तुला याचे (पैसे) किती द्यायचे?"

"काय राव, तुम्हांला काय द्यायचे ते द्या. मी काय फार मोठे दिलंय का तुम्हांला? माझ्या भंगारातलं तुम्हांला उपयोगी पडलं याचं मला समाधान मिळालं. नाही तरी या पेट्या घेऊन सूर्यास्तापर्यंत फिरावंच लागलं असतं!"

मी खिशात हात घातला. दहा रुपयांचं पिवळं नाणं त्याच्या हातावर ठेवलं. त्याची सकाळच्या पारी सोन्याच्या नाण्यासारखी भवानी झाली.

"छान भवानी झाली साहेब, माझा दिवस छान जाईल. देवाची व तुमची कृपा" म्हणून तो माझ्या पाया पडला. त्याचा चेहरा आनंदाने उमलून आला. आपले कष्ट कोणाच्या तरी उपयोगी पडणं हेच जगणं, तीच माणुसकी जपायची. कोण माणूस कधी-केव्हा उपयोगी पडेल ते फक्त विधात्याला माहीत असतं.

माझे व भंगारवाल्याचे कष्ट एकाच तराजूत मोजले गेले! नवीन कडी बसवून त्याच बॅगने मी पुढे कोस्टल कर्नाटक, अंदमान येथे पर्यटन करून आलो.

■■■

। ९ ।

अखेर डोक्यावर छप्पर मिळाले

अनेक संकटांना तोंड देत मी रसायनशास्त्र, गणित, भौतिकशास्त्र (PMC) विषय घेऊन पुणे विद्यापीठाची बी.एस्सी. ऑनर्स पदवी घेतली.

काही विद्यार्थ्यांनी थाटात डोक्यावर पगडी/गाऊन असा पोषाख-पेहराव करून पदवी घेतानाचे फोटो काढून घेतले. अर्थात त्यालाही अर्थ मोजावे लागले असतील ना! त्या काळी आमच्याकडे तेवढी आर्थिक सुबत्ता नव्हती. पदवीचे सर्टिफिकेट पुठ्ठ्याच्या नळकांड्यातून घरी पोहोचले. आता खऱ्या अर्थाने बी.एस्सी.(ऑनर्स) झालो होतो. आता पुढे काय? हा प्रश्न आणि त्याचे उपप्रश्न भुंग्यासारखे कानाशी गुं....गुं...करत होते.

राजस्थानी किंवा मारवाडी लोकांचे पुढे दुकान पाठीमागे मकान अशी जगरहाटी असते. मोठा मुलगा वजन काट्यांवर काम करू शकतो, पण आम्ही काट्यावर उभे असतो. स्वतःचा एखादा व्यवसाय सुरू करण्याची शक्यता नव्हती, आर्थिक व घराच्या पाठिंब्याशिवाय ते शक्य नव्हते. नोकरी करणेच प्राप्त होते. नोकरीसाठी अर्ज कसा लिहायचा येथपासून सुरुवात केली. तो काही 'आई'वर निबंध लिहायचा नव्हता आणि तेही दिवस, ते कधीच संपले होते.

अचानक श्रीकर कुलकर्णी भेटला. सर परशुरामभाऊ कॉलेजमध्ये आम्ही एकाच वर्गात होतो. लक्ष्मी रोडवर थांबून इकडच्या-तिकडच्या गप्पा झाल्या. आणि नोकरीचा ज्वलंत प्रश्न काळ्या नागाच्या फण्याप्रमाणे आमच्यासमोर

फुस...फुस....करत बाहेर पडला. 'मी नोकरीच्या शोधात आहे. पुण्यात रसायनांचे कारखाने कमी आहेत. जे आहेत ते पुण्यापासून खूप लांब आहेत. दूर असले तरी मी तेथे जायला तयार आहे!' मी माझे म्हणणे मांडले.

"तू बदलापूरला जायला तयार आहेस का?"

"हे बदलापूर कोठे आले?"

"कल्याण रेल्वेच्या अलीकडे. मुंबईकडे जाणारे बोगदे ओलांडले की कर्जत, नेरळ नंतर बदलापूर स्टेशन! " श्रीकरनी माहिती पुरवली.

मी लोणावळा, मळवली-भाजेपर्यंतच गेलेलो होतो. ह्या गावाची पुसट कल्पनाही मला नव्हती. 'अब मुंबई बहोत दूर आहे' असा माझा चेहरा झाला.

"बदलापूरला एक फॅक्टरी आहे. तेथेच मी शिफ्ट केमिस्ट म्हणून काम करतो. कारखान्याला कामासाठी तीन पाळ्या असतात, पण मला सातारलाच नवी नोकरी मिळाली आहे. साताऱ्यात माझे घर आहे. आई-वडील-भावंडं तेथेच असतात. या महिन्याअखेर मी बदलापूरच्या फॅक्टरीचा राजीनामा देणार आहे. तेथे अर्ज कर. फॅक्टरीला शिफ्ट केमिस्टची जरुरी आहे. बदलापूरला 'पिग्मेंट अँड डायस्टफ' नावाची फॅक्टरी आहे. त्यांना माझंही नाव सांग. तुला नोकरी मिळेल. कंपनीने राहण्याची सोय एका बंगल्यात केली आहे!" श्रीकरने स्पष्ट केले.

'शुभस्य शीघ्रम' हे तत्त्व आचरणात आणायचे ठरवले. शेजाऱ्या-पाजाऱ्यांकडून बदलापूरला कसे जायचे याची माहिती घेतली. आतापर्यंत लोणावळा-खंडाळापर्यंतच माझी रेल्वेची धाव होती. सरड्याची धाव कुंपणापर्यंतच होती, आता त्याला कुंपणाच्या पलीकडे जाणे भाग होते.

कर्जत रेल्वे स्टेशनवर उतरलो. कर्जत हे रेल्वेचं मोठं जंक्शन होतं. सगळ्या जाणाऱ्या-येणाऱ्या गाड्या तिथे थांबणारच. लोणावळा-खंडाळ्याचा चढाव व बरेच बोगदे ओलांडण्यासाठी रेल्वे गाडीला जादा इंजिन लावावे लागते. ते कर्जत स्टेशनवर बाजूला काढावे लागते. कर्जतहून बदलापूरला थांबेल अशी लोकल पकडली. तो माझा पहिला प्रवास. फार काही सामान नव्हतंच. बदलापूरला स्टेशनची पाटी पाहून प्लॅटफॉर्मवर उतरलो. आता माझा 'पिग्मेंट फॅक्टरी'कडे मोर्चा वळला. ती फॅक्टरी फार कमी लोकांना माहिती होती. जवळ-जवळ एक तासभर चाललो. तेव्हा अर्धवट निळ्या रंगातल्या अक्षरातील गंजलेली फॅक्टरीची पाटी दिसली. समोर एका बाजूला रेल्वे ट्रॅक, सभोवार भाताची शेती. उन्हाळा आणि

भाताची कापणी झाल्याने ओसाड रानच होतं. डोक्यावर प्रखर तापलेला सूर्य. रस्ता तसा निर्मनुष्य, सावली देणारी झाडे दिसतच नव्हती. दिसत होते ते रणरणते तापलेले रान आणि तापलेल्या हवेच्या झळा. रस्ता फारसा गजबजाटाचा नसल्याने नीरा, वडापावच्या टपऱ्या उगवलेल्या नव्हत्याच. जणू राजस्थान/जैसलमेरसारखं तोडीसतोड वाळवंट. तेथे उंट नव्हते, की इतर प्राणीही नव्हते. अशा उन्हात कोण बाहेर पडणार?

'पिग्मेंट अँड डायस्टफ' फॅक्टरीची जागा प्रशस्त होती. त्या कारखान्यात विविध रंगांचे उत्पादन होत होते. मजुरांची संख्याही बरीच होती. डॉ. फाटक (रंग निर्मिती तज्ज्ञ) प्रमुख होते.

ते एका छोट्या खोलीत बसलेले होते. टेबलावर एकच फोन आणि मोठ्या जाडीच्या पुस्तकांची रेलचेल असलेली शेल्फ होती. ती एक अभ्यासिकाच होती. त्या खोलीला दार नव्हते.

टक् टक् करण्याची आवश्यकताही नव्हती. मी येऊ का? विचारले. हाताच्या इशाऱ्याने मी त्यांच्यासमोर उभा राहिलो. माझ्यासंबंधी चार शब्द बोललो. तशी ती मुलाखत नव्हतीच! मी श्रीकर कुलकर्णी याचे नाव सांगितले. तो माझा बीएस्सी वर्गबंधू (सर परशुरामभाऊ कॉलेज), त्यानेच येथे जायला सांगितले. तो इथं शिफ्ट केमिस्ट आहे. तोही सातारचा आहे. त्याने शिफ्ट केमिस्ट नोकरीचा राजीनामा दिला आहे. म्हणून मी शिफ्ट केमिस्ट म्हणून नोकरीसाठी आलोय, असं सगळं काही सांगून टाकलं.

डॉ. फाटक यांनी या फॅक्टरीत काय काम चालते याची माहिती दिली. शिफ्ट केमिस्ट, त्याच्या जबाबदाऱ्या, सबंध फॅक्टरीच्या नोकरदारांची जबाबदारी शिफ्टकडे असते, इतरही जबाबदाऱ्याचा वगैरे सांगून ऊहापोह केला.

कंपनीने बदलापूर रेल्वे स्टेशनजवळ एका बंगल्यात केमिस्टसाठी राहण्यासाठी फ्लॅट घेतला आहे. तेथेच जवळ 'काटदरे' यांची खानावळ आहे. तेथे दोन्ही वेळ जेवण मिळेल. फॅक्टरीतर्फे रोज एक ग्लास दूध मिळेल. संध्याकाळी अंबरनाथ स्टेशनच्या आजूबाजूला जेवण मिळेल. फिश-वगैरे मांसाहारी जेवण मिळेल, दारूही उपलब्ध असेल, पण तुला ते योग्य नसेल, असाही सल्ला दिला.

'पिग्मेंट' ही रंगरसायनाची उत्पादन फॅक्टरी होती. अनेक मोठ्या टाक्या भरलेल्या असत. मोठ्या-मोठ्या टाक्यांतून रासायनिक प्रक्रिया चालत. त्यावर

काम करणाऱ्या माणसांवर नजर ठेवावी लागेल, असे डॉ. फाटक यांनी बजावले.

एका महिन्यात मी तेथे रुळलो. मधल्या काळात पुण्याहून गादी/ सतरंजी, चादर, लोटीभांडी वगैरे आवश्यक सामान घेऊन आलो. बंगल्याच्या खोलीत सामान ठेवले. काटदरे खानावळ बघून आलो.

थोड्याच दिवसांत एक प्रसंग समोर उभा राहिला. माझी रात्रपाळी सुरू होती. राउंड मारताना तिसऱ्या मजल्याच्या टाकीवरच्या एका मजुरावर नजर गेली. बसल्याबसल्या तो विचित्र डोलत असताना दिसला. माझ्या मनात चलबिचल सुरू झाली. हा मजूर दारू पिऊन काम करतोय की त्याला फिट आलीय? असे प्रश्न पुढे उभे राहिले.

दोन-तीन मजुरांना तेथे पाठवले. ते तेथे पोहोचले.

“अहो साहेब, तो बेशुद्ध आहे!” म्हणत लोकांनी त्याला तळमजल्यावर आणले. त्याच्या तोंडावर पाणी मारले. त्या रात्री उपचारासाठी कोण डॉक्टर सापडणार होता? फर्स्ट एडची जेमतेम सोय होती.

मजुरांनी सांगितले की हवा खराब आहे. या हवेत जाणारे विषारी वायू फार उंची गाठू शकत नाही म्हणून काही लोकांना/ मजुरांना असा त्रास होतो. रसायनांच्या वायूमुळे त्याला चक्कर आली असेल.

एक अनुभव गाठी पडला तर!

फॅक्टरीत रस्त्याने गेले तर नव्वद मिनिटं चालावे लागे. गावातील माणसं जवळची वाट (शॉर्टकट) म्हणजे भाताच्या खाचरातून पायी तर जवळ.. म्हणून पाऊलवाटेने जात होते. मी त्यांचे अनुकरण करू लागलो. पण एकदा या पायवाटेने माझी वाट लावली. शॉर्टकटचा चांगलाच दणका दिला. बंगल्यावरून रात्रपाळीसाठी लवकर निघालो. चोहीकडे किर्र अंधार, शेतजमीन. अर्धवट कापलेल्या भाताच्या वाळलेल्या गवतावर अडखळून जोरदार आपटलो. अंधारात तसाच पडून राहिलो. अंधारात कोण मदतीस येणार? काही वेळाने मी सावकाश पावले टाकत फॅक्टरीत पोहोचलो. ‘शॉर्ट कट इज लॉन्ग कट’ हे लक्षात आलं.

एका छोट्या टपरीवर, दोन लोखंडी लंगड्या खुर्च्या, एक तात्पुरतं तयार केलेलं टेबल होतं. तेथे चहा मिळाला. “एक चहा दे!” यावर टपरीवाल्याचा प्रतिप्रश्न फुल की कट टी? ‘कट टी’ हा शब्द पुण्यात कधी ऐकलेला नव्हता. येथे प्रथम ऐकत होतो. येथे राहायचे म्हणजे यांची भाषाही शिकली पाहिजे. निम्मा कप म्हणजे

अर्धा कप, आता एक आण्यात दोन जण चहाची तल्लफ भागवत असत. पैसा आजच्यासारखा मुबलक मिळत नव्हता.

बंगल्याजवळच काटदरे खानावळ होती. पाटावर बसून पोटभर जेवण्याची, स्वस्तात सोय होती. भाज्यांची चव छान असे. वांग्याची-भरली वांग्याच्या भाजीची चव अजून जिभेवर रेंगाळत आहे, पण रात्रपाळीला मात्र जेवण टपरीवर होत असे.

रात्रपाळीला फॅक्टरीच्या फेऱ्या होत्या. फेऱ्या म्हणजे कामगारांवर लक्ष ठेवावे लागे. ते फिरणं म्हणजे 'हातातला बांबू आपटत' 'जागते रहो' (राज कपूरचा सिनेमा) अशी आरोळी मारणारा नेपाळी गुरखाच डोळ्यांसमोर येई. कारण प्रत्येक रासायनिक प्रक्रिया घटात आपल्या यंत्राप्रमाणे चालत. शिफ्ट केमिस्टचे काम गुरख्यासारखेच वाटे. 'जागते रहो...'

'...जागते रहो' बस्स! आता या कामाचा कंटाळा आला. एकसुरी कष्टाचे जीवन! त्या कामात गोडी निर्माण होईल असं काही नव्हतंच. केवळ पैसा/पगार हे माझे ध्येय नव्हते.

बदलापूर-कल्याण लोकलनी जाता-येता काही कंपन्यांचे फलक दिसत. 'युनिव्हर्सल कंपनी' काड्यापेट्या बनवणाऱ्या, त्यानंतर सल्फ्युरिक उत्पादन करणाऱ्यांचे फलक दिसू लागत.

युनिव्हर्सल कंपनीच्या गेटपाशी पोहोचलो. "तुमचे मोठे साहेब ऑफिसमध्ये आहेत का?" असे रखवालदाराला विचारले. ऑफिसमध्ये भेटण्यासाठी आत गेलो.

अक्रूवाला Bsc.Tech होते. सध्या ते या कारखान्याचे मुख्य होते. अधून मधून एखादे डायरेक्टर यायचे. अक्रूवाला हे उंच, दणकट, छाती रुंद, गोरापान, देखणा असा मनुष्य, त्यांच्या पोस्टला शोभेसा होता. हिंदी, गुजराती, मारवाडी व इंग्लिश अशा भाषांची सवय. मराठी फार समजत नसे. आमची ओळखपरेड झाली. माझी सर्टिफिकेट बघितली. सध्या काय-कोठे काम करता व तेथील कामाचे स्वरूप इ. माहिती दिली. नोकरी सोडण्याचे कारणही सांगितले. त्यांनी लागलीच अपॉईंटमेंट लेटर हातात ठेवले. पगार ठरवला. एका आठवड्याने युनिव्हर्सल कंपनीत रुजू होणार होतो.

तेथे सोडियम हायड्राइड $NaOH$/व मॅन्गेनीझ डाय ऑक्साईड (MnO_4) वापरून पोटॅशियम परमॅग्नेट($KMno_4$) इलेक्ट्रॉलिसीस करून तयार व्हायचे.

परमॅग्नेटचे थंड झाल्यावर स्फटिक तयार होतात. ते सुकल्यावर थैल्यात भरायचे. हा सर्व माल इतर कंपन्यांना पाठवला जात असे.

अखेर मी युनिव्हर्सल कंपनीत शिफ्ट केमिस्ट म्हणून रुजू झालो. एस. पी. कॉलेजला असताना बहुतेक विद्यार्थी याच ड्रेस कोडमध्ये असायचे. नोकरीवर जाण्यासाठी पांढऱ्या ड्रिल कापडाच्या पॅन्ट शिवून घेतल्या. ड्रिलचे पांढरे कापड स्वस्त असे. माझी ऐपतही तेवढीच होती. पांढरी पॅन्ट-शर्ट घालून प्लँटमध्ये प्रवेश केला. मजूर लोक मॅग्नेटची काळी पोती वाहून नेत होते. अक्रुवाला साहेब तेथेच उभे होते. त्यांनी एका मजुराला डोळा मारून मला धक्का मारायला सुचवले. तो मजूर काळे पोते घेऊन माझ्या अंगावर पडला. माझे नवीन कपडे व मीसुद्धा काळकुट्ट झालो. माझे नशीब बलवत्तर नाहीतर तोंडही ...

मी मनाशी विचार केला, 'अरे, अनेक प्रसंग येतील, नंतर यापेक्षा उच्च दर्जाचे कपडे शिवशील. पॅन्ट काळी झाली म्हणून काय झालं!' अक्रूवालांनी तुझी परीक्षा घेतली. तुझ्या चेहऱ्यावर प्रतिक्रिया बघितली.

मी निर्विकारपणे त्यांना म्हणालो, "असं हे नेहमीच होणार." त्यांनी मिश्किल हास्य केले.

कंपनी आपल्या प्रॉडक्टचे उत्पादन वाढवण्यासाठी नव्या उपकरणांची भर घालत होती.

एकदा मात्र एक प्राणघातक घटना घडली. मध्यभागी आमचे रिपोर्ट लिहिण्याचे टेबल होते व तेथून सर्व काम-कामगारांवर लक्ष ठेवावे लागे. खालच्या मोठ्या टाकीतील द्रव तिसऱ्या मजल्यावर नेण्यासाठी हवेच्या दाबाचा वापर होत होता. ते काम चालू होते.

अचानक स्फोट झाल्याच्या आवाजाने तेथील सर्वच गांगरून गेले. अक्रूवाला साहेब माझ्यासमोरच उभे होते. त्या मोठ्या टाकीची 'ग्लास विंडो' हवेच्या दाबाने फुटली. चौफेर काचेचे तुकडे अति वेगाने फेकले गेले. एक काचेचा जाड तुकडा तिसऱ्या मजल्यावर उभ्या असलेल्या कामगाराच्या अंगात घुसला. तो रक्तबंबाळ झालेला मजूर आरडाओरड करून मदतीची याचना करत होता. त्याच्या बचावासाठी सर्वजण तिसऱ्या मजल्यावर गेले. जखम गंभीर होती. कल्याण रेल्वे स्टेशनकडून तातडीने ॲम्ब्युलन्स मागवली. अक्रूवाला तेथे उपस्थित होते म्हणून मी वाचलो, नाहीतर हे सगळे सोपस्कार मला करावे लागले असते. हा प्रसंग कधीच विसरू शकणार नाही.

कारखान्याच्या विस्तारीकरणाचे काम चालू झाले. आपल्या घरात रंगाचे काम काढले तरी सगळ्या कामाच्या गोष्टी व्यवस्थित बांधून कधी या खोलीत तर कधी दुसऱ्या खोलीत अगदी अडगळीतही ठेवतो. रंगकाम झाले की काही महत्त्वाचे सामान शोधावे लागते. तसाच प्रकार या कारखान्यात चालू होता.

उत्पादनाचा शेवटचा टप्पा गाठला. इलेक्ट्रोलिसिससाठी लागणाऱ्या तांब्याच्या (लांबी ८ फूट × एक इंच रुंद अशा १५ ते २०) पट्ट्या सापडेनात. या कोठे ठेवल्या असतील त्याची शोधाशोध झाली तरी सापडेना. मग चोरी झाली का? एवढ्या जड, लांब रुंद पट्ट्या, कोठे ठेवल्या असतील? एक सफाई कामगार त्या पट्ट्या शिताफीने अंबरनाथ रेल्वे ट्रॅकच्या पलीकडे टाकून देत होता. नंतर तो माल भंगारात विकत होता. त्याच्या तपासावर मी गोष्ट लिहिली ('फैसला'-अपेक्षा दिवाळी अंक २०२०). शेवटी सफाई कामगाराला पकडले, प्रकरण पोलीस चौकीत गेले. चोर कबूल झाला. त्याचे शिक्षेचे काम फौजदारांनी डायरेक्टरवर सोडले, का त्या चोराला सोडलं या गोष्टीचा खुलासा केला आहे. या कंपनीचे मात्र मालक फार क्षमाशील होते.

अंबरनाथचा पावसाळा सुरू झाला. ट्रॅकच्या पलीकडला नाला ओलांडून जाणं बंद केलं. नाल्यातील पाण्यात शेजारच्या (विमको काडेपेटी, सल्फ्युरिक ॲसिड व इतर घाणेरडे पाणी) कंपन्यांनी सोडलेल्या पाण्याला अतिशय दुर्गंधी यायची. याशिवाय आणखी एक धोकादायक अडचण होती. नाल्याच्या एका कोपऱ्यात तृतीयपंथीयांचा मोठा अड्डा होता. रात्रभर त्यांचा नाच-गोंधळ चालू असे. पन्नास-साठ जण, अर्धवट गुंडाळलेली साडी, विविध प्रकारचे दागिने, त्यांचा तो पोशाख आणि नाच त्या उघड्या नाल्यावर चाले. तो नाला ओलांडून युनिव्हर्सल कंपनीत जात होतो. नाला ओलांडण्याच्या वेळी विचित्र प्रकारची भीती-धसका जाणवत असे. मात्र विपरीत काही घडले नाही. फॅक्टरीच्या मजुरांनाही त्यांनी कधी त्रास दिला नाही. मान खाली घालून मुकाट्याने इकडे-तिकडे न बघता नाला ओलांडायची सवय करून घेतली. फॅक्टरीला लागून ॲल्युमिनियम फॅक्टरी (तेथे लष्कराच्या बुलेट बनवण्याचा कारखाना होता), तेथून पुन्हा २ कि.मी. एकूण तीन किलोमीटर चाल व्हायची. शिवाय शिफ्ट केमिस्टला सबंध फॅक्टरीच्या कामासाठी पहिला मजला ते तिसरा मजला अशी चढउताराची सवय करावी लागे. पायाला भिंगरी लागायची. पोटऱ्यांत गोळे यायचे.

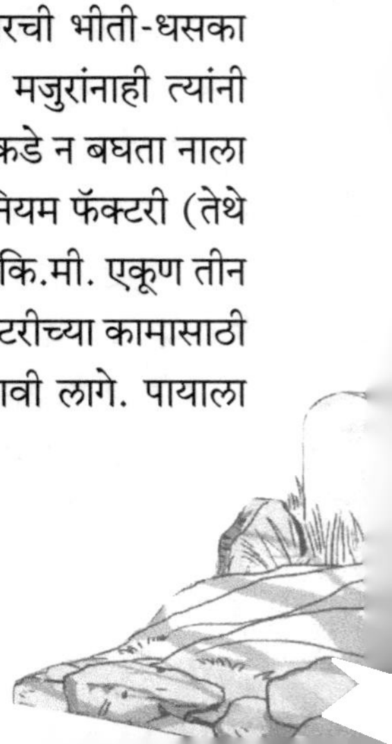

कधी तरी सुट्टी घेऊन पुण्यात अर्ज देणे किंवा मुलाखती देण्यासाठी येत होतो. पाषाणला राष्ट्रीय रासायनिक प्रयोगशाळा येथे मुलाखतीसाठी गेलो होतो. सिलेक्शनचे पत्र ५८६, बुधवार पेठ, पुणे २ या ठिकाणी पाठवणार होते. माझी मुलाखत डॉ. श्यामलाल कपूर (डॉ. एस. एल. कपूर हे पॉलिमर केमिस्ट्री डिव्हिजनचे सर्वेसर्वा होते) यांनी घेतली. मला त्यांनी शिफ्ट केमिस्टचे काम, प्रॉडक्शन कामगार, प्रॉडक्ट, त्याची इक्वेशन वगैरे प्रश्न विचारले होते. त्यांचे समाधान होईपर्यंत ते प्रश्न विचारत होते. पॉलिमर डिव्हिजनला, कर्तव्यदक्ष / संशोधक वृत्ती असणाऱ्या व्यक्तीची जरुरी होती. मी त्यांच्या अटीत बसत होतो.

***

अध्याय दुसरा

ऑगस्ट १९६५मध्ये मला राष्ट्रीय रासायनिक प्रयोगशाळेचे नेमणूक पत्र मिळाले. युनिव्हर्सल कंपनीतल्या शिफ्ट केमिस्ट पदाचा राजीनामा दिला. सहकाऱ्यांचे आभार मानले. अंबरनाथचा गाशा गुंडाळला. काकाकाकूंचा आशीर्वाद घेतला आणि अंबरनाथचा निरोप घेतला. तो घ्यायच्या अगोदर अंबरनाथ स्टेशनपासून खूप दूर जंगलात श्री शिवशंकराचं अद्वितीय कलाकुसर केलेलं, दगडावर कोरीव /सुंदर मूर्ती असलेल्या, वेली-फुले असलेले सुंदर देऊळ बघायला मिळाले. एका फोटोच्या दुकानात या देवळाचा मोठा फोटो पाहिला होता. मनात असलेली ही वास्तू बघायची ओढ पूर्ण केली, पण देवळाजवळील परिसर फार गलिच्छ होता. खूप वर्षांनी ते देऊळ बघितले, पण देवळाची दुर्दशा संपलेली नव्हती.

अंबरनाथ स्टेशनवरून कर्जत स्टेशनवर पुण्याकडे जाणाऱ्या पॅसेंजरमध्ये बसलो. मी पुणे स्टेशनवर सामान घेऊन खाली उतरलो. एरवी माणसांनी गजबजलेले पण, पोर्टरची पळापळ, डबा पकडणाऱ्या प्रवाशांची गडबड नव्हती. प्लॅटफॉर्म एवढा शांत कसा? स्टेशनबाहेर एकही रिक्षा उभी नव्हती. गेले दोन दिवस सर्व पुण्यात दंगलीमुळे कर्फ्यू होता. रिक्षावाले तोंडाला येईल ते भाडे मागत असल्याने प्रवासी आपले सामान डोक्यावर-खांद्यावर घेऊन, हाताशी छोटी मुलं ओढत घरी चाललेले दिसले.

आज म्हणजे ४ ऑगस्ट १९६५, शनिवार, कर्फ्यू सैल केला होता. काही धार्मिक विवादात दंगल उसळलेली होती. एरवी शांत असलेले पुणे आग्या मोहोळाच्या

मधमाश्या चौफेर उधळाव्यात तसेच झाले होते.

मी वळकटी–बॅग घेऊन पायी चालत (३-४ कि.मी.) जिजामाता बागेपाशी म्हणजे माझ्या घरी पोहोचलो. एकूणच कष्टांचे काम अंगावर आले होते. पायी चालता चालता राजा हरिश्चंद्राची दुर्दशा आठवली. सर्व ग्रहमान उलटेच पडल्यामुळे राजाला संकटांना तोंड द्यावे लागले होते. दैव... आपले! दैवानेच मारले तर कुणाकडे तक्रार करणार!

अजून पुढे काय संकट-वादळासारखे ओढवणार आहे याचा अंदाज हवामान खात्यासारखा सांगता येतोय, ते प्रत्यक्ष परमेश्वरलाच ठाऊक.

तूच कर्ता आणि करविता शरण तुला भगवंता...... म्हणत सर्व त्याच्यावरच सोडले. सोमवार उजाडला. दिनांक ७ सप्टेंबर १९६५. सूर्यप्रकाशाच्या किरणाबरोबर काळी सावलीही जागी झाली. आईने नाष्टा तयार ठेवला होता. तसाच डबा माझ्या हातात दिला. एनसीएलला बसने जायचे होते. त्या वेळी पाषाणच्या बसेस कॉर्पोरेशनपासून सुटत. एनसीएलपर्यंतचे ६ किलोमीटर अंतर जायला वीस पैशाचे अल्युमिनियमचे नाणे लागे. वीस पैशांत एनसीएल मेन गेटला पोहोचलो. दुरूनच प्रयोगशाळेचा परिसर डोळे भरून बघितला. एक अवाढव्य इमारत, गेटपासून इमारतीपर्यंत गुलाबाच्या फुलांची बाग, हिरवीगार झाडे पाहून मन प्रसन्न झाले. तेथे उभारून ऊर भरून आला आणि नमस्कार केला त्या वास्तूला. असे भाग्य मला लाभले त्याचा आनंद झाला.

सप्टेंबर १९६५. सोमवारचा दिवस. एनसीएलचे पत्र घेऊन प्लास्टिक व पॉलिमर डिव्हिजनमध्ये पोहोचलो. दरवाजावर डॉ. श्यामलाल कपूर, एचओडी अशी पाटी. त्या अगोदर त्यांच्या पीएचे ऑफिस. स्टेनो टायपिस्टला अपॉइंटमेंट लेटर दाखवले. ऑफिसच्या नियमानुसार पीएने 'साब बुलाते है!' सांगितले. तो केरळी होता. त्याच्या मागोमाग डॉ. श्यामलाल कपूर यांच्यासमोर उभा होतो. ऑफिस खूप मोठे, प्रशस्त, अवाढव्य होते. कपाटात मोठमोठ्या जाडीची पुस्तकं ठासून भरलेली दिसली. डॉ. कपूर उंचेपुरे, रुबाबदार, प्रसन्न चेहऱ्याचे गोरेपान गृहस्थ त्या खुर्चीला अगदी शोभेसे होते. वाघाच्या पुढे शेळीचे काय होते ते मला उमजले. त्यांनी माझ्याशी हिंदी /इंग्रजी संभाषण करण्याअगोदर खुर्चीवर बसण्यास सांगितले. मी सिनिअर लॅब असिस्टंट ते तर या विभागाचे प्रमुख. त्यांचा दबदबा शास्त्रज्ञापासून प्यूनपर्यंत होता असे दिसले.

डॉ. कपूर यांनी ज्याच्याकडे काम करायचे आहे त्यांची भेट घे. सध्या तरी ते काय काम सांगतील ते समजून घे आणि तसे कर. नंतर काही दिवसांनी मी तुला दुसरे काम देईन! असे सांगितले. 'थँक्यू सर' म्हणून मी खोलीच्या बाहेर पडलो. तोपर्यंत पीए बाहेरच उभा होता. ऑफिसच्या नियमानुसार काय गोष्टी करायच्या आहेत ते सांगितले. ससून हॉस्पिटलमधून ससूनच्या सिव्हील सर्जनचे फिटनेस सर्टिफिकेट आणून ऑफिसमध्ये जमा कर अशा सूचना दिल्या.

खोली (प्रयोगशाळा) नं. १०७मध्ये डॉ. क्षीरसागर यांना भेटलो. ते पुण्याचेच, अस्सल पुणेकर, मग आम्ही मराठीत बोललो. आपल्याला काय काम करायचे आहे, याची माहिती दिली. स्टायरीन डायवायनील बेन्झीन बीड्सवर प्रक्रिया करून पिण्यायोग्य पाणी (डीसॅलीनेशन-आयन एक्सचेंज- खाऱ्या पाण्यापासून क्षार काढून) तयार करायचे आहे. त्यांनी सांगितले ते मला काहीच कळले नाही. पॉलिमर वगैरे हे सगळे डोक्यावरून गेले. त्यासाठी मला खूप वाचन करून हा विषय आत्मसात करावा लागणार आहे; हळूहळू समजेल, मी मनात म्हणालो. डॉक्टर क्षीरसागर त्यांच्या दुसऱ्या प्रयोगशाळेच्या खोलीत गेले. जेवणाची सुट्टी झाली. मी तेथेच डबा खाल्ला. नंतर लांब रुंद कॉरिडॉर असणाऱ्या पॉलिमर डिव्हिजनच्या खोल्या बघितल्या. असा दिवस काढणं, कोणाशीही ओळख नसणं केवढं त्रासदायक असतं ते कळलं. मोठ्या प्रयोगशाळेत, शिवाय पॉलिमर डिव्हिजन (नवे तंत्रज्ञान) सारख्या विषयात काम करायला मिळणार याचाच मोठा आनंद झाला. असा विचार करत बसने नव्या पुलावर आलो. म्हणजे जवळ-जवळ घरापाशी जिजामाता बागेसमोर. डेक्कन इन्स्टिट्यूटला लागूनच आमचे घर होते.

घराचा दरवाजा उघडाच होता. सकाळी घरातून बाहेर पडलो तेव्हा तीन मजल्यांची जुनी, दोनशे वर्षांपूर्वीची इमारत होती. सगळ्या भाडेकरूंची येजा चालू होती. चौथ्या मजल्यावर मी, आई-वडील, चार भाऊ, धाकटी बहीण, धाकटा काका राहत होतो. घरात जाणार तर घरच नव्हते. तळमजल्याचे पाडापाडी केलेले छत दिसले. ५८५ व ५८६ बुधवार पेठ हे दोन वाडे मातीत मिसळून गेलेले दिसले. ३-४ फूट जाडीच्या भिंतीची मातीही नव्हती. पत्र्याचे छत, मोठ्या तुळया, पट्ट्या अंगणात दिसल्या. मी धास्तावून गेलो. मोठ्या वडा-पिंपळाचे शंभर वर्षांपूर्वीचे झाड वादळाने उन्मळून मुळासकट उन्मळून पडावे तसे दिसले. पिंपळाच्या झाडावर असलेली कावळ्यांची घरटी आणि इतर छोटे-मोठे पक्षी यांचा मागमूसही नाही.

सगळी माणसं घरातल्या सामानासकट, जणू नाहीशी झालेली. सगळं उद्‌ध्वस्त, वाताहात झालेली दिसली.

मी १२ जुलै १९६१चे पानशेत धरण फुटल्यानंतरचे पुणे बघितले होते. तसाच आता आमचा वाडा बघत होतो. मी निराश झालो. माझ्या थोबाडावर मातीचा धुराळा बसला. संध्याकाळ झाली. आता घरच्यांना शोधू कुठे......? शोधू कुठे.....शोधू कुठे.... होत्याचं नव्हतं झालं. सकाळी ८ वाजता निघालेला मी आता काय पाहतोय, घर कोठे आपल्याला? याने मी चक्रावून गेलो. घाबरलोही. मती गुंग झाली. आता कोठे जायचं, हातातला रिकामा डबा फक्त हलवत विचारात पडलो. मार्ग-माग तर काढलाच पाहिजे म्हणून वाड्याच्या दाराशी घुटमळत राहिलो. वाड्याचा इतिहास आठवला. या वाड्यात अनेक शत्रू निर्माण झाले होते.

साबणे वाड्याच्या तळमजल्यावर निसळ, पुराणिक, देशपांडे, पहिल्या मजल्यावर जोशी कुटुंब (म्हणजे आजी लक्ष्मीबाई यांचे वास्तव्य होते. ती गेल्यावर पार्टिशन घालून एका खोलीत जोशी) राहत होते. तिसऱ्या मजल्यावरच्या खोल्यांमध्ये डाव्या-उजव्या बाजूला वडिलांच्या दोन भावांचे वास्तव्य होते. आजी १९५२मध्ये निवर्तली. धाकटा काका अकरावी पास होऊन सर परशुरामभाऊ कॉलेजमध्ये शिकत होता. माझे वडील—भाऊ महानगरपालिकेत नोकरी करत होते. शिवाय शेतीकडे लक्ष द्यायचे. आजीला वारसाहक्काने सांगवी, पर्वती (सातारा रस्ता- तेथील जकात नाकापासून आंबील ओढ्यापर्यंत आता तेथे उद्यान आहे), भुगाव येथील जमिनी मिळाल्या होत्या. गावाचा उरूस, देवीची वर्गणी, अशी शेतीची कामे माझे वडील करत.

कल्याण-घेरा सिंहगड येथे आजोबांची आंबेमोहोर भाताची अनेक एकर जमीन, घर, आंब्याची झाडे होती. कल्याणची जमीन मात्र प्रत्येक मुलाच्या नावे केली होती. ५८६ बुधवार पेठेतील वाडा लक्ष्मीबाई—माझ्या आजीच्या नावावर व्हायला सन १९३९ साल उजाडले. त्याच्या कोर्टाचे कामात जी.आर. तुळशीबागवाले ऊर्फ अण्णासाहेब सोबतीला असत. त्यानंतर माझ्या वडिलांचे लग्न रामचंद्र महादेव जोशी ऊर्फ जोशी मास्तर चाकण, ता. खेड यांच्या मुलीशी झाले. माझी आई दिसायला सुंदर/देखणी होती. तेव्हाचे फोटो फ्रेम घर पाडणाऱ्या माणसाने रद्दीबरोबर कचऱ्यात टाकले.

एनसीएल पाषाणहून परतलेला मी रात्री आठच्या सुमारास मामाकडे गेलो.

(पांडुरंग रामचंद्र जोशी, १२०७ कसबा पेठ, टापरेवाडा) माझ्या नोकरीचा पहिला दिवस प्रचंड ताणात गेला. नव्या नोकरीचा आनंद त्यात विरघळून गेला. मामाच्या घरी आई, बहीण, दोन भाऊ दिसले, मोठा भाऊ व वडील दिसले नाहीत. मोठा भाऊ प्रभा गणपती चौकात पंडित काकाच्या घरी राहायला गेला. पण भाऊ–वडील कुठे गेले असतील? आईकडून सकाळपासून झालेल्या घटना समजल्या. त्या अशा...

सकाळी दहा वाजता कॉर्पोरेशनचा ताफा, ट्रक, मजूर त्यांच्या हत्यारांसहित वाड्यात आले. त्यांच्या मुख्य अधिकाऱ्याने सर्वांना-भाडेकरू-मालक यांना 'घरे खाली करा, आपापले सामान घेऊन बाहेर पडा' असा सज्जड दम दिला.

५८५ व ५८६ बुधवार दोन्ही वाडे पाडण्याच्या सूचना या अगोदर मालकाला व भाडेकरूंना दिलेल्या आहेत. घरे पाडून घराचे तुळया-लाकडं, खांब, पत्रे व्यवस्थित वेगवेगळे करून ठेवा. माती आणि कागदाची रद्दी नेण्यासाठी ट्रकचा फौजफाटा तयार आहे, असे अधिकारी सांगत होते, तोवर मजूर पत्र्याच्या छतावर पत्रे काढण्यासाठी पोहोचलेसुद्धा.

आम्ही चौथ्या मजल्यावर राहत असल्याने भाऊंनी सामान तळमजल्याच्या मेंनानोगे भाडेकरूच्या घरात ठेवले. सामान ठेवायला मजुरांनी मदत केली.

ही कारवाई पाहून भाडेकरू चवताळले. चक्रीवादळाचा फटका बसला. भाऊंनी आपले सामान खाली नेले. त्या गैरसमजातून लोकांना वाटलं की माझ्या वडिलांनी आपल्याला घराबाहेर काढण्यासाठी युक्ती केली. त्या रागापायी भाऊंना गराडा घालून मारले. बेशुद्ध होईपर्यंत मारहाण केली. म्हणून पोलिसांनी उपचारासाठी त्यांना ससून हॉस्पिटलमध्ये ॲडमिट केलेय! अशी माहिती मिळाली.

भाडेकरूंनी कित्येक वर्षांत घरभाडे दिलेले नव्हते. शिवाय कॉर्पोरेशनकडे मालकाविरोधी (धाकटा काका) तक्रारी दिलेल्या होत्या. गेल्या कित्येक वर्षांत घराची रंग-दुरुस्ती केलेली नव्हती. भाडेकरू भिंतीची माती भांडी घासायला मुद्दाम काढून वापरत होते. आंबेकर बोळाकडील अंगण व जिजामाता बागेकडील अंगण आपल्याच बापाचे आहे, कोण काय करतो ते बघू! अशा उन्मत्त वृत्तीचे भाडेकरू होते. प्रत्यक्ष मालक धाकटा काका, ज्याचे दहावी-अकरावीपर्यंत शिक्षण झालेले. एका दांडगट माणसाने काकाला फसवून वाडा विकत घेतला. लोक त्याला मारतील म्हणून बाहेरच्या ठिकाणी एका खोलीत कोंडून ठेवले. भाऊंना घर विकल्याची

कल्पना नव्हती. दारूड्यांना, गुंडांना कायदे नसतात की नियम नसतात. त्यानुसार त्या गुंडाने काकाचे घर आपल्या कुटुंबासाठी ताब्यात घेतले, पण या गुंडाच्या घरच्यांना सामानासकट हाकलून दिले. त्यासाठी मजुरांनी पट्ट्या काढून छप्परच काढून टाकल्यावर त्यांना जावेच लागले. ते भाडेकरूंचे झाले, आमचे छप्परच नव्हते.

घर स्वतःच्या मालकीचे नव्हते पण धाकटा काका आमच्या घरीच राहत होता. त्याला काही उत्पन्न नव्हतं की नोकरी नव्हती. आजी लक्ष्मीबाई गेल्यावर बँकेतले पैसे त्याच्या हातात पडले. लहान वय, अनुभव नाही, तरुणपण-शिंगे फुटलेला मोकाट बैल, अशी एकूण स्थिती होती. एका भाडेकरूने काकाच्या पैशावर मजा करून घेतली.

हॉटेलिंग केलं, दिल्ली, कुतुबमिनार, ताजमहल अशी ठिकाणं पाहिली. काकाच्या पैशावर मजा केली आणि कफल्लक झाल्यावर काका सैरभैर झाला. त्यात भर म्हणजे भाडेकरूंच्या घरदुरुस्तींचा तक्रारी पाऊस पडायला लागला.

याशिवाय भाऊंचे मोठे बंधू व त्यांची बायको यांचे तरुणपणातच निधन झाले. त्यांना एक मुलगा व एक मुलगी. आजीनं त्या निराधार मुलांचा सांभाळ केला. तिच्या पश्चात दुसऱ्या दोन काकांनी त्यांना आधार दिला नाही. शेवटी मोठा काका–भाऊ काकाच्या आश्रयाला आले. आमची घरच्या सदस्यांची संख्या दहावर पोहोचली. इतक्या सगळ्यांच्या पोटापाण्याची व्यवस्था पेलणं भाऊंना शक्य नव्हतं. वयाच्या पंचावन्नाव्या वर्षी भाऊ कॉर्पोरेशनमधून निवृत्त झाले होते. त्या सुमारास कॉर्पोरेशन निवृत्तिवेतन देत नव्हते.

आज आपण चितळेंचे बाकरवडी फेम दुकान (शनिपाराशी)चे बघा, ते तेव्हा नव्हते. तेथे किर्लोस्कर पंपाचे शोरूम होते. त्यांच्या सर्विस सेंटर मध्ये भाऊ काम करत होते. इतरही इलेक्ट्रिक, पायपिंग, पंखे दुरुस्ती करून पैसे मिळवत असत. भाऊंचा दिवसभराचा मुक्काम तुळशीबागेच्या आसपास असे. अण्णासाहेब तुळशीबागवाले व भाऊ साबणे ही जोडी प्रसिद्ध होती.

अण्णासाहेब तुळशीबागवाले वकिलांनी सल्ला दिला की 'अरे, तुलाच जर काकासारखा मतिमंद-आंधळापांगळा मुलगा असता तर तू सांभाळला असतास की नाही. तेव्हा जसे जमेल तसे त्याला सांभाळ. त्यामुळे भाऊ आर्थिक कुचंबणेला तोंड देत संसाराचा गाडा ओढत राहिले. त्यात माझी आईचेही 'गव्हाबरोबर किडेही

रगडले जातात' तसे तिचे हाल झाले.

आम्ही पाच मुलं (चार भाऊ व एक धाकटी बहीण). सर्वजण शाळा-कॉलेजात शिकणारे. भाऊ असा संसाराचा गाडा ओढत व भाडेकरूंचे कोर्टातले खटले लढत होते. 'तारीख पे तारीख' चालू होतं. इंदू/इंदिरा ही माझी आई. तिने सेवासदन शाळेतून ट्रेनिंगचा दोन वर्षांचा कोर्स पूर्ण केला. त्या शाळेचा चितळेंच्या सध्याच्या दुकानावरती वर्ग आहे, तेथे ती शिकत होती. नंतर ती शिक्षिका म्हणून गंजपेठेतील किंवा नंतर दुसऱ्या शाळेत काम करू लागली. घरचे काम, पायी जाणं-येणं, उभं राहून मुलांना शिकवणं व इतरही शिकवण्या घेत असे. आईचे आणि वडिलांचे असे एकूण चोवीस तास त्रासदायक होते. मला—आम्हा मुलांना ती दयनीय स्थिती बघवत नसे. पण आकाश फाटल्यावर शिवणार तरी किती आणि कसे? त्याचे उत्तर नव्हते.

जेमतेम दोन महिने आम्ही मामाकडे राहिलो. खरंतर इंदू व भाऊंना तेथे खूप दिवस राहणे पसंत नव्हते. किती दिवस आपण दुसऱ्याला त्रास देणार! ऊस गोड लागला म्हणून तो मुळासकट कोणी खात नाही ही म्हण डोक्यावर घंटा वाजवत होती.

आपण आपल्या घरात राहण्यासाठी जाऊ या, असा निर्णय त्यांनी घेतला. आंबेकर बोळाच्या बाजूकडील दोन छोट्या खोल्यांचा ताबा मिळवला. एका भाडेकरूने मी याच घरात सामानसहित राहतो आहे असे कोर्टाला सांगितले. खरंतर त्या खोल्यांचे छत वापरण्याच्या दृष्टीने योग्य नव्हते. मालकाला जेरीस आणणे, भाडे न देणे असा त्याचा मनसुबा होता. वकिलांनी कोर्टाला विनंती करून प्रत्यक्ष घर राहण्याच्या स्थितीत आहे का बघावे, असे सांगितले. एक दिवस ठरल्याप्रमाणे कोर्टाने जागेची पाहणी करून 'घराचे कुलूप तोडून ताबा घ्यावा' असा निर्णय दिला आणि त्या खोल्या ताब्यात आल्या.

खोल्यांची दुरुस्ती, छतावर पत्र्याची शेड, मोडलेल्या-वाळवीने खाल्लेल्या तुळ्या/पट्ट्या, भिंती, रंगकाम, गटार दुरुस्ती, पिण्याच्या पाण्याची सोय अशा सर्व जबाबदाऱ्या अंगावर पडल्या होत्या. मोरी व संडास बाहेरच्या अंगणात म्हणजे आंबेकर बोळाच्या बाजूला होते.

भाडेकरूच्या घरावरील छत पडीक होते. पाठीमागच्या अंगणात असलेल्या अडगळीत टाकलेल्या जिन्याने छतावर जाण्याची सोय होईल असे भाऊंना वाटले.

ते त्यांनी प्रत्यक्षात जिना उभा केला. त्यामुळे या अंगणातून पलीकडील अंगणात, तात्पुरते स्वयंपाक घर उभे केले. अशी तात्पुरती व्यवस्था केली. विखुरलेले घर आणि त्यातील सर्व सदस्य खूप दिवसांनी एकत्र आलो.

छतासाठी पत्र्याची शेड बांधण्याचे काम चालू केले. त्याला चारही बाजूने आधाराची गरज होती. त्याची गवंडी नावाचे कॉन्ट्रॅक्टर यांनी तपासणी केली. तळमजल्याची एक मजली तुळई खूप मोठी लांब-रुंद होती. ती सर्व वाळवीने खाल्ल्यामुळे पोकळ झालेली आहे असे त्यांच्या निदर्शनास आले. गवंडी यांनी आमच्या चौथ्या मजल्याचे बांधकाम-नकाशे काढून नगरपालिकेकडून मान्य करून आणलेले होते. त्यामुळे त्यांचा सल्ला योग्यच होता. पुढे त्यांनी सुचवले. "कामगारांचे जाणे-येणे, वर्दळ, वजनदार हत्यारे-अवजड सामान असल्याने मधली तुळई तुटली तर घरच पडेल, जुनं बांधकाम आहे. आकाश फाटलं तर कुठं-कुठं ठिगळ लावणार, त्यातला हा प्रकार आहे. त्यामुळे तुळई बदलणे योग्य होईल. सर्व कामाची मी जबाबदारी घेतो. जॅकची सोय करून, पडलेल्या जुन्या लाकडातून एखादी तुळई तेथे बसवता येते का बघतो! असे आश्वासन दिले. 'घर पुन्हा पक्के होईल!' पुढे त्यांनी असे सुचवले की जुनी बळदं, कोनाडे, अर्धवट पडलेले जिने-भिंती काढून टाकू, जागाही वापरायला मिळेल. गवंडी हे अनुभवी होते. त्यांचे म्हणणे भाऊंनी मान्य केले. खर्च अधिक वाढणार याची चिंता होती पण ते काम करणे गरजेचे होते.

गवंडी यांनी कडेपाटाला चहूबाजूने जॅक लावले. मधली वाकलेली पोकळ झालेली तुळई अधिकच वाकली. नव्हे, ती केव्हाही तुटेल अशी भीती होती.

तुळई आता तुटण्याच्याच मार्गावर होती. तिच्या पोकळीतील वाळवीच्या मुंग्या बाहेर पडायला सुरुवात झाली. त्यांची पाण्यासारखी धार लागली.

पावसाळ्यात छतावरून गळणाऱ्या पाण्यासाठी आपण बादल्या, घमेली, पातेली ठेवतो तशी आम्ही घमेली ठेवली. फार वेळ न दवडता अंगणात होळी पेटवली. त्याच्या ज्वाळेत वाळवीने भरलेली तीनचार घमेली रिकामी केली. असा यज्ञ यापूर्वी कधी कुणी केला नसेल. अशा तऱ्हेने छताचे, तुळई-वाळवीचे निर्दालन करून घर नीट-स्वच्छ, राहण्यासारखे केले. भाऊंनी खूप कष्ट केले. आम्ही मुले, गवंडी-कंत्राटदार व सर्व मजुरांचे हातभार लागले. तो दिवस आजही आठवतो. ते चित्रच डोळ्यांसमोर उभे राहते.

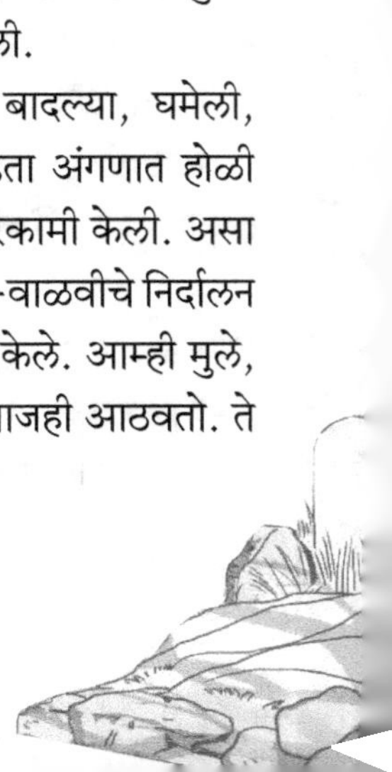

कसे का होईना, पण डोक्यावर छप्पर तर मिळाले.

वरवर पाहता पत्र्याची शेड घातली, पट्ट्या बदलल्या की काम आटोक्यात आले असं वाटले. पूर्वीच्या भिंती, तळघर, जमीन हे सारे शेणानी सारवलेले असे. मातीतलं ते घर! घुशी, उंदीर यांनी मनसोक्त खेळून-खेळून भिंती व जमिनीखाली बोगदे तयार केलेले होते. त्यांच्याही निपटारा करायचा होता. त्यांच्या पाठोपाठ कोळ्यांची जाळ्या, लहान-मोठ्या पाली, जिजामाता बागेत भरपूर झाडी त्यामुळे त्यांच्या बुडाशी लपलेले साप, इतर सरपटणारे प्राणी यांची वस्ती होतीच. झाडांच्या फांद्यावर अनेक पक्ष्यांची घरटी होती. पक्ष्यांची अंडी म्हणजे सापांचे उदरभरणाचे साधनच. जिजामाता बागेचा खालचा भाग म्हणजे तेथे बळद होती, तेथून उंदरांची रांग आमच्या घरात येई, त्यांच्या मागे सापही असत.

जिजामाता बाग आणि आमच्या घरासमोर (आंबेकर बोळ) एक ५०-६० वर्षांपूर्वीचा पिंपळाचा डौलदार वृक्ष होता. फांद्याच्या बेचक्यात कावळ्यांची घरटी होती. घारी मात्र बागेतील साप पकडून पिंपळाच्या झाडावर बसून बिनधास्तपणे सापाचा फडशा पाडायच्या.

कावळ्याची जात तशी हुशार! आम्ही आमच्या घरातील खाटेच्या लोखंडी ‘व्ही’ आकाराच्या जाड तारा घमेल्यात काढून ठेवल्या होत्या. खाटेची दुरुस्ती झाली की तारेची खाट व्यवस्थित झाली असती. कावळे आमच्या पत्र्यावर घिरट्या का घालतात, ते कळेना झाले. कावळ्यांची घरं मजबूत झाली ती आमच्या घमेल्यातील तारांनी, असं नंतर कळलं. आपलं घर आणि वृक्ष हे आपले नसतात. पक्ष्यांची सोय निसर्गाने केलेली असते.

चौथ्या मजल्यावर राहत असतानाचा हा प्रसंग. आईने बहिणीच्या पायातील खुळखुळ वाजणारी चांदीची साखळी एका वाटीत काढून ठेवली होती. आम्ही घरात नसताना कावळेबुवांची नजर खिडकीतून वाटीवर गेली. कावळ्याला ती चमकणारी साखळी बहुमोल वाटली आणि त्याने संधी मिळताच साखळी चोचीत धरून पिंपळाच्या झाडावर नेली. साखळीची चोरी झाली, त्याचा गवागवा वाड्यात झाला. चोरी झालीच कशी, यावर दोन दिवस वाड्यात चर्चा होती. कावळा आपल्या घरात आनंदाने गेला. चोचीतील साखळी काढताना ती पायाच्या नखात अडकली आणि कावळ्याचं सगळंच अडकलं. त्याला नीट उडता येईना की बसता येईना. पंखांना बळ मिळेना, चोचीला अन्न मिळेना.

तीन दिवसांनी हा कावळा उपासमारीने रस्त्यावर पडलेला दिसला. त्याच्या पायात चांदीची साखळी होती. ती चांदीची साखळी आम्हाला मिळाली. साखळीचोराला कायमची शिक्षा मिळाली. (ही कथा दर्भाचा कावळा-कथासंग्रहात प्रसिद्ध केली आहे.) एकूणच काय चोरीचा माल पचत नाही म्हणतात, तेच खरं.

उन्हाळ्यात माकडांच्या टोळ्या जिजामाता बागेत यायच्या. त्या टोळ्या आमच्या घराच्या पत्र्यावर ठाण मांडत, घरात घुसून नासधूस करत. त्याची आम्हांला भीती वाटत असे.

आणि आम्ही सगळे दोन महिन्यांनंतर एकत्र राहायला आलो. कसंही असलं तरी डोक्यावर छप्पर तर मिळालं. जमिनी कुळांकडे गेल्याने गावाकडची माणसं येणं बंद झालं. पाहुणे–पुण्यात मजा करण्यासाठी येत असायचे, ते थांबले. अशा अडचणीत भाऊंनी घर कसे सांभाळले असेल, याचा विचार माझ्या मनात डोकावत असे. शिवाय धाकट्या काकास येरवड्याच्या मेंटल हॉस्पिटलमध्ये ठेवावे लागले. त्याच्या तेथील पैशाची व्यवस्था व इतर बाबी होत्याच.

तीन वर्षे–एक हजार पेक्षा जास्त दिवस–कशी काढली ते आमचं आम्हालाही कळलं नाही. मानसिक, आर्थिक छळ, जणू हिटलरच्या छावणीतील कॉन्सन्ट्रेशन कॅम्प. ते दिवस आठवून अंगावर काटा उभा राही.

अशा बिकट परिस्थितीतही मोठा भाऊ एमएसस्सी (स्टॅटेस्टिकस) झाला. धाकटी भावंडं बी.कॉम.च्या परीक्षा देत होती. बहिणीसाठी वरसंशोधन करायचे होते.

माझे एनसीएल संशोधनाचे कार्य मार्गाला लागले होते.

कठीण परिस्थिती होती, पण 'केल्याने होत आहे रे.' समर्थांचे वचन हेच कामी आले आणि सारे निभावून त्यातून बाहेर पडलो.

■■■

। १० ।

अनुपम भाऊबीज

दुपारची वेळ. जेवणाऱ्या सुट्टीत माणसं-ऑफिसर भेटत नाहीत, पण माझं एक महत्त्वाचं काम होतं म्हणून या सरकारी कार्यालयात आलो होतो.

विवेक वामन देशपांडे- सी.ई.ओ. अशी पाटी ऑफिसच्या भिंतीवर झळकत होती. ते या कार्यालयाचे मुख्य अधिकारी आहेत. त्यांना मला भेटायचं आहे असे तेथील एका माणसास सांगितलं.

“सध्या काही काळासाठी साहेब रजेवर आहेत.”

“कधी असतील, रजेवरून केव्हा परत येतील?”

‘‘मी काही त्यांचा प्यून नाही किंवा पी.ए नाही. ते तुम्ही दुसऱ्याला विचारा!’’ असे उत्तर त्याने दिले. अगदी सरकारी प्यून या पदाला शोभेसे. पण एकाने त्यांच्याबद्दलची बातमी दिली.

विवेक या नावावरून ते खरोखर विवेकी, सभ्य आणि साधेसुधे गृहस्थ आहेत. शिवाय आपल्या सहकारी लोकांना त्यांच्या घरगुती, शैक्षणिक, अडचणीप्रसंगी मदत करणारे आहेत. सहसा मोठा अधिकारी अशा घरगुती चौकशी करत नाही. त्यांना ते अप्रतिष्ठेचं वाटतं. तसा हा माणूस माणुसकी जपणारा आहे. त्यामुळे लोकांना/सेवकांना त्यांच्याबद्दल खूप आदर होता.

असं काय कारण असेल- काही अघटित घडलं असेल का, ज्यामुळे विवेक देशपांडे ऑफिसमध्ये येत नाहीत, याची चिंता लोकांना वाटत होती. पण कारण

मात्र कळत नव्हतं. ऑफिसच्या कामानिमित्त मध्य प्रदेश, इंदूर, भोपाळ इकडे कुठे तरी गेले असावेत असा तर्क लोकांनी केला होता. ते नसल्यामुळे माझं काम खोळंबून राहिलं.

विवेकराव आपल्या मोटारीने पुण्याहून निघाले होते. त्यांचे आई/वडील मूळचे भोपाळचे. गेले खूप दिवस गावी जायचे त्यांच्या मनात होते. पण कामामुळे त्यांना वेळ काढणं जमलं नव्हतं. अखेर पावसाळा संपला. दसरा दिवाळीच्या सुट्टीच्या दरम्यान आपण सर्वच जाऊ असं पक्कं केलं होतं आणि त्यानुसार त्यांनी आज पुणे सोडलं.

त्यांची गाडी उत्तम प्रकारची, नावाजलेल्या कंपनीची होती. अगदी हव्या त्या रंगाची. त्यामुळे त्यांचा उत्साह दुणावला होता. दुपारचे जेवण आटपून ते निघाले.

विवेकरावांनी स्टिअरिंग व्हीलचा ताबा घेतला. तसे ते सराईत व कुशल गाडीचालक होते. आपले आई-वडील, पत्नी असे एकत्रितपणे आजोळच्या दिशेने प्रवास करत होते.

आकाशाचा निळ्या रंगात बदल झाला. विविध रंगांनी आकाशाचे फूल उमलू लागले होते. आता पायाशी पडणारी आपली सावली मागे मागे जाऊ लागली. निसर्गाने तळपता सूर्य लपवला आणि रात्रीचा कंदील दाखवला. आसमंतात मोठा बदल झाला. तसा विवेकरावांनी आपल्या वेगाला आवर घातला. तेच तंत्र चार चाकीलाही असतं. विवेकरावांनी गाडी धीम्या धीम्या वेगाने घेतली. रस्त्या-रस्त्याला लहान–मोठ्या जुन्या पाट्या दिसू लागल्या. अपघाती वळण, वाहने सावकाश चालवा, वेग आणि मनावर नियंत्रण ठेवा, प्रवास सुखकर व्हावा हीच अपेक्षा, अशा सर्व पाट्या रंग उडालेल्या, धुळीने माखलेल्या विवेकरावांना पाठ होत्या. त्यांचा मनावर ताबा होताच की. त्यात नवीन असं काहीच नव्हतं. पुढे जात असताना अचानक कच्चा रस्ता सुरू झाला. त्याची मात्र पाटी नव्हती.

रस्त्याच्या कडेने लहान-मोठ्या आकाराच्या खडीचे ढीग दिसत होते. जणू आकाशाला काळ्या ढगांनी व्यापून टाकावे, असे ते दृश्य होते. खडी रस्त्यावर अस्ताव्यस्त पडलेली होती. काही खडे गाडीच्या टायरमध्ये घुसले. आत बसणाऱ्यांना चांगलेच हिसके बसत होते. विवेकरावांना काळजी वाटू लागली. रस्त्याला मोठ्या वाहनांची रहदारी नव्हती की त्यांचा मिणमिणता दिवाही नव्हता.

अचानक गाडीचे स्टिअरिंग अडकल्यासारखे झाले. आता मात्र त्यांची

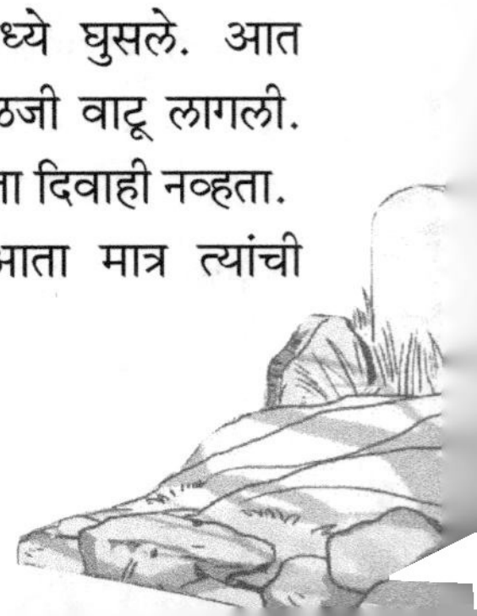

घालमेल झाली. अंगाला घाम फुटला. गोगलगायीच्या चालीने चाललेली गाडी रस्त्याच्या कडेला असलेल्या खड्ड्यात कोसळली. रस्त्याच्या कामासाठी तेथील मुरूम माती रस्त्यासाठी पसरलेली होती. विवेकरावांसमोर अंधारच अंधार पसरला. त्या दणक्याने स्टेरिंगवर त्यांचे डोके आपटले. संवेदना बधिर झाल्या. जणू कोणी तरी त्यांना पोत्यात घातले असं वाटले. हात पाय कुठं-कुठे आहेत काही काही कळेना. शरीरावरच्या जखमांतून रक्त वाहू लागले. गाडी उलटी पालटी होऊन ड्रायव्हरच्या सीटच्या बाजूची चाके हवेत तरंगत होती. थोड्या वेळाने शुद्ध आली. त्यांनी डोळे उघडले. त्यांना स्वतःला सावरायला थोडा वेळ लागला. गाडी आपटल्याने गाडीच्या काचांचा भुगा झाला होता. महत्प्रयत्नाने त्यांनी ड्रायव्हर साईडचे दार उघडले. उलटलेल्या गाडीतून ते खाली उतरले. गाडीत बसलेली पत्नी, आई-वडील यांची तीन गाठोडी एकमेकांवर ठेवलेल्या स्थितीत होती. ते पाहून अधिकच सुन्न झाले. मग देवाने मलाच का वाचवलं? डोळ्यांतल्या अश्रूंसह ते खड्ड्यातून हमरस्त्यावर आले. रस्ता हरणासारखं मोठं श्वापद अजगराने गिळून पडल्यासारखा सुन्न पडला होता. झाडांची हालचाल नाही, एकही वाहन नाही. फक्त रातकिड्यांच्या आवाजाने तेथील वातावरणात भीतीच भरलेली होती. रात्र वैऱ्याची आहे, सावध राहा; असं अंधार जणू सूचित करत होता.

विवेकरावांना बोलता येत नव्हतं. तोंड उघडल्यावर त्यातून काचेचे तुकडेच बाहेर पडले. प्रथम त्यांना वाटलं, आपले दातच पडले आहेत. काचा व रक्ताची गुळणी त्यांनी बाहेर टाकली.

दूर गावचे दिवे मिणमिणत होते. त्या अंधाराला छेद देऊन एक वाहन येताना दिसू लागली. आता मदतीची आवश्यकता होती. ती गाडी गस्त घालणाऱ्या पोलिसांची होती. पोलिसांनी पाहिलं की एक माणूस खडीच्या ढिगाऱ्यावर बसलेला दिसतोय. जीप थांबली.

"काय रे, इथं या अंधारात दारू प्यायची तर बारमध्ये जायचंस की?" तो पोलीस जवळ आला. हातातली काठी खडीवर आपटली.

"अहो मी दारूड्या नाही. मी सरकारी अधिकारी आहे. बायको व आई-वडील गाडीत बसलेले असताना गाडी खड्ड्यात पडली. त्यांना व मला काय झाले ते तरी बघा."

पोलिसांनी खड्ड्यात पडलेली गाडी बघितली. उलटलेली गाडी बघून ते 'सॉरी!'

म्हणाले. मला त्याने जीपमध्ये बसवले. पाणी दिलं; थर्मासमधला चहा दिला.

"अहो, चहा राहू द्या बाजूला. आधी माझ्या घरच्यांना काय झालंय, ते बघा." त्या पोलिसांनी एकूण परिस्थिती बघितली आणि त्यांची वरिष्ठ मंडळींबरोबर फोनाफोनी झाली. पोलिसांच्या गाड्या, ॲम्ब्युलन्स आवाज करत खडीच्या रस्त्यावर उभ्या राहिल्या. बरेच पोलीस खाली उतरले. काहीजण मदतीसाठी एकमेकाला खड्ड्यातही मदत करत उतरले.

खाली पडलेल्या मोडक्या गाडीत बसलेले विवेक यांचे पत्नी, आई-वडील यांचा जागीच मृत्यू झाला होता. ते एकटेच वाचले होते. त्यांना ऑफिसचा नंबरही आठवेना. गालफडात अजून काचेचे तुकडे असावेत, ते टोचत होते. बधिर झाले होते. ते सांगू लागले.

मोडक्या गाडीचा, मृतदेहांचा पंचनामा, पोस्टमार्टम हे सारं अहमदनगर हॉस्पिटलमध्ये केला. माझ्या जवळच्या लोकांची साधारण माहिती दिली. पुढे अधिक काय सांगणार होतो.

नाही म्हणाल तर मुलगा होता. सध्या तो अमेरिकेत असतो. गेल्या दहा वर्षांत त्याचा ठावठिकाणा, आणि दूरध्वनीही माहिती नाही. पत्रव्यवहार नाही. तर मी कोणत्या तोंडाने त्याची माहिती देऊ आणि माहिती असती, तो आला तरी त्याने आमची व्यवस्था वृद्धाश्रमात केली असती.

"ठेविले अनंत तैसेची रहावे झालं!"

विवेकराव हे सांगत होते, यावरून आठवलं, 'सावरकरांना सेल्युलर जेल, अंदमानात जेरबंद ठेवले होते. १०x८ फुटाची कोठडी, १२ फुटांवर एक छोटी भल्या मोठ्या जाड दणकट सळया असलेली खिडकी. काही काळानी सावरकरांचे मोठे बंधू त्याच जेलमध्ये आहेत त्यांना कोणी तरी माहिती दिली. तेव्हा सावरकर उद्गारले, "सुख इतकं दु:खद असतं ते मी आज अनुभवत होतो."

आई-वडील आणि पत्नीचे अंत्यविधी उरकले आणि अत्यंत विषण्ण अवस्थेत मी पुण्याच्या घरी आलो आणि पुन्हा ऑफिसला दाखल झालो. अनेक जवळपासचे लोक सांत्वनासाठी आले-भेटून गेले.

माझं दुःख दूर करावं, हलकं करावं या दृष्टीने ऑफिसने मला फिरतीची जबाबदारी दिली. खरं तर मी स्वेच्छानिवृत्ती स्वीकारली असती, पण पुन्हा एकटं राहून प्रश्नांच्या मधमाश्यांचं पोळं मनात तयार होईल. नकोच ते. असं म्हणून मी

परत कामाला लागलो. 'एकटा जीव सदाशिव'. नकोच ते! नियती यापुढे काय दाखवणार आहे कोणास ठाऊक! आयुष्याची वाट चालत राहिलो!

विवेकराव कार्यालयीन कामानिमित्त इंदूर-भोपाळ-मध्यप्रदेश जाण्यासाठी निघाले होते. त्यांचे प्रथम वर्गाचे तिकीट होते. पुणे स्टेशनवरून दिल्लीकडे गाडी काही वेळात निघणार होती. माझ्या कुपेमध्ये अजून तरी कोणी प्रवासी आला नव्हता. त्यांच्या घरीही अशाच काही अडचणी आल्या की काय, का इथं मी एकटाच, एकांतवास.... असे विवेकरावांच्या मनात आले. मागच्या घटनेचा अनुभव स्मृतिपटावर आला आणि विरघळून गेलाही. तेवढ्यात रेल्वेचा तांबडा डगला, खांद्यावर बॅग, दंडावर पितळी बिल्ला असलेला माणूस / कुली सुटकेस ठेवून गेला. दाराच्या बाहेर तो कोणाशी तरी बोलण्यासारखा वाटला. स्त्रीचा आवाज असावा आणि ही शंका खरी ठरली. कोण असेल? माझी उत्कंठा वाढली. एक का दोन प्रवासी???

समोर ठेवलेल्या बॅगेवरचं अस्पष्ट नाव स्टिकरवर दिसत होतं. प्राचार्य जयश्री.... पुणे आणि संस्थेचे नाव मात्र फिसकटून गेलं होतं. या बाई नीटनेटक्या उच्चशिक्षित असाव्यात. विवेकरावांचा अंदाज बरोबर होता. पण प्रत्यक्ष बोलण्यावरून कळेलच की! त्या बाईंना-प्राचार्यांना-पाहून विवेकरावांना आपल्या पत्नीची आठवण झाली. बायकोलाही सोज्वळ, स्वच्छ, तलम सुती, नाजूक फुलांची कपडे/साडी परिधान करायला आवडे. त्यामुळे तिचा सोज्वळ चेहरा अधिकच उठून दिसे. काही काळासाठी ते भूतकाळात गेले. आता फॅशन या नावाखाली विचित्र रंगाचे-आकाराचे कपडे आजच्या मुली घालू लागल्यात.

आता आम्ही दोघेच कुपे (कुपी) मधील प्रवासी. कोणीच प्रवासी येऊ नयेत अथवा टीसीने वेगळेच प्रवासी (दारू सिगारेटवाले..) घुसवू नयेत असं वाटत होतं. एकूण त्रासदायक प्रवासी सोबत नकोत. आणि खरोखर टीसी आला नाही आणि इतर प्रवासीपण नाही.

त्या प्राचार्य बाईंनी आपल्या बॅगेतून छान रंगीत बेडशीट काढली. अगोदर सोबत आणलेल्या फडक्याने झोपण्याची जागा स्वच्छ केली. बेडशीट अंथरली. एक भरजरी शाल पायाशी ठेवली. रबराच्या उशीत तोंडाचा चंबू करून हवा भरली. हवी योग्य तितकी भरली गेलीय, याचा अंदाज घेऊन उशीचं तोंड बंद केलं. उशी खिडकीपाशी ठेवून झाली. बाई हुश्श करत त्या बेडवर आसनस्थ झाल्या.

खिडकीबाहेर काय दिसणार होतं. अंधार होता? दिसली असती तर फक्त भुतं. (भूत कोणी पाहिलं आहे?)

आम्ही लहान असताना गात असू ती 'पळती झाडे पाहू या, मामाच्या गावाला जाऊ या, मामाचा वाडा चिरेबंदी' अशी बडबडगाणी आठवली. आता आमच्या दोघांचीही ती वयं नव्हती. आनंदाचे, बालपणाचे क्षण संपवून बसलोत! दुःख पचवून वानप्रस्थाश्रमाच्या प्रवेशद्वारापाशी पोहोचलो होतो. रेल्वेची चाकं फक्त फिरत होती. गाडीच्या चाकांचा आवाज 'सा रे ग म प ध नी सा' ऐकत बराच वेळ गेला.

समोर बसलेल्या बाई प्राचार्य असल्याने त्यांना ही शांतता, अंधार, गंभीर व रोगट हवा स्वस्थ बसू देत नव्हती. त्यांची जीभ चळवळ करू लागली.

व्यवसायामुळे बडबड, शब्दाशब्दांचे लहान-सहान झरे, त्यांचे ओढे कसे थांबवणार?

"अय्या! अहो आपणच दोघे या गाडीत कुपेचे प्रवासी की!"

'अय्या'ऽऽ! हा शब्द खूप दिवसांनी विवेकरावांनी ऐकला. निसटत्या झोपेत त्यांना जाग झाली. एकमेकांशी काय बोलावे हे दोघांनाही उमजले नाही. पण बाईंनी आपली जीभ उचलली. "बरं झालं बाई, आपण गप्पा तरी मारू या इकडच्या तिकडच्या!"

"सर! तुम्ही कुठे जाणार?" या प्रश्नांनी गाडी रुळावरून पुढे सरकली. बाईंची टकळी सुरू झाली. मी त्यांच्यासमोर बसलेला एक विद्यार्थी होतो.

"मी जयश्री. पुण्यातल्या एका कॉलेजात प्राचार्य म्हणून काम करते. शिक्षकी पेशात एक बरं असतं, शिक्षिका-विद्यार्थी मुले आजूबाजूला, त्या मुळे एकटेपणा जाणवत नाही. मुला-मुलींशी कोणत्याही विषयावर गप्पा मारता येतात. हल्लीची मुलं-मुली खूप हुशार, चोखंदळ, व्यवहारी, नवं-नवं तंत्र त्यांनी इतकं पटापट आत्मसात केलेलं असतं की काही विचारू नका. नाहीतर आम्ही बाळबोधी आई-वडिलांनंतर शिक्षिका/शिक्षकांचे हात धरून पुढील आयुष्याची अवघड वाटचाल केली."

"तुम्हांला कोणत्याही विषयावर गप्पा मारता येतात?" विवेकरावांनी चाचपडत विचारले, तेही खूप विचार करत.

'म्हणजे काय?'

प्राचार्यांना या प्रश्नांना उत्तर कसं द्यायचं ते आठवत राहिल्या.

"अहो ते सोपं आहे, काही अंतर ठेवून, त्याची मला सवय आहे!''

"म्हणजे नेमकं काय!'' विवेकराव

"अहो, मी तर सध्या एकटाच आहे. मला या वानप्रस्थाची, एकटेपणाची सवय करावी लागणार आहे.''

"म्हणजे तुमच्या आयुष्यात काही घरगुती किंवा क्लिष्ट, अप्रिय गोष्टी असतील तर नका सांगू. आयुष्याच्या प्रत्येक वळणावळणावर, सहज सोपं असं काही नसतं. म्हणून तर म्हणतात ना, एक धागा सुखाचा शंभर धागे दुःखाचे!''

बाईंच्या प्रश्नांना कसं उत्तर द्यावं या विचारात असताना त्यांना काही महिन्यांपूर्वीच घडलेला प्रसंग आठवला. तीन निष्प्राण देह व उलटी झालेली चार चाकी गाडी...?

विवेकराव मनात उत्तराची जुळवाजवळ करत थांबले, निःशब्द झाले. "फार काही वाईट वाटून घेऊ नका हो! माझ्याकडून विद्यार्थ्याला विचारावं तसं झालं माझं!"

"अहो, तसं नाही, पण घटना तशीच घडून गेली. होत्याचं नव्हतं झालं एका क्षणात! दुर्दैव हात धुवून माझ्या मागे लागलंय," असं म्हणत घटनेचं स्वरूप सांगितलं. ते असं–

"मी, पत्नी, आई–वडील यांना घेऊन अहमदनगरला निघालो होतो. आजोळी. गाडीचा चालक मीच होतो. गेली कित्येक वर्षं चारचाकी चालवत आहे. पण नियतीला ते मान्य नव्हतं. रस्त्याचं काम चालू होतं. लहानमोठी खडी रस्त्यावर अस्ताव्यस्त पडली होती. रबरी टायरच्यामध्ये अनुकुचीदार लहानमोठे खडे घुसले. त्यामुळे खूप कसरत करावी लागली. स्टिअरिंग ही वेडीवाकडी होत गेली. मोटारीने रस्ता बदलला. ते समजायच्या आत कडेला असलेल्या मोठ्या खड्ड्यात गाडी उलटीपलटी होत, दणादण आपटत ती माळरानावर स्थिरावली. ड्रायव्हरच्या बाजूला पडली. पत्नी-आई-वडील एकमेकांवर आढळले होते. मी कसातरी बाहेर पडलो. त्या अवस्थेत माझे दातही तुटले आहेत असं वाटल्यावरून तोंड उघडलं. तेव्हा तोंडातून काचेचे तुकडे बाहेर पडले. त्या तिघांची काही हालचाल मला जाणवली नाही. हे दृश्य पाहून.... हे सगळं विचाराच्या पलीकडे होतं.

"कसाबसा त्या खड्ड्यातून रस्त्यावर आलो. काळ्या डांबराचा रस्ता सुस्त

अजगरासारखा अपुऱ्या उजेडात पडलेला दिसत होता. निर्जन, शांत वातावरण. रातकिड्याच्या आवाजापलीकडे फक्त अंधाराची गुहाच. कोणाला हाक मारणार मदतीला? दूरवरचे दिवे मंद-मिणमिणे दिसत होते. म्हणजे वस्ती खूप दूरवरच होती. काही वेळ असाच काढला. देवाच्या कृपेमुळे एक छोट्या वाहनाचा दिवा जवळ आला. मंद प्रकाशाचा मला आधार वाटला. 'बुडत्याला काडीचा आधार' असं म्हणतात तसं माझं झालं!

"तो मिणमिणा दिवा जवळ आला. ती गस्त घालणाऱ्या पोलिसांची जीप होती. त्यातील पोलीस क्षणात माझ्या मदतीला आले. मदतीसाठी फोनाफोनी झाली. मोठ्या काळजीपोटी माझी, जवळपासच्या नातेवाइकांची, फोन वगैरेची चौकशी केली. त्यांचे संदेश दूरवर पोहोचले.

"खूप दिवसांत कोठे टूरवर गेलो नाही. आत्ता इंदौर/इंदूर भोपाळकडे निघालो होतो. प्रेक्षणीय स्थळ, नातेवाईक आहेत. त्यांची भेटीगाठी होतील असे वाटले."

प्राचार्या जयश्रीबाई काही सेकंद थांबल्या. त्यांनाही त्यांची कथा-व्यथा सांगाविशी वाटली.

"असंच काहीसं माझ्या गतकाळात घडलं. मला दोन मुले, मोठी हुशार-देखणी वेलएज्युकेटेड आहेत. दोन्ही मुलं आपल्या संसारात, अमेरिकेत स्थायिक झाली आहेत. माझे मिस्टर दोन वर्षांपूर्वी निजधामास गेले. मुलांकडे जाणं, तेथील वातावरण यात जमीन आसमानाचा फरक आहे. 'गड्या रे आपला गावच बरा!' आमची मोठी जागा, स्वतंत्र बंगला आहे. आजउद्या मुलं परत येतील अशी आशा धरून ऐसपैस बंगला बांधला. खोल्या वाढवल्या, जाऊ द्या ते. आता काही निवडक विद्यार्थी-गरजू यांना आर्थिक मदत म्हणून मी त्यांच्या फिया भरते व किरकोळ मदत करते. जवळचे नातेवाईक आता खूप दूर गेले. यजमान गेल्यानंतर संबंध संपला. नात्याची साखळी खिळखिळी झाली. मुलं 'मोठ्या बाई' म्हणून आदराने मला हाक मारतात. मोठी प्रेमळ मायाळू पोरं आहेत. अमेरिकेतली मुलं मात्र माझ्या इस्टेटीवर डोळा ठेवून आहेत हे मला ठाऊक आहे. मी एकटी व नंदा नावाची बाई अशा दोघी राहतो. त्या घरकाम, स्वच्छता व स्वयंपाकाचे बघतात, विश्वासू आहेत.

"एकटेपणाचा फारच कंटाळा आला की अशाच ट्रीपला एकटी जाते. आज जसे रेल्वे डब्यात भेटलो. एकाच बोटीतील प्रवासी आहोत ना!" बोलता-बोलता अधिक गोष्टी उलगडत गेल्या. नि:संकोचपणे त्या बोलत होत्या. एखादं गुप्त सिक्रेट

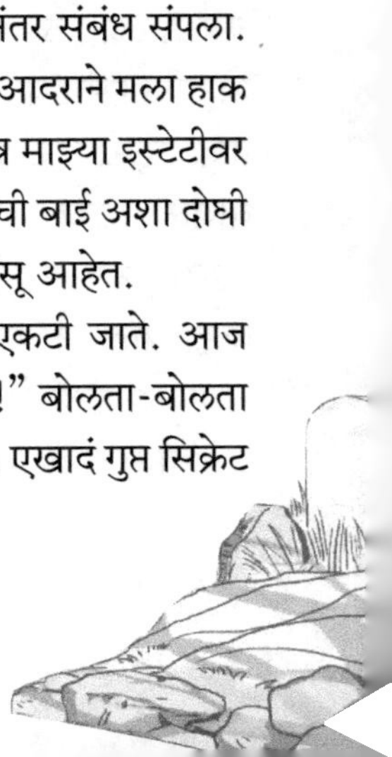

दुसऱ्याला सांगावं तसं!

रेल्वेची चाकं आणि गप्पाष्टक त्याच वेगानं पुढं-पुढं सरकत होतं. त्या गप्पांनी खूप ऊर्जा दिली. जीभही मोकळी झाली. भूतकाळातील काळे-काळे ढग विरळ होत गेले, तसा जयश्रीबाईंनी आपला भूतकाळ दाबून टाकला. "पुढील आयुष्य असेच टक्कर देत काढायचे आहेत याची जाणीव मनात भीती उभी करते हो. घुशीने मन पोखरावं तसं होतं. नाही म्हटलं तरी विचार डोकावतोच, बघू या!"

रेल्वेची चाकं अधून-मधून वेगात, खडखडाट करत तर कधी ट्रॅक बदलण्याचा आवाज करत होती. आलटून पालटून स्टेशन्स, प्लॅटफॉर्मवरची हिरमुसल्या चेहऱ्याची गर्दी मागे सारत होती. प्रेमाच्या व्यक्तीच्या स्वागतासाठी अतीव प्रकर्षाने धावावं असं प्रेमिकांचं होतं तशी रेल्वेची घोडदौड चालू होती. गाडी पुढं सरकत होती. गप्पांचा संग्रह संपला. विवेकराव व प्राचार्या जयश्री यांच्या डोळ्यांवर झोपेचं राज्य आलं. दोघंही ब्लँकेट शाल अंगावर ओढून निद्रेच्या स्वाधीन झाले. तसं म्हणाल तर पडत्या गाडीतील अशी झोप सुरक्षित कधीच नसते. अर्धवट जागा मेंदू मनात गोंधळ घालत असतो.

गाडी आणि रूळ यांच्यातून काही तरी विचित्र आवाज यायला लागले. अशा त्रासदायक आवाजाने ते दोघे उठले. असं काय होतंय, धरणीकंप, भूकंप, रुळांची मोडतोड वगैरे म्हणेपर्यंत इंजिनच्या पाठीमागचे डबे ट्रॅकवरून घसरले आणि काही डबे जमिनीवर आपटलेसुद्धा आणि एकच गोंधळ, गडबडा, रडारड, आरडाओरड सुरू झाले. एकूण, हवेत भयाचे वातावरण पसरले. ही घटना दोन स्टेशनच्या मध्यभागी घडली होती. वजनदार बॅग-पिशव्या दणादण लोकांच्या अंगावर कोसळल्या. कोणाचे हात-पाय, डोकं कुठेतरी कचाट्यात सापडले होते.

विवेकराव व प्राचार्यांची अशीच गंभीर अवस्था झाली. त्यांना जागेवरून उठणं अशक्य होतं. सगळा गुंताच गुंता होता. मदतीची अपेक्षा करत आहे त्या अवस्थेत तळमळत होते. या अवस्थेत कोणालाही सहजपणे उठणं-बसणं अशक्य होतं. बाहेर पडायला दारं उघडली जात नव्हती. खिडक्यांना लोखंडी सळ्या, त्यातून बाहेर कसे पडणार? सगळा गुंतागुंतीचा मामला होता. काहीजण जखमी अवस्थेत सामान घेऊन, उड्या मारून एकमेकांना साहाय्य करून बाहेर पडले.

त्यामानाने विवेकराव जयश्रींच्या कुपीमध्ये सांदीकोपऱ्यात गाठोडं बांधल्यासारखे गुपचूप कण्हत होते. त्यांच्या हातापायाला जखमा झाल्या होत्या.

रक्ताळलेले शरीर सांभाळत होते. तसे ते दोघेही शुद्धीत होते, तशी त्यांनी एकमेकांना ग्वाही दिली होती.

गाडीचे चार डबे रुळावरून घसरल्याची बातमी रेल्वे स्टेशन मास्तर, पोलिसांना कळवली गेली. त्याप्रमाणे त्यांची प्रवाशांच्या मदतीसाठी फौज दाखल झाली.

अपघातात सापडलेल्यांना ॲम्ब्युलन्समध्ये घालून सरकारी, निमसरकारी दवाखान्यात पाठवत होते. सरतेशेवटी या दोघांच्या कुपेपर्यंत मदतनीस आले. ''आम्ही येथे आहोत'' विवेकराव चिरक्या आवाजात येणाऱ्यांना सांगत होते. काही काळ तसाच गेला.

स्ट्रेचर घेऊन आलेले दोन कर्मचारी कुपेपाशी थांबले. त्यांनी प्रथम अस्ताव्यस्त पडलेल्या बॅगा उचलून बाहेर ठेवल्या. सामान, लोखंडी सळ्या बाजूला केल्या. "बाबा, काकू काही घाबरू नका. आम्ही तुम्हांला सुरक्षितपणे बाहेर काढू व दवाखान्यात ॲम्ब्युलन्समधून घेऊन जाऊ!" असे सांगत धीर दिला.

त्या दोघांची चौकशी केली. तुम्ही कोठले, राहण्याचा पत्ता, नातेवाईक-ऑफिस-फोन नंबर अशी माहिती टिपून घेतली. त्यांना अलगदपणे उचलून स्ट्रेचरवर ठेवले. कर्मचारी काय विचारत आहेत ते जयश्रीबाई ऐकत होत्या. विवेकरावांनी दिलेले त्या कोपऱ्यात ज्या बाई आहेत ती माझी बहीण आहे. पुण्यातच आम्ही दोघे राहतो आहोत, असे उत्तर ऐकले. त्या उत्तराने जयश्रीबाईंना धीर आला. म्हणजे नसेना का तो नातेवाईक, कोणी तरी तर अहे.

भाऊ-बहीण या नात्याचा आदर करत हॉस्पिटलमध्ये ॲडमीट केले. एका स्वतंत्र खोलीत जागा दिली. कर्मचाऱ्यांनी त्यांचे सामानही आणून ठेवले.

दवाखान्याच्या वास्तव्यात डॉक्टर किंवा पोलीस त्यांच्या नातेवाईक, विमा पॉलिसी, घराबद्दल विचारणा करत असत.

त्या चौकशीत विवेकराव म्हणाले, "मला एक मुलगा आहे. तो अमेरिकेत असतो. तो सतत नोकऱ्या व राहण्याचे ठिकाण बदलत असतो. सध्याचा पत्ता मला माहीत नाही. गेली पंधरा वर्षे त्याच्यासंबंधी मला माहिती नाही. त्याची चौकशी कॉन्सुलेट किंवा मित्रांकडे केली असता त्याच्याबद्दल एकच उत्तर 'माहीत नाही' असे मिळते. प्रत्यक्ष असा माणूस परागंदा झाला, त्याची मुदत सात वर्षांनंतर फरारी किंवा मृत समजावा असा कायदा आहे म्हणून त्यांनी त्याचा नाद सोडला. मुलगा या नावावर फुली मारली."

विवेकराव पुढे म्हणाले, "मी सरकारी (राजपत्रित) अधिकारी आहे. ऑफिसच्या कामासाठी भोपाळला चाललो होतो, तर या अपघातात सापडलो."

प्राचार्या जयश्रींनी आपली माहिती सांगितली. "माझा पुण्यात बंगला आहे. मी एकटी व सोबतीला चोवीस तास बाई असते. इतर खोल्यांत विद्यार्थी राहतात. त्यांच्या शिक्षणाचा खर्च मी करते. दोन मुलं आपल्या कुटुंबासह परदेशी स्थायिक आहेत."

दवाखान्यात ॲडमीट असल्यामुळे दोघांनाही पेशंटचे कपडे परिधान करावे लागले होते. विवेकरावांनी रेल्वे कर्मचाऱ्यांनी आणलेल्या बॅगा तपासल्या. पॅन्टमध्ये घड्याळ, घराची किल्ली, गळ्यातील सोन्याची साखळी व इतर सटर-फटर गोष्टी हाती आल्या. कोणाचेही फोन नंबर आठवले नाही. फक्त ऑफिसचा नंबर लक्षात राहिला होता. पण त्यांनी ही घटना कोणालाही कळवली नव्हती. कारण भेटणाऱ्यांच्या मदतीच्या ओघापेक्षा चौकश्याच जास्त. त्यापेक्षा ते नकोसं वाटलं. कारण मोटारीच्या अपघाताने मला खूप सतावलं. त्यात प्रिय पत्नी व आई वडील गमावले. वडिलांची इस्टेट, विमा पॉलिसी, लॉकर, त्यांच्या इस्टेटीतील वाटा कसा मिळेल याची गोळाबेरीज... त्यांच्या मनात आले. दुःख कोणाला झालं आणि सुख कोणाला? एक धागा सुखाचा, त्याची जबरदस्त किंमत मोजावी लागली. एकटेपणा मनाला गोचीडासारखा चिकटला.

प्राचार्या जयश्रीबाईंच्या अंगावरील जखमा अजून बऱ्या झाल्या नव्हत्या. विवेकरावांच्या पायाचे हाड व बरगडी फॅक्चर झाली होती. या उपचाराला एक महिना लागला.

फावल्या वेळात प्राचार्या जयश्रीबाईंनी एका विद्यार्थ्याला फोन करून झालेल्या घटनेबद्दल माहिती दिली. हॉस्पिटलमधून डिस्चार्ज सोडल्यावर आम्ही दोघे आपल्या बंगल्यावर राह्यला येणार आहोत. हा माणूस दुसरा-तिसरा कोणी नसून माझ्याबरोबर अपघातात पडलेला सज्जन माणूस आहे. तो सरकारी अधिकारी, वयाने मोठा, वर्तणुकीने उत्तम, घरंदाज आहे. त्यांनी याआधी एका अपघातात जवळचे नातेवाईक गमावले आहेत. या अवस्थेत त्यांना मदतीची गरज आहे. माणुसकी जपली पाहिजे, आत्ता सांगितले तसे कर. उगाच कोणाला काही सांगत बसू नकोस; गप्प राहा! असेही बजावले.

दोघांना घेऊन प्राचार्या जयश्रीबाईंच्या घरी ॲम्ब्युलन्स आली. आता आपण

कोठे आलोत, याची चौकशी विवेकरावांनी केली.

"अजून तुम्ही बरे झालेले नाहीत, तुम्हांला मदतीची आवश्यकता आहे म्हणून मी तुम्हांला आमच्या घरी आणलंय."

"तुमचा मोठा बंगला असेल पण जवळ कोणी मदतीचा माणूस नको का? आपण दोघेही एकाच तराजूत आहोत, एक इकडे, एक त्या पारड्यात. करू एकमेका साहाय्य हीच तर माणुसकीची शिकवण भगवान श्रीकृष्ण, श्री संत ज्ञानेश्वरांनी आपल्याला दिली आहे. ती आपण प्रत्यक्षात आणू या. पुढचे पुढे बघून ठरवूयात, असे सांगून आश्वस्त केले.

निसर्ग कोणासाठी थांबत नाही. ऋतूमागून ऋतू असं चक्र फिरते. आकाशातले पावसाचे ढग, पाऊसपाणी जमिनीवर ओतून रिकामे झाले, निवळले होते. आता ढगांचा काळा रंग जाऊन आकाशाचा मोरचुदी-निळा रंग होऊ लागला होता. सूर्यनारायणांनी आपली परिक्रमा पूर्ण करत आणली होती. आपली सावलीसुद्धा आखडली होती. दिवाळी सणाचं पाऊल पुढे पडायला लागलं होतं. गार वारा, आकाशातली धूळ खाली बसली होती. स्वच्छ व मस्त हवेचा आल्हाददायकपणा जाणवू लागला. दोघांच्या दुखण्याचा जोर उतरणीस लागला. प्राचार्या आपली घरातली कामे, फोनाफोनी किंवा बाजारहाट 'अस्ते कदम' करू लागल्या होत्या.

वसुबारसेचा दिवस आला. दिवाळी सुरू झाल्याची बातमी सर्वत्र पसरली. आनंदाला उधाण आले. नरक चतुर्दशी, अभ्यंग स्नान आणि पाडवा, भाऊबीज हातात हात घालून पुढे सरकत होते.

सूर्यास्तानंतर विविध रंगांच्या इलेक्ट्रिकच्या माळा, आकाश कंदील प्रत्येक घरावर चमकू लागले, डोलू लागले. एक प्रकाशमय, सुगंधी, अल्हाददायक वातावरणाचे वारे फिरू लागले.

जयश्रीबाईंनाही आपल्या घरी असं वातावरण पुनश्च व्हावं ही इच्छा मनात दाटून आली. गेले कित्येक वर्षं दिवस सुतकी वातावरणात गेला. हे ढगाळलेले वातावरण बदलून टाकावं असं वाटलं. सर्व विद्यार्थ्यांना हाताशी धरून या वर्षीचे लक्ष्मीपूजन, भाऊबीज दणक्यात करायचे असं मनात त्यांनी पक्कं केलं. त्याप्रमाणे काय करायचं याचं नियोजन केलं.

'त्या कोपऱ्यात पडलेली बाई माझी धाकटी बहीण आहे' हे शब्द जयश्रीबाईंनी मनाशी घट्ट धरून ठेवले होते. त्याप्रमाणे विवेकराव आता माझे बंधू ठरतात. तेव्हा

ही भाऊबीज साजरी करूया, असे त्यांनी ठरवले.

ही कुजबूज कॉटवर असलेल्या विवेकरावांच्या कानावर पडली. जयश्रीबाई म्हणतात तशी भाऊबीज साजरी करूया, पण आपल्याजवळ दमडीही नाही. मग ओवाळणी काय द्यायची, याचा विचार त्यांच्या मनाला चाटून गेला.

प्रा. जयश्रीबाई दिवाळीचे सामान आणण्यासाठी बाहेर पडल्या. विवेकरावांसाठी योग्य कपडे खरेदी कले.

विवेकरावांना आपल्या सामानाची आठवण झाली. बोगीतील काही सामान, पॅन्टमध्ये घड्याळ, पैसे, अंगठी, सोन्याची वजनदार साखळी ठेवलेली आठवली. बाकी सामान फेकून देण्याच्या लायकीचे झाले होते. सोन्याची साखळी बघितल्यावर त्यांना खूप आनंद झाला. आता हीच भाऊबीज असं त्यांनी ठरवलं. ती धुराळ्याने माखली साखळी धुवून स्वच्छ केली. आता ती नव्यासारखी दिसू लागली. आता हीच ओवाळणी धाकट्या बहिणीला भाऊबीजेनिमित्त देऊ!

सूर्य अस्ताला जात असताना आकाशात नारंगी रंगाची उधळण झाली. तो क्षणाक्षणाने समुद्रात डुबणार होता. अंधाराचं राज्य सुरू झालं होतं. दिवेलागण झाली. देवघरात तेल/तुपाच्या दिव्याचा मंद उजेड पसरला. बाहेर आकाशकंदील, दिव्यांच्या माळा चमचमू लागल्या. जयश्रीबाईंची एकच गडबड उडाली. जुनं चांदीचं ताम्हण, निरांजन, सुपारी, अक्षता याची जमवाजमव झाली. त्यांचा चेहरा आनंदाने उजळून आला. आधीच त्या गोऱ्या, रेखीव डोळे, डोळ्यावर चष्म्याची गोल्डन रंगाची फ्रेम, नवी सुंदर साडी नेसून घरात लगबगीने वावरत होत्या. हे दृश्य विवेकराव चोरट्या नजरेने टिपत होते. ही सर्व तयारी भाऊबीजेची असावी. संकटातसुद्धा परमेश्वर कसा भेटतो-मदत करतो याचं उदाहरण त्यांच्यासमोर आलं.

विवेकराव सहकुटुंब सिंधुदुर्ग समुद्रातल्या पाण्यात खेळत होते. तेव्हा एका माणसाने एक दूरवरच्या दिव्याची/मंदिरांची कथा सांगितली. तुफान वादळात एक बोट बुडाली. त्यातला एक नावाडी सैरभैर झालां होता. त्याला दूरवरचा मिणमिणता दिवा दिसला. त्या ठिकाणी आपल्याला संरक्षण मिळेल म्हणून तो पोहत त्या ठिकाणी पोहोचला. ते एक देऊळ होते. ते टेकडीवर होते म्हणून तो दिवा त्याला दिसला. ते देवळात गेला. त्याचे प्राण वाचले. या कथेची आठवण झाली. ऐनवेळी कोण मदतीला येतो ते आपल्या नशिबावर अवलंबून असते.

संध्याकाळी जयश्रीबाईंनी मोठ्या भावाला ओवाळलं. ताम्हण हातात ठेवून त्या उभ्या राहिल्या. या अवस्थेत त्यांच्याजवळ भाऊबीज कशी काय असणार? जयश्रीबाईंना स्वतःला काही मिळावं अशी हावही नव्हती. आपल्याला जपणारा सज्जन भाऊ मिळाल्याचे समाधान, आनंद झाला होता. नवीन कपड्यांमुळे तो अतिशय रुबाबदार दिसत होता.

"निरांजनाचे ताम्हण आहे तसे इकडे आण!"

भाऊबीज देण्यापेक्षा तुम्ही मला भेटलात हे देवाचे उपकार आहेत. आता आपण येथेच राहू. मोठा भाऊ मिळाला याचा आनंद मिळाला. हे मी कधीच विसरू शकत नाही, असेच त्यांच्या मनात होते.

ताम्हणात निरांजनाची प्रकाशमान ज्योत होती. अखेर जयश्रीबाई पुढे आल्या. ताम्हण विवेकरावांसमोर धरले. विवेकरावांनी हळूच खिशातून चमचम करणारी सोन्याची साखळी त्या ताम्हणात ठेवली.

जयश्रीबाईंनी खाली वाकून विवेकरावांना नमस्कार केला.

'असे संकट परत न येवो' असा आशीर्वाद शुभम् भवतु! विवेकराव म्हणाले.

काल रात्री जयश्रीबाईंच्या स्वप्नात त्यांच्या घरातील भिंतीवरची श्रीकृष्णाची मूर्ती आली आणि एक भावगीत आठवले ते असे -

का नयनांनो जागे केले

अपुरे माझे स्वप्न राहिले

मात्र आता अपुरे स्वप्न पूर्णत्वास गेले होते आणि आनंदाश्रू डोळ्यांत भरून आले होते.

■■■

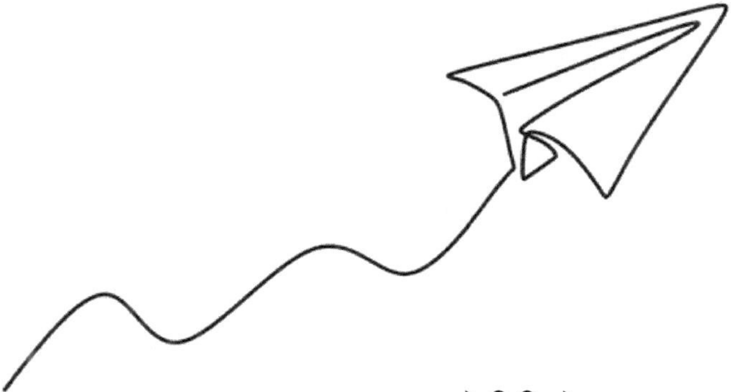

। ११ ।

उत्कर्ष

रेवाला सरकारी नोकरी होती. खूप मोठ्या पदाची नाही, लोअर डिव्हिजन क्लार्क कम टायपिस्ट म्हणूनच काम करत होती. गहू वर्ण, गालाला खळी, नीटनेटकी, साधीसुधी राहणारी, शिवाय बोलण्यातला गोडवा त्यामुळे तिच्याशी बोलण्याचा आनंद वृद्धिंगत होत होता. सर्वगुणसंपन्न अशा रेवाशी समोरची व्यक्ती आदरानेच वागे.

अक्षय सोसायटीत तिच्या नवऱ्याने टू बीएचके असा फ्लॅट घेतला. रेवा सासू-सासरे, मुलगा राघव आणि तिचा नवरा राजन यांच्यासोबत राहत असे. रेवाने आपला संसार-घरदार अतिशय सुंदर ठेवले होते. लग्नाअगोदर ही ती नोकरी करत होती. चार पुरुषा-माणसांत कसं वागायचं याचं ज्ञान आई-वडिलांनी अगोदरच दिलेलं होतं. काही माणसांशी वागताना त्यांना दूर कसं ठेवावं हे शिक्षण घरातून मिळाल्यामुळे त्याचा उपयोग पुढील आयुष्यात झाला होता.

प्रत्येक माणसाला आपल्या जीवनात कधी ना कधी खडतर आयुष्याला टक्कर द्यावीच लागते. एकदा कुटुंब एका प्रवासात पुणे-मुंबई रेल्वे खंडाळा घाटात आल्यावर गाडी अचानक रुळावरून घसरली. बरेच डबे उलटेपालटे झाले. काही प्रवासी जागेवर मृत्युमुखी पडले. काही खूप जखमी झाले आणि याच अपघातात तिचा नवरा राजनही होता. डब्याखाली आलेला. जागीच त्याचे देहावसान झाले. त्याच्या खिशात रेल्वेचा अधिकृत पास होता. त्यामुळे पोलिसांकडून ही धक्कादायक

बातमी रेवाला समजली. या दैवाच्या दुष्ट चक्रात रेवाचा छान, आनंदी मोडून पडला.

राजनने फ्लॅटसाठी घेतलेले कर्ज नुकतेच फेडले होते. इतर कर्ज काहीच नव्हते. डोक्यावर छप्पर अबाधित होते. त्यामुळे रेवाला दिलासा मिळाला होता. सध्या सासू-सासऱ्यांची जबाबदारी होती. मुलगा राघव हा-हा म्हणता हाताशी येईल. आत्तापर्यंत तिने काटकसरीने संसाराचा, गाडा चालवला. अजून काही दिवस काढायचे आहेत. ते काढू, काळ केव्हाही-कोणासाठी थांबत नाही, हा विश्वास रेवाला होता. सासू-सासरे आणि भाऊ श्रीकांत यांचे पाठबळ होते.

राघवचे शिक्षण पूर्ण झाले आणि तो नोकरीच्या शोधाला लागला. तो नोकरीसाठी लागणारे कागद, सर्टिफिकेट्स, अर्ज इत्यादी सामानाची बॅग घेऊन सकाळी बाहेर पडे. तो रात्रीच घरी परत येत असे. त्याच्या काळजीने ती गुदमरून जात होती. असं म्हणतात की, 'घार उडते आकाशी, तिचे चित्त पिलापाशी' तसं पाहिलं तर प्रत्येक आईचे किंवा पक्षी असो, चित्त पिलापाशीच असते. तसं रेवाचं लक्ष राघवच्या परतीच्या येण्याच्या वाटेवर असे. राघव जेवला असेल का? तो कुठे असेल? आज त्याचे काम झाले असेल का? त्याने नीट इंटरव्ह्यू दिला असेल ना, कुठेही अडचण तर आली नसेल ना, असे असंख्य प्रश्न तिच्या मनात पिंगा घालत, फार मोठी नाही, फार दमवणारी नाही, अशी छोटी नोकरी मिळावी, ही तिची इच्छा होती.

राघव दारात उभा होता. तिचा जीव भांड्यात पडला. विचाराला खीळ बसली. कुठे गेला होतास? असा प्रश्न ओठातच अडकला हा.

रात्रीचे दहा वाजले होते. रेवाने टीव्ही बंद केला. घाईघाईने टेबलावर दोघांची पाने वाढली. आता या क्षणी राघवला काहीही विचारू नये, असे ठरवले. एवढा अभ्यास शाळेत असतानाही केला नाही. जीवनाचा अभ्यास फार गहन असतो. समुद्राची खोली वरून बघून समजत नाही. जीवनाचे वेडेवाकडे विचार आडवळणाने तिच्या अंतर्मनाला पोखरू लागले.

राघव मित्रांच्या संगतीने वेड्यावाकड्या मार्गाला लागला नाही ना, दारू-सिगारेट ड्रग्जच्या निराशेपोटी विळख्यात तर अडकणार नाही ना. तिच्या मनाची बोट फुटलेल्या जहाजासारखी झाली. अगोदरच आपल्या संसाराची बोट हेलकांडत असताना जीव मेटाकुटीला आलाय. देवा, सगळं नीट होऊ दे रे बाबा, श्रीकृष्णा!

रेवाला मोठा भाऊ होता. श्रीकांत. तो रेवाचं सगळं ठीक चाललं आहे, ना म्हणून तो अधूनमधून ऑफिसला जाताना किंवा जाता येताना रेवाच्या घरात डोकावून जात

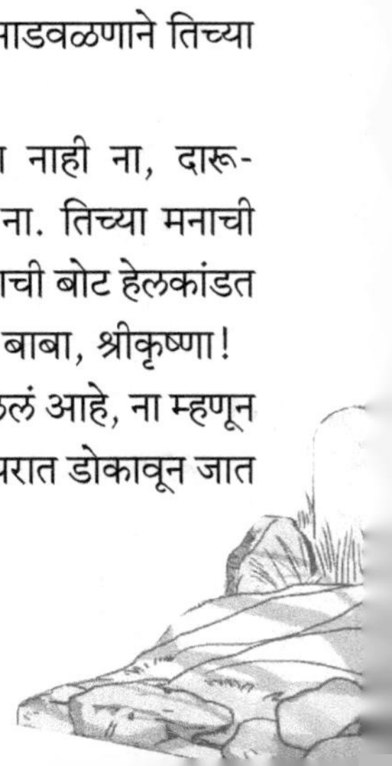

असे. मात्र त्याला बायकोची नजर चुकवून यावं लागे असे. भाऊ बहिणीला पैशाची पण मदत करतो की काय, याची तिला शंका यायची. नाहीतर बहिणीचं लचांड आपल्या उरावर बसेल याची भीती तिला वाटत होती. श्रीकांतचं असं सँडविच झालं होतं.

श्रीकांत आज ऑफिसमधून रेवाच्या घरी आला. रेवाही कंटाळून ऑफिसमधून येऊन जेमतेम टेकली होती. फ्रेश होऊन चहा करावा असा विचार तिच्या मनात आला. तेवढ्यात श्रीकांत आल्यामुळे ती अधिकच खूश झाली. बोलता-बोलता गॅसवर चहाचे आधण ठेवलं. चहासोबत काही खायला दिलं. चहा संपवायच्या आत राघवचं आगमन झालं.

रेवाला आश्चर्य वाटलं. 'आज लवकर कसा आला?' त्याचा मूड-मनःस्थिती पाहून विचारणा करणार होती, पण ती गप्प बसली. दारू भरलेला बॉम्ब, उगीच स्फोट व्हायला नको. वडिलांची आठवण, घरच्या अडचणी, नोकरी नाही यामुळे त्याला डिप्रेशन आलं नसेल ना! काहूर उठले नसेल ना! संयमच राखणं भाग होतं.

घरात पाऊल टाकताच राघवने श्रीकांत मामाला पाहिलं. त्याच्या कपाळावर आठ्या पडल्या. तो न बोलता दुसऱ्या खोलीत गेला. खिडक्यांचे पडदे कडेला सरकवले. सरकवण्याचा आवाज बाहेरपर्यंत आला. उघड्या खिडकीतून वाऱ्याची किंचित झुळूक आली. राघवच्या कपाळावरची त्राग्याची एखादी लाट कमी झाली.

श्रीकांत मामाचं चहापाणी झालं. त्याची चुळबुळ चालू होती. उगीच इकडे तिकडे करीत होता. रेवाच्या नवऱ्याचा फोटो भिंतीवर लटकवलेला पाहिला. फोटोवरचा वाळलेला, गंध नसलेला हार अजूनपर्यंत काढलेला नव्हता. श्रीकांतच्या डोळ्यांच्या कड्या ओल्या झाल्या. त्याने मनाला आवर घातला.

रेवाचा लहान वयात उद्ध्वस्त झालेला संसार त्याला आठवला. राघव केव्हा मोठा होऊन घराला हातभार लावणार, श्रीकांतच्या मनात आले. अशातच राघव मामासमोर दत्त म्हणून उभा राहिला. प्रश्नांना खीळ बसली. श्रीकांतने स्वतःला सावरले.

इकडच्या तिकडच्या गप्पा झाल्या. बोलता बोलता त्याने राघवच्या मित्रांची- वैभव, चारुदत्त, मोहन या नेहमी येणाऱ्यांची खबरबात काढून घेतली. सगळे पदवीधर-द्विपदवीधर होऊन नोकरी करत होते. त्यातील एक-दोन जणांचा संसारही सुरू झाला होता. राघवला मामाच्या गाडीची दिशा कळली. ताकासाठी भांडं

लपवायचं कशाला? राघवच्या मनात आलं आणि खंडाळ्याच्या घाटात रेल्वे इंजिन बंद पडलं. रुळावरून चाकं घसरली. डबे खड्ड्यात पडावे तसा प्रसंग उद्भवला. राघवने तिथून काढता पाय घेतला. 'माझे हे वाईट दिवस जातील मामा!' असं म्हणत विषयाला पूर्णविराम दिला.

श्रीकांत मामा घरी निघाला. तो शेवटच्या पायरीवर असतानाच राघवच्या मनातील फटाक्याची माळ पेटली.

"मामा जाता-येता भेटेल तेव्हा माझ्या नोकरीबद्दल बोलतो!"

राघवच्या जिभेवरचा ताबा सुटला. "तो काय मला खायला प्यायला घालतो का?" हे शब्द वीज कडाडल्यासारखे रेवाच्या कानावर आपटले. तिच्या डोळ्यांच्या कडा ओल्या झाल्या. तिने आपले डोळे हलक्या बोटाने पदराने पुसले. ती विजेसारखी कडाडली.

"नाही कसं! त्याला आपली काळजी वाटते. त्यानेच आपल्याला आधार दिला. ही तुझी उन्मत्त भाषा तुला शोभत नाही. तू काय बोलतोस याचा तरी विचार करावयास हवा.

"उद्या मामाच गेला उडत, तर मामीला हे तेच हवंय.

"आपल्या नशिबाने तुझ्या बाबांनी या फ्लॅटचे कर्ज फेडलेलं होतं. नाहीतर छप्पर केव्हाच गेलं असतं आणि आपण रस्त्यावर आले असतो. जीभ आवर. शब्दांचे परिणाम फार भयानक होतात. शब्द हेच शस्त्र असतं. आज ना उद्या तुला नोकरी लागेल. ढीगभर पैसा मिळाला तरी जवळची माणसं असावी लागतात. गोडबोले मित्र सदासर्वदा उपयोगी पडत नसतात. 'असतील शितं तर जमतील भुतं' अशी म्हण आहे. लग्नाच्या वेळी सगळ्या नातेवाइकांची चौकशी केल्याशिवाय कोणी मुलगी देत नाहीत! याचा शांत चित्ताने विचार कर. आणि कृपा करून मामाबद्दल मनात अढी ठेवू नकोस. त्यासाठी तुझी मामी टपलेलीच आहे. 'ध' चा 'मा' ती केव्हा करेल ते सांगता येत नाही." असं बरंच काही तिने राघवला समजावलं.

राघवला श्रीकांत मामांनी सांगितलेल्या ठिकाणी नोकरी मिळाली. रेवाच्या हाताला आधार मिळाला.

राघवला बीकॉमनंतर पुढचं शिक्षण घ्यायचं होतं, पण आर्थिक ताणामुळे ते शक्य झालं नाही. त्यांचे अधून मधून मित्र त्याची थट्टा करायचे. 'निंदकाचे घर असावे शेजारी' या म्हणीचा अर्थ कळाला. या नोकरीत बराच वेळ मिळू लागला

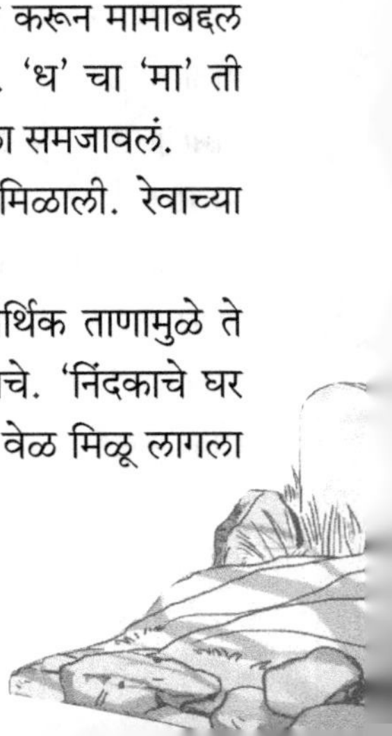

होता. पावसाळ्यात नदीचे पाणी गढूळ होतं, ते पिता येत नाही. ते संथ झाले की पुन्हा निर्मळ होतं. या निसर्गाच्या पायऱ्या आहेत. नोकरीच्या ठिकाणी त्याचे पुढचे शिक्षणही झाले. 'तुला येथे घरी बराच वेळ मिळतोय, तेव्हा स्पर्धा परीक्षा दे किंवा तुला आवडेल ते पुढचे शिक्षण घे. नोकरी तुझ्या आयुष्याची पहिली पायरी आहे. सध्या कॉम्प्युटरचे दिवस आहेत. नव्या नव्या सुधारणा होत आहेत. जग वेगाने बदलत आहे. त्याने तुझ्या आयुष्याला दिशा लाभेल, अशा अनेक गोष्टींची माहिती रंग्या जोशीने दिली. रंग्या जोशी हा त्याचा हितचिंतक होता. तोही वाईट परिस्थितीतून गेलेला होता.

राघवलाही वाटले की आपणही या क्षेत्रातलं शिक्षण घ्यावं. नाही तरी ही नोकरी अळवावरचे पाणी आहे. श्रीकांत मामानेही कॉम्प्युटर क्षेत्रातलं पुढचं शिक्षण घ्यायला मदतीची तयारी दाखवली. एवढेच नव्हे तर स्वतंत्र कॉम्प्युटर घेऊन दिला. त्याला टायपिंग-प्रिंटिंगची कामं दिली. राघवच्या खिशात पैसा जमू लागला.

राघव आता पूर्वीचा राहिला नाही, तो बदललाय, हे रेवाच्या लक्षात आलं. आधीच्या मित्रांची संगत सुटली ते बरंच झालं.

हळूहळू राघवच्या उन्नतीचा आलेखही उंचावत गेला. तो आता एका मल्टिनॅशनल कंपनीत वरिष्ठ अधिकारी आहे. परदेशी प्रवास वाढला. विमानाच्या फेऱ्यांत वाढ झाली. जग त्याच्या आवाक्यात आलं. एकच परिस्थिती कायम राहत नाही. तीच गोष्ट माणसाच्या बाबतीत दिसून येते. बदल ही आवश्यक बाब आहे, असं त्याला वाटायला लागलं.

आता रेवाच्या मनात राघवच्या लग्नाचे विचार घोळू लागले. तो अनेक वेळा परदेशी जातो. एखादी मड्डम गळ्यात पडली तर पुन्हा आपण एकटेच. राघवला 'गर्लफ्रेंड' भेटल्याचे त्याच्याकडून अजूनतरी ऐकलेले नव्हते. विचार करता-करता रेवाच्या मनात आले, श्रीकांतची मुलगी लग्नाची आहे की! मामाच्या मुलीबद्दल राघवशी बोलायला हवं. आत्ताच हा विषय श्रीकांत अथवा राघवकडे काढण्यापेक्षा त्याच्या मनाचा अंदाज घेऊनच ठरवता येईल. तिने विचार केला.

रविवार आज सुट्टीचा दिवस. राघव खूप दिवसांनी निवांत-एकटाच घरात बसला होता. कॉम्प्युटर बंद होता. उन्हाळा जाणवत नव्हता. त्यामुळे पंख्याची आवश्यकता वाटत नव्हती. रेवा आणि राघव जेवणाच्या टेबलावर बसले होते. समोरच्या 'संस्कृती'मधून वडापावचा वास राघवला आला. खूप दिवसांत त्याने

वडापाव खाल्ला नव्हता, आईनेही बाहेरचे खाल्लेले नव्हते. तो ताडकन् उठला. संस्कृतीमधून चटकदार वडापाव घेऊन आला. त्यानंतर खंड पडलेल्या गप्पा सुरू झाल्या. राघवला मिरचीचा ठसका लागला.

हळूच राघवच्या लग्नाचा विचार रेवाच्या तोंडून बाहेर पडला. राघवला त्याचे आश्चर्य वाटले. तो हादरलाच, 'माझं लग्न?'

"अरे, आता तू मोठा झालास, लग्नाचा झालास. मुली बघायला आणि लग्न व्हायला काही काळ द्यावाच लागतो ना! सध्या तुझ्या व्यापात, परदेशी प्रवासात सगळं कसं जमणार!''

"या छोट्या घरात आणखी एक व्यक्ती?"

"म्हणजे काय तू फ्लॅट, बंगला बांधतोस काय? पण आम्ही दोघी इथेच राहणार. शिवाय बायको नोकरी करणारी असेल तर मी एकटीच असणार की दिवसभर. तुला एखादी गर्लफ्रेंड वगैरे आहे का? मग तर माझी काळजीच मिटली म्हणायची!"

"अजून मी एकटाच सिंगलच आहे."

राघवच्या मनात नेमकं काय चाललंय, याचा विचार रेवा करत होती. शेजारच्या खिडकीतून पारिजातकाची एक फांदी खिडकीतून हळूच डोकावत होती. एखाद्या शेजारणीने भिंतीला कान देऊन ऐकावे अशी ती फांदी मायलेकांचं कुचुकुचु बोलणं ऐकत होती. अधूनमधून वाऱ्याच्या झुळकेने फुलांचा गंध राघांवच्या अंगाशी लगट करत होता. त्यात मोगऱ्याच्या फुलांचा सुगंध मिसळत होता. रेवाने कुंडीत सुगंधी फुलांची झाडं लावलेली होती. फुलांचा बहर आला होता.

"मग सांग मला, तुला बायको कशी पाहिजे? गोरी, नाकडोळी नीटस, गोड गळ्याची, उंच? मग आपल्या श्रीकांत मामाची मुलगी तुझ्या आवडीत बसते का?"

"नको ग आई ती श्रिया!"

"मामी स्वतः किती स्वार्थी, श्रीमंती थाट मिरवणारी, दुसऱ्याला अपमानास्पद बोलणारी, तिचीच प्रतिकृती म्हणजे श्रिया. दिसायला छान आहे, पण उर्मटपणा तिच्या रक्तात आहे. तिच्याशी लग्न झाल्यावर आई म्हणजे तुझं आणि माझ्या आजीआजोबांचं काय होईल याचा विचारच सहन होत नाही. श्रीकांत मामा चांगला आहे. पण तो मामीच्या हातातलं बाहुलं आहे. त्यापेक्षा अतुल मामा नसेन का सख्खा मामा. त्याची मुलगी आराध्या जास्त चांगली आहे. ती तुला सून म्हणून पसंत असेल, तर मला बायको म्हणून चालेल. आपल्या घरात सुखाने नांदेल." राघवने त्याची पसंती सांगितली.

रेवाने दोन्ही मुलींचा खूप विचार केला. राघव म्हणतो ते सत्य आहे. श्रीकांत कधी तसे मोकळेपणाने बोललेला नाही, पण मामी-श्रियाला राघव नको होता. त्यांच्या वागण्यातून दिसत होतं. श्रीकांतला या गोष्टी माहीत होत्या.

अतुलची आराध्या अभ्यासात हुशार, उत्तम चालीरीती जाणणारी, लाघवी होती. बघूयात अतुलला विचारून, त्याचा सल्ला घेऊन ठरवूयात, असे ठरले.

अखेर अतुलच्या घरच्यांनी रेवाच्या म्हणण्याला होकार दिला. आराध्या व राघव यांनी एकमेकांनी पाहिलं. एकमेकाला पसंतही केलं. लवकरच साखरपुडाही दोघांच्या संमतीने ठरवला. या कार्यक्रमाला राघवला प्रोत्साहन देणारे, गुरूच्या ठिकाणी असलेले रंग्या जोशी पण हजर होते. त्यांचा आशीर्वाद या दोघांनी घेतला.

राघव घरी आला. वडिलांच्या तस्विरीवरील हार काढला. एक सुंदर सुगंधी मोगराच्या फुलाचा हार घातला. त्यांच्या फोटोला नमस्कार केला. डोळ्यांतून अश्रू ओघळले. आईचे आणि तुमचे आशीर्वाद लाभले म्हणून मी मोठा झालो. 'मातृदेवो भव। पितृ देवो भव। गुरु देवो भव। यांची मला साथ आयुष्यभर मिळो ही प्रार्थना करतो, असे मनोमन म्हणाला.

अतुल मामाने राघव-आराध्याचे सालंकृत लग्न लावून दिले. रेवानी नव्या सूनबाईचे हसतमुखाने छान स्वागत केलं. तिचं मन आनंदाने भरून आलं. सासू म्हणून तिची जबाबदारी आनंदाने स्वीकारायचं ठरवलं. शिवाय अतुल मदत करीलच की अशी खात्री तिला होती. आत्ता ती निवांत झाली.

नवीन जोडपं हनिमूनसाठी विमानतळावर पोहोचलं. विमानतळावर काही काळ थांबावं लागलं. दरम्यान राघवच्या बाबांची खूप आठवण येत होती. त्याचे डोळे पाणावले. तो भावुक झाला होता. त्याचा हात हातात घेऊन आराध्या शेजारी बसली होती. तेवढ्यात तिच्या हातावर अश्रूचा एक थेंब पडला. आराध्या गडबडून गेली.

"काय हो, काय झालं!"

"अग घाबरू नकोस! ते आनंदाश्रू आहेत. नेहमीच नवऱ्या मुलीने रडण्याचा मक्ता घेतला आहे का? नवऱ्यालाही काही भावना असतात म्हटलं! आज बाबा असते तर त्यांना माझा उत्कर्ष बघता आला असता. आता तुम्ही आहातच माझ्या सोबतीला असं तो म्हणतोय तोच विमानाची अनाउन्समेंट झाली. 'पॅसेंजर्स आर रिक्वेस्टेड....ऽऽऽऽ...."

■■■

।१२।

वारसा

हजारो वर्षांपासून मानवाची निर्मिती झाली. देव, दानव, सुर, माणूस, राक्षसही निर्माण झाले. देव-दानवांनी समुद्रही घुसळून काढला. त्या समुद्रमंथनातून रत्नं बाहेर पडली. अमृत नावाचा कुंभ समुद्रावर तरंगत आला. अजरामर करणारा हा अमृताचा कुंभ आपल्याला मिळावा यावरून सुर-असुर (देव-दानव) यात वाद-विवाद, भांडणं सुरू झाली.

देव-दानव, रामायण, महाभारत यांच्यावरच्या अनेक कथा निर्माण झाल्या. त्या आजही ऐकायला येतात. महाभारतातील अनेक पुरुष श्रीकृष्ण, अर्जुन यांच्यासारखे अनेक विद्वान पराक्रमी देवांसारख्या लोकांच्या कथा, उपकथा आपल्याला माहिती झाल्या. एकूण काय, सर्वांच्या पाठीमागे एकच उद्देश पैसा, धन, राज्य, राजवाडे, संपत्ती आणि वारस कोण? त्यातूनच खुर्ची, राज्य, राजकारण उदयाला आले. तेच आजच्या जगात बघायला मिळते. त्याचेच अनुकरण आजही चालू आहे. अगदी छोट्या कुटुंबातही 'वारसा' या नावाने गोंधळ घातला आहे.

रामायण, महाभारत यातून श्रीमद् भगवद्गीता यासारखे अलौकिक ग्रंथ निर्माण झाले. मालमत्तेशी निगडित खटले कोर्टात निर्णयासाठी अडकून पडले. 'वारस कोण?' हे ठरवण्यात अत्यंत क्लिष्ट न सुटणारं कोडं समाजातल्या विद्वान लोकांनाही सुटत नाही.

हिंदुस्थानावर अनेक आक्रमणं झाली. स्वातंत्र्याच्या लढ्यात अनेकांनी आपला

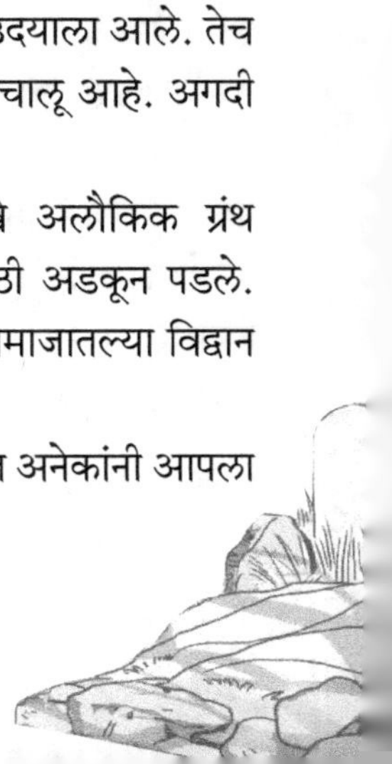

जीव गमावला. भारत स्वतंत्र झाला आणि देशांनी आपली 'इंडियन पिनल कोड' म्हणजे 'घटना' नावाचा अलौकिक ग्रंथ लिहिला गेला. अनेक कायदे अस्तित्वात आली. त्यात संपत्तीचा वारस कोण, कसा होईल, याचे अनेक कायदे नमूद केले. त्याच्या सविस्तर माहितीपर व्याख्या दिल्या, जेणेकरून वारस-पैसा, मालमत्तेचा वारस ठरवला गेला.

इतिहासकाळातील अनेक राजे, सरदार यांनी अमर्याद संपत्ती, दाग-दागिने सोन्याच्या रूपात पैसा-धन, श्रीमंती, सत्ता, ठेवा, अहंपणा-गर्व, घरे-दारे, मोठे महल वा इमारती, उंची फाईव्हस्टार हॉटेल्स, सन्मान सन्मार्गी लावली असेल. पण पुढच्या पिढीने या संपत्तीची वाट लावली. त्यांचे स्वभाव, अहंपणा, कर्तव्यशून्यता यामुळे वारसाहक्काने मिळालेली संपत्ती कधी ना कधी संपुष्टात येते. वैर हे केवळ मनुष्याच्या किंवा स्त्रियांच्या स्वभावावर अवलंबून असते. अनेक सत्ताधीश, सत्ताभ्रष्ट, सुखलोलूप वृत्तीने आपली संपत्तीची वाट लावतात. आपली खुर्ची घालवून बसतात.

गेल्या आठवड्यात एका वर्तमानपत्रात इंदोर यांच्या लाल महल पॅलेस याची माहिती एका लेखकाने प्रसिद्ध केली होती. त्याशिवाय 'गुगल' या ॲपवरही त्यांची माहिती आहे.

इंदोरचे तुकोजीराजे होळकर यांच्या महालाचे वर्णन वाचायला मिळाले. लाल महाल पॅलेस ऐसपैस सहाशे-सातशे एकर जागेवर उभा आहे. त्याचे वर्णन वाचून पूर्वीच्या राष्ट्रभवनाची आठवण येते.

'लाल महाल' हे तीन मजली ब्रिटिश काळातील बांधकाम होते. त्याला प्रचंड मोठे तळघर होते. तेथे राजाच्या परिवाराचे स्वयंपाक घर होते. त्यावर एकावर एक असे दोन मजले मोठे सभागृह/भोजनालय, सभागृहाची वास्तू अतिशय विलोभनीय सजावटीने बहरली होती. छतावर सुंदर प्रकारचे पेंटिंग, देखणे, रंग-रंगीत, आखीव असे होते.

राजेशाही कुटुंबाची तेथे जेवणाची व्यवस्था केलेली होती. स्वयंपाकघरातील अनेक अन्नपदार्थवरच्या मजल्यावर नेण्यासाठी लिफ्टची सोय केलेली. लिफ्ट बसवण्याचे ब्रिटिश इंजिनियर व कामगार यांच्याकडून करून घेतले होते.

तुकोजीराजे होळकर यांच्या निधनानंतर त्यांची नात डॉक्टर उषाराजे कारभार बघत असे. डॉ. उषाराजे यांनी या लाल महालाची व्यवस्था करण्यासाठी ट्रस्ट

बनवला. लाल महाल पॅलेस खरोखर विलोभनीय आहे. एकूण काय, संपत्ती सांभाळणारी कर्तबगारी हवी, ते येरेगबाळ्याचे काम नाही.

आता अशा अनेक वास्तू सरकारजमा झाल्या आहेत. भारत सरकार त्याची काळजी घेत आहे.

पूर्वीच्या काळी एकत्र कुटुंबाची पद्धत होती. आजी-आजोबा संसाराचा गाडा चालवीत असत. त्यांची सर्वांवर नजर असे. कुटुंब नियोजन हा प्रकार अस्तित्वात नव्हता. काही पुरुष-स्त्री यांना एक ते अकरा मुले असत. शेतजमिनीच्या उत्पादनावर कुटुंबाची गुजराण होई. कधी पुरुष इतर कामे करून आजोबांना मदत करत आणि चैनीच्या गोष्टी म्हणजे खूप कपडेलत्ते नसायचे. एक पायताण वर्षभर चाले.

कुटुंब आनंदाने राहत. कुटुंब नियोजन नसल्याने जनसंख्या प्रचंड प्रमाणात वाढली. त्यामुळे सरकारवर आर्थिक ताण येऊ लागला. कुटुंब नियोजनावर अनेक उपाय/संशोधन झाले. प्रत्येक पुरुष-स्त्रीवर नसबंदी सारखे काही कायदे निर्माण केले व ते अमलातही आणले. आजी-आजोबांनी आपल्या इस्टेटीवर कुणाला किती संपत्ती द्यायची हे तोंडी ठरवले. शेतीच्या जमिनीचे विभाजन करून ज्याचे त्याचे कुटुंब कष्ट करून चालवावे असा लिखित अथवा अलिखित स्वरूपात अमलात आणला. कुटुंब नियोजन सरकारी व्यवस्थेनुसार करावे असा दबाव सरकारने आणला. ‘हम दो, हमारे दो’ च्या पाट्या दवाखान्यापासून ते मारुतीच्या देवळाच्या भिंतीवर झळकू लागल्या. कोणताही उपाय लागलीच परिणाम दाखवत नाही. दोन मुली एखाद्याला असल्यास वडिलांना मुलीच्या लग्नाची चिंता असते. लग्न खूप खर्चिक असते. हुंडा नामक प्रकारावर बंदी आणली. मुलींच्या पित्याला आर्थिक मदत सरकारने देण्याची प्रथा सुरू केली.

तशाच प्रकारचे कायदे वारसाच्या बाबतीत सरकारने आणले. ‘आपली संपत्ती किती?’ त्यानुसार उत्पन्नावर ‘इन्कमटॅक्स’ कायदाही अस्तित्वात आणला. कुटुंबात वास्तव्यास असलेल्या तीस-चाळीस व्यक्तींचे विभाजन झाले, पण त्यात स्वतंत्र घराची बांधणी वाढत गेली. त्या छोट्या कुटुंबालाही अनेक प्रश्नांना तोंड द्यावे लागले. त्यांच्या वृत्तीतही बदल झाला. भाऊ-भाऊ वेगळे राहिल्यामुळे त्यांचा संसार वाढला, एकत्रपणातील भाऊबंद दुरावले गेले. चांगल्या गोष्टीवर बंधन, आपुलकी, माणुसकी, आजी-आजोबांना किंवा ज्येष्ठ व्यक्तींना कोण सांभाळणार? ज्येष्ठ व्यक्तींसाठी वृद्धाश्रमाची निर्मिती झाली. त्यांची आर्थिक जबाबदारी हा

प्रश्न उदयाला आला. अनेक प्रश्न-उपप्रश्न आपोआपच निर्माण झाले. जे एकटे आजी/आजोबा आहेत. ज्यांचे उत्पन्न कमी असेल, पेन्शन नसणाऱ्या ज्येष्ठांना घराबाहेरचा मार्ग दाखवला.

आजी-आजोबांनी आपल्या मालमत्तेची कागदपत्रे (इच्छापत्र) केली असली तरी वारसांनी कचऱ्याची टोपली दाखवली. त्यामुळे घटनेप्रमाणे नियम तयार केले तरीसुद्धा संपत्तीवरून वाद-विवादही होऊ लागले. नियमानुसार, परिस्थितीनुसार कायद्यात बदल झाला.

पूर्वी आपली मालमत्ता मुलांना दिली. मुलगी ही त्या व्यक्तीचा वारस म्हणून बापाच्या संपत्तीतही सहभागी करण्याचा नवा कायदा मंजूर झाला आहे. मुलीच्या लग्नात सोने नाणे व पैसा खर्च केला म्हणून तिचा हक्क डावलता येणार नाही.

एका गृहनिर्माण सोसायटीत गजाननरावांचा मोठा बंगला होता. त्यांना एकूण चार मुलगे होते. गजाननरावांनी इच्छापत्र केले होते. तीन मुलांचे संसार व गजानन स्वतः राहत होते. ते सगळे एकत्रच होते. पण तिन्ही मुलांना तीन रूमचे फ्लॅट वाटून दिले होते. मोठा मुलगा गेले कित्येक वर्षं वेगळा राहत होता. त्या मुलाचे व गजाननरावाचे पटले नाही. त्यानंतरच्या काळात गजानन यांचे निधन झाले. वारसाचा प्रश्न उभा राहिला पण त्यांनी मृत्युपत्र केले होते.

वारसासंबंधी आपल्या सभासदांना लेखी माहिती कागदावर लिहून द्यावी व त्याचा फॉर्म भरून द्यावा म्हणून सरकारी नोटीस आली होती. अशी बातमी गजाननच्या मोठ्या मुलांपर्यंत पोहोचली. मुलाने लेखी स्वरूपात त्या संपत्तीवर माझाही हक्क आहे, माझाही त्यात वाटा आहे. असे म्हटले. सोसायटीने सभासदाला तसे कळवले पण मोठ्या भावाने कोर्टाची पायरी ओलांडली. तो खटला तीन वर्षे चालला. दोन तट निर्माण झाले. डावे-उजवे वकील कोर्टासमोर आमने-सामने आले. वकिलांचे खिसे प्रत्येक तारखेला भरत गेले. शिवाय दोन्ही बाजूला चिंतेने गाठले. मोठ्या भावाचा हक्क फेटाळण्यात आला. तो त्या निर्णयावर अपील करणार होता. त्याच्या वकिलाने मोठ्या भावाची समजूत घातली. वरच्या कोर्टातही हाच निकाल कायम होईल, तो विचार सोडून दे असे सांगितले, मात्र या वकिलाने सल्ल्याचे अधिक पैसे वसूल केले.

सोसायटीच्या चेअरमनने कोर्टाचा निकाल वाचला आणि सभासदाच्या वारसास मान्यता दिली. तिन्ही भाऊ एकाच बंगल्यात आनंदाने राहत आहेत.

आपल्याला वाटते की भाऊ-भाऊ वैरी असतात. बहिणी-बहिणीतही खूप ठिकाणी वैर दिसून येते. रजनी व रश्मी या सख्ख्या बहिणी पण सुर-असुर, लक्ष्मी आणि अलक्ष्मी प्रमाणे एकमेकांशी वैर - जन्मताच वैर घेऊनच जन्माला आल्या की काय असे वर्तन धाकट्या बहिणीकडून होत होते.

विनायक हे रजनी व रश्मीचे वडील होते. पूर्वी विनायकराव मोठ्या पदावरचे सिव्हिल इंजिनिअर शिवाय फिरतीची नोकरी पण कुटुंब, मुलींच्या शिक्षणाची आबाळ होऊ नये म्हणून पुण्यात भाडेतत्त्वावर घर घेतले होते; पण त्यांच्या मनातला इंजिनियर स्वस्थ बसू देईना. पुण्यात त्यांचा स्वतःच्या मालकीचा प्लॉट होता. त्या प्लॉटवर तीन मजले घर बांधले. सुंदर जागा, सर्व सोयी करून विनायक सहकुटुंब राहायला आले. त्यांची बायकोही सुशिक्षित, सुंदर, मनमिळाऊ होती. दोघींना रजनी व रश्मी - पुढील आयुष्यात घराची काळजी वाटू नये असं त्यांनी मनात योजले होते; पण 'मॅन प्रपोजेस आणि गॉड डिस्पोजेस'. विनायकरावांच्या बाबतीत नियतीने त्यांचे बेत हाणून पाडले. नवीन घरात त्या कुटुंबाची भरभराट झाली. मुलींचे शिक्षणही पूर्ण झाले. रजनी व रश्मीच्या स्वभावात काही बदल झाला नाही. किरकोळ गोष्टीतून त्या सतत भांडत असत. विनायकराव व वासंती यांच्यावर दोघींच्यातील भांडणाचा परिणाम होत गेला. त्यांची भांडणे काहीच केल्या संपत नव्हती. त्यात त्यांच्या मनातील शांतता ढळली. त्यांच्यात-मुलींच्यात एकोपा कसा होईल, याचाच विचार सतत वादळासारखा घोळत असे. रजनी मोठी मुलगी, शांत स्वभावाची होती. ती रश्मीला समजून घेत असे. आपल्या आई-वडिलांना या वैराचा खूप त्रास होतो, याची जाणीव रजनीला होत असे; पण रश्मी मात्र आपल्या चालीने चालत राहिली.

त्यांची आई वासंती या भांडणतंटा—वादावादीला कंटाळून गेली आणि जे व्हायचे तेच झालं. वासंतीला हृदयविकाराचा त्रास सुरू झाला.

विनायकरावांनी रजनी व रश्मी, वासंतीबरोबर चर्चा केली. रश्मीने लव मॅरेज करण्याचे अगोदरच पक्के केले होते. तिने आपला नवरा निवडल्याचे वडिलांना सांगून टाकले. त्यांनी मुलाची माहिती मिळवली. कोण, कुठला, शिक्षण, नोकरीबद्दलही चौकशी केली. तिने आपला नवरा निवडला त्यामुळे तिच्याबद्दलची काळजी मिटली. रजनी दिसायला, वागायला सोज्वळ होती. विनायकराव निवृत्त होणार त्याचवेळी आपला जावई बघून ठेवलेला होता. मुलगा दिसायला आकर्षक

व सुस्वभावी होता. विनायकरावांनी त्यांच्या आई-वडिलांना घरी गाठले. 'वरुण देशपांडे' याच्या लग्नाचा प्रस्ताव त्याच्या वडिलांकडे ठेवला. विनायकराव आणि देशपांडे यांची अगोदरच ओळख होती. त्यामुळे रजनी व वरुण यांचा संसार नीट होईल, याची शाश्वती असल्याने ते लग्न ताबडतोब ठरले. रश्मीचे सासर श्रीमंत होते पण पैशाला हापापलेले होते. ते विनायकरावांच्या लक्षात आले होते.

विनायकरावांना त्यांच्या जवळच्या मित्रांनी आपल्या अनुभवानुसार 'विल-इच्छापत्र' करून ठेवा. मुलीचे लग्न झाल्यावर तुमच्या घरावर, फिक्स डिपॉझिट्स किंवा इतर मालमत्तेवरून वाद होतील. विशेषत: रजनी ही सुजाण आहे, पण रश्मी ती कशी वागेल, अनेक मार्गाने रजनीच्या संसारात ढवळाढवळ करेल, तुझ्या राहण्याच्या या सर्व घरावर हक्क मागेल. तेव्हा तुमच्या इच्छेनुसार इच्छापत्र करून ते रजिस्टर करून ठेवा. त्याची एक प्रत वकील, एकेक प्रत तरुण साक्षीदार यांच्याकडे देऊन ठेवा. 'मनुष्याच्या जीवाची खात्री देवाशिवाय कोणाला नसते!', म्हणून आम्ही सुचवतो आहोत. ह्यात आमचा काही फायदा नाही. दोघींची भांडणं होणार नाहीत हा आमचा उद्देश आहे असे सांगितले. ते विनायकरावांना पटले व तशा मार्गाला त्यांची पावले वळली.

रजनीची आई वासंती हिची प्रकृती ढासळत होती. विनायकरावांनी आपल्या बंगल्याचे नाव 'वासंती विनायक' अशी पाटी सुंदर अक्षर ठळकपणे दिसेल अशी बसवली होती. वासंती गेल्यावर बंगल्याचे दोन भाग झाल्यावर रश्मीने ती पाटी काढून टाकली. ती रजनीला काही न सांगता. बापाच्या मुळावर उठलेली, एक चक्रम मुलगी आपण जन्माला का घातली, असे विनायकरावांना वाटत असे. भविष्यात काही विपरीत घडेल असे विनायकरावांना वाटत होते. त्यामुळे त्यांनाही खूप मानसिक त्रास सहन करावा लागे.

अखेर मित्रांच्या मदतीने विनायकरावांनी इच्छापत्र रजिस्टर करून ठेवले. विनायकराव वासंती हे दोघेजण तळमजल्यावर (त्यांच्या मृत्यूनंतर हा मजला रजनीचा होईल.), रजनीचा पहिला तर रश्मीने आधीच तिसऱ्या मजल्यावर आपला हक्क सांगितला होता.

आई आजारी असली तरी रजनी व रश्मी यांचे हात पिवळे करून दिले.

रजनीचे सासर अतिशय सुजाण, सुसंस्कृत आणि साधी राहणी असणारे होते. रश्मी व रजनीचे यजमान हे चांगल्या स्वभावाचे होते. वासंतीची तब्येत बिघडली

तशी रजनी-वरुण आई-वडिलांच्या देखरेखीसाठी तेथे राहायला आले. त्यांच्या घराची साफसफाई, बागेची काळजी घेऊन आपले ऑफिस गाठत असत. त्यासाठी स्वतंत्र माणूसही वरुण नेमला होता. राजस ही आपल्या सासू-सासऱ्यांची, आपल्या आईवडिलांची घ्यावी तशी काळजी घेत असे. त्या उलट रश्मीचे होते.

रश्मी एका ऑफिसमध्ये उच्च पदावर काम करत होती. ती ऑफिसला फोर व्हिलरने जायची. बंगल्यात गाडी ठेवण्याची खूप मोठी जागा होती. तिने आपली तेथे गाडी ठेवायला सुरुवात केली. रजनीच्या पाठोपाठ तिसऱ्या मजल्यावर बस्तान बसवले. सासऱ्यांनी ''अग, तू तिकडे कशाला राहायला जातेस. येथे बंगल्यात तुला जागा दिली आहे ना! मग आमच्याकडे कोण बघणार?'' असे विचारले.

''ते तुमचे तुम्ही बघा!''

''ती सासऱ्यांना म्हणाली, ''लग्नाच्या बंधनात अडकण्याआधीच मी नवऱ्याला सांगितले होते, मी तुमच्यासोबत राहणार नाही, माझा श्वास गुदमरतो. मी वासंती विनायक बंगल्यावर बिऱ्हाड नेणार आहे.'' आणि रजनीच्या पाठोपाठ त्या घरात दाखल झाली. लांब राहून रजनीला कसा त्रास देणार! ती सुडाच्या तंत्रात तरबेज होती.

विनायकराव महापालिकाचे विजेचे एकत्र कनेक्शन वेगवेगळे करून घ्यायचे विसरून गेले. त्यांचे पाण्याचे व वीज बिल आतापर्यंत ते स्वतःच भरत होते. घरगुती अडचणी, स्वतःची प्रकृती व वासंतीची प्रकृती यामुळे त्यांच्या आवाक्या बाहेर गेले होते. त्या त्रुटीचा फायदा रश्मीने घ्यायला सुरुवात केली.

रश्मी 'वासंती विलावर' आली. तसा गॅरेजवर आपली फोरव्हिलर/मोटार ठेवायला सुरुवात केली. गाडी धुण्यासाठी स्वतंत्र माणूस ठेवला. तो माणूस भरमसाट पाणी मोटार धुण्यासाठी वापरायचा. त्याचा परिणाम महानगरपालिकेचं बिल जास्त आलं. रश्मी अधून मधून सासऱ्यांच्या घरी मुक्कामाला जायची. जाताना घरातील सर्व दिवे लावून जायची. त्यामुळे वीज बिलही वाढले. या वाढत्या व्यापाला विनायकराव कंटाळले. रश्मी त्यांच्या ऐकण्यापलीकडे गेली. पाण्याचे नवीन कनेक्शन, वीज मीटर रश्मीच्या नावावर करणे म्हणजे अधिक व्याप वाढला होता. त्यासाठी प्रयत्न सुरू केले.

वासंतीची प्रकृती अधिकच खालावली. एका रात्री तिने अखेरचा श्वास घेतला.

काही दिवस गेल्यावर रजनीला दिवस गेले. तिचे बाळंतपण विनायकरावांनी

योग्य रीतीने केले. तोपर्यंत रश्मीने बंगल्यावरचे 'वासंती-विनायक' 'वासंती-विनायक' शब्द काढून टाकले. रश्मीने आपल्या फ्लॅटचे रंगकाम व 'रश्मी' अशी मोठी सुंदर ठळक लाकडी अक्षरातील ठळठळीत पाटी व चहूबाजूने दिवे लावले. विजेचे बिल तसेच पाण्याचे बिल वाढतच होते. आता तिने लिफ्ट बसविण्याची योजना अमलात आणली. तिने बंगल्याच्या फाटकाला दार लावण्याचा प्रयत्नही केला. गेटचे दार विनायकराव अथवर रजनीनेच लावले पाहिजे या मुद्द्यावरती ठाम होती. आपलं अपत्य म्हणजे एक आपत्तीच होती. रश्मीचा नवराही तिलाच साथ देत होता. आत येणारे-जाणारे त्यांना केव्हाही मुभा मिळाली होती. चोरीमारीच्या प्रश्नांनी विनायकरावांना अधिकच वेढले होते.

इस्टेटीबरोबर वादही जन्माला आले होते. दोन मुलांत इस्टेटीवरून वाद असतात. इथे तर बहिणी-बहिणीत वाद होता. ही नवीन गोष्ट विनायकरावांना कळली. हा वाद मिटवणे अत्यंत कष्टमय काम. मानसिक ताणाला निवृत्तीनंतर तोंड द्यावे लागेल. त्यापेक्षा वानप्रस्थ बरं म्हणायची वेळ आली. त्यातून मार्ग कसा काढायचा हा विचार त्यांच्या मनाला ग्रासत होता.

रश्मीने गच्चीची जागाही ताब्यात घेतली. गच्चीच्या चौफेर अत्याधुनिक फोल्डेबल पडदे बसविले. सुसज्ज सभागृह केले. ५०-६० माणसे बसतील, अशी व्यवस्था केली व त्यासाठी टेबल, लाऊडस्पीकरही बसवले. बंगल्याचे रूपांतर सभागृहात झाले. सभेची माणसे, रश्मीच्या मित्र-मैत्रिणींच्या मेजवानी, पार्ट्या वाढल्या. लिफ्टची सोय असल्याने सभागृहात येणाऱ्यांची संख्या वाढली. गोंगाट, स्पीकरच्या भिंतीनी वासंती बंगल्याचे स्वरूपात बदलले. हे सगळे अनधिकृत होते. या सगळ्याचा त्रास विनायकराव होणारा, रजनीच्या बाळाला, कुटुंबाला होता. पण परमेश्वराची कृपा झाली.

एकदा प्रचंड पाऊस-वादळाने ते सभागृह उधळून टाकले. सगळे पडदे व सामान उडून झाले. सभागृह बंद पडले. त्याचे श्रेय वादळवाऱ्याला जाते. रश्मीचे उत्पन्न बुडाले. रश्मीने कुटुंब नियोजन केले मात्र त्या औषधांमुळे तिला मूलबाळ झाले नाही. आता ती पश्चात्ताप करत होती. रजनीचा मुलगा आता मोठा होत होता. तेही तिला पाहवत नव्हते. तिचा रजनीवरचा राग वाढत होता. तिची मानसिक स्थिती बिघडली होती. तिच्यावर मानसिक उपचार सुरू झाले.

विनायकरावांनी खूप खटाटोप करून खालचा तळमजला, रजनी व रश्मीच्या

फ्लॅटला स्वतंत्र वीज व पाण्याचे कनेक्शन करून घेतले. जेणेकरून प्रत्येकाने आपापल्या मीटरप्रमाणे बिल द्यावे. रश्मीचा नवरा व रजनीचा नवरा हे त्यामानाने विनायकरावांशी समजूतदारपणे वागत, त्यांच्याबद्दल आदराने वागत. हे विनायकरांवाचे पूर्वजन्मीचे पुण्यच होते समजायला हवे.

विनायकरावांना एक मनाचा श्लोक आठवला तो असा -

जगी सर्व सुखी असा कोण आहे।
विचारें मना तूंचि शोधूनी पाहे।
मना त्वाची रे पूर्व संचित केलें।
तयासारिखे भोगणें प्राप्त झालें॥

झालं गेलं ते सारं विसरून आयुष्याचे शेवटचे दिवस काढायचे, असं विनायकरावांनी ठरवलं. 'परमेश्वरा' म्हणून भगवंतांना नमस्कार केला.

समज-गैरसमज, पैसा-संपत्ती यांतून निर्माण झालेले अनेक खटले कोर्टात पडलेले आहेत. माणसांनी माणसासारखे वागावे यातच सुख असते.

देहे त्यागिता कीर्ती मागे उरावी।
मना सज्जना हेचि क्रिया धरावी॥

असं संत रामदास म्हणतात ते खोटे नाही.

■■■

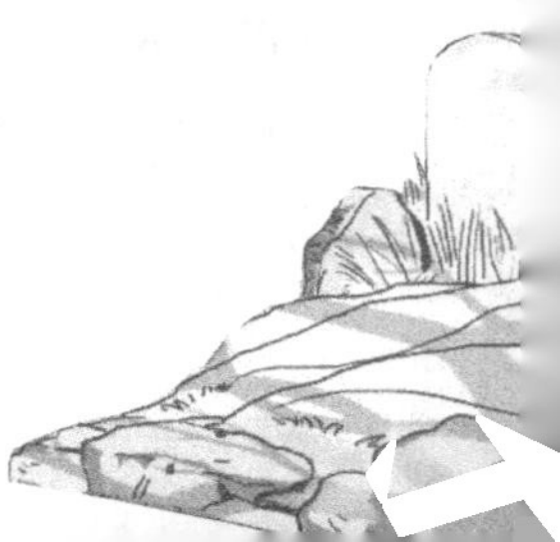

। १३ ।

पठाण

मी बागेत स्वस्थ बसलो होतो. झाडांच्या पानाची गळती सुरू होती. काही बारीक पिवळ्या फुलांचा सडा रस्त्यावर वधू-वरांवर अक्षता पडाव्यात तसा पडत होता. रस्त्यावर पिवळी शेवंती आणि गेंडेदार झेंडूचे ढीगच्या ढीग दिसत होते. दसरा होऊन गेला होता. त्या फुलांची निर्माल्यात भर पडत होती. हळूहळू दिवाळी पणत्यांची, कापसाच्या नव्हे, पॉलिस्टरच्या वाती, यांचा खपही वाढू लागला.

'विविध भारती'च्या कार्यक्रमात काही जुन्या चित्रपटांच्या कहाण्या प्रसारित होत होत्या. आज अचानक 'काबुलीवाला' (१९६१) या चित्रपटाच्या कहाणीला सुरुवात झाली. स्व.प.पूज्य, भारतरत्न अशा उपाध्या, विशेषणे आपल्या नावापुढे कायमचे कोरलेले रवींद्रनाथ टागोर यांच्या कथेवर असलेल्या कादंबरीवरील चित्रपटाचं कथानक ऐकू येऊ लागलं. माझी झोप उडाली. कान रेडिओकडे वळले.

भारतातील एक अष्टपैलू कलाकार बलराज साहनी यांनी साकारलेली काबुलीवाल्याची कथा डोळ्यांसमोर उभी राहिली. अतिशय हृद्य कथा, काबुलीवाला आणि बर्फाळ प्रदेशातील एका श्रीमंत घराण्यातील छोटी मुलगी. कथेत बर्फाळ भागात राहणारा पठाण. बर्फाचा डोंगर वितळल्यावर पोटाच्यासाठी (अर्थार्जन) चार पैसे मिळवण्यासाठी व्यापारी-सावकार उत्तरेकडून पार दक्षिणेपर्यंत झुंडीझुंडीने येत असत. अर्थात त्यातून पुणेही सुटलेले नाही. पुण्यात त्यांची सावकारी उत्तम चालत असे. त्यांच्या पठाणी पोशाख—पांढऱ्या रंगाचा लांबलचक,

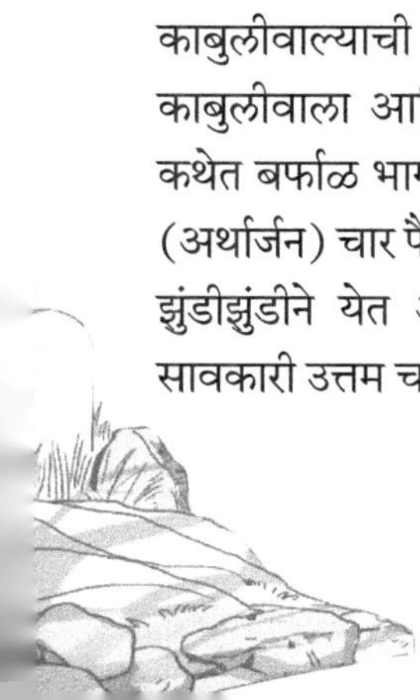

गुडघ्याखाली असलेला शर्ट आणि मुस्लीम पद्धतीची घोट्याच्या खाली चार इंच शिवलेली सलवार आणि कमरेला खूप मोठा सुरा, गोरापान धिप्पाड माणूस. हा पठाणच. ती त्यांची ओळख होती. भरमसाट दराने सावकारी करत आणि त्यांची नजर घराघरातील सुंदर स्त्रियांकडेही असे. असे सावज पकडण्यात कोल्ह्यापेक्षा कावेबाज आणि सिंहाच्या ताकदीचे असत हे लोक.

त्या काळात म्हणजेच सन १९६०च्या आसपास चिनी माणसांची दुकाने रविवार पेठ व कॅम्प भागात होती. मला आठवते ते वज्रदेही चौक (फडके हौद) येथे 'दातावर इलाज केला जाईल' अशी पाटी लटकलेली असे. स्वेटर्स, वुलनचा माल, रेशमी साड्या तेथे मिळत. चीन आणि भारत यांच्यातल्या युद्धात सर्व चिनी माणसाची उचलबांगडी केली. इराणी, ज्यू, पारशी अशा अनेकांच्या वस्त्या कॅम्पमध्ये वाढल्या. त्यांच्या पाठोपाठ पठाणांच्या वस्त्या वाढल्या. अफगाणिस्तानातून आणलेले व येथे न मिळणारे सामान विकण्यासाठी अनेक पठाण पुण्यात घुसले. भरपूर पैसा हातात आल्यावर त्यांचा सावकारी धंदा जोमाने चालू झाला.

पुण्यातील छोटे व्यापारी त्यांच्याकडून कर्ज घेऊ लागले. या व्यापाऱ्यांची नजर कर्ज घेणाऱ्या माणसाकडे असणाऱ्या कुटुंबावर जास्त असे.

माझ्या वाड्यात बरीच कुटुंबं राहत होती. एका कुटुंबात भाऊसाहेब देशमुख नावाचे गृहस्थ राहायचे. त्यांचा घरबांधणीसाठी लागणारे साहित्य विकण्याचा धंदा होता. वाळू, विटा, चुना इत्यादी. त्या वेळी घरं ही चुन्यात बांधली जात. शनिवारवाड्याचे बांधकाम किंवा इतर इमारतीसाठी चुना त्या भट्टीतूनच मिळे. त्यामुळे भाऊसाहेब देशमुख यांच्या चुन्याला खूप मागणी असे. पैशाला काही कमतरता नव्हती. असं म्हणतात, 'लक्ष्मीच्या पाठोपाठ अलक्ष्मीही असते', हे तत्त्व ते विसरले होते.

त्यांना दोन लहान मुली व त्यांची पत्नीही दिसायला देखणी होती. देशमुख स्वतः उंचेपुरे, गोरेपान, भारदस्त दिसणारे होते. त्यांना साजेल अशी त्यांची पत्नी होती. देशमुख सकाळी बाहेर पडले की घरी येण्याची वेळ नक्की नसे. एक वेळ चंद्रदर्शन लवकर होईल पण या माणसाचे काही सांगता येत नसे. घरचे विशेषतः पत्नी वाट पाहून डोळे मिटत असे. भाऊसाहेबांचा बाहेरख्यालीपणा झाल्यावर घराची कडी वाजे. मद्याच्या तंद्रीतच घरात यायचे. खिसे रिकामे करून झाल्यावर ढाराढूर झोपत असत. मुख्य घराला पहिल्या मजल्याला जायला स्वतंत्र जिना,

शिवाय प्रशस्त खिडक्या होत्या. सूर्यप्रकाश आणि वाऱ्याला कुठेही आडकाठी नव्हती. त्या वेळी स्वतंत्र असे एअरकंडिशन नावाचे यंत्र निर्माण व्हायचे होते. त्यामुळे थंड हवेची झुळूक अलगद आवाज न करता घरात घुसे. तसेच शेजारी अनेक भाडेकरू असले तरी मालकांचा दरारा असल्याने भलंमोठं अंगण, तुळशी वृंदावन, बाकीचे अंगण मोकळेच होते. गोंगाट नव्हता.

रात्री—अपरात्री भाऊसाहेब आल्याचे मात्र भाडेकरूंना कसे समजायचे ते मात्र कळत नव्हते. दाराच्या फटीतून डोकावत मात्र लोक अचूक सांगत, 'भाऊसाहेब गुंगीत आले आहेत.' हा प्रकार रोजचाच असल्याने शेजाऱ्यांनी त्यांचा नाद सोडला.

काही वर्षे अशीच पुढे सरकली. भाऊसाहेबांच्या पत्नी तिसऱ्यांदा गरोदर आहे, त्याची वार्ता शेजारणींना कळली. आता तिसरी मुलगा की मुलगी, याची चर्चा महिला वर्गात सुरू झाली. पहिली मुलगी विमल, दुसरी कमल. त्याही देखण्या, गोऱ्या, अंगकाठी मजबूत अशा होत्या. विमल, कमल वयाने वाढत होत्या. शालेय शिक्षण जवळजवळ संपत आले होते. पुढे जिना तर पाठीमागे स्वयंपाक घरातून बाहेर पडायला एक स्वतंत्र जिना. बाहेरचा माणूस भाऊसाहेब नसताना सहज प्रवेश करू शकत होता. मुलींचे मामा-मामी, भाऊ, जवळचे नातेवाईक याच दाराचा उपयोग करीत. मुख्य म्हणजे वाड्याला पाठीमागून एक दरवाजा होता. काही लोक त्याचा येण्या-जाण्यासाठी उपयोग करत.

भाऊसाहेबांचा विलासीपणा, उधळपट्टीपणा कमी काही होईना.

एके दिवशी विमलच्या आईला बाळंतपणाच्या कळा सुरू झाल्या. त्यांना त्या अवस्थेत उपचाराची त्वरित आवश्यकता होती. भाऊसाहेबांच्या विलासी छंदामुळे त्यांच्या बंधूंनी आपल्या नात्याचे दोर कापूनच टाकलेले होते. शिवाय शेजाऱ्यांशी संबंध नव्हतेच म्हटले तरी चालेल. उपचाराआधीच विमल-कमलच्या आईने शेवटचा श्वास घेतला.

मामाचा मुलगा वसंत अधून-मधून येई. जाण्या-येण्यामुळे विमल वसंतासारख्या चांगल्या स्वभावाकडे आकर्षित झाली होती. वसंताला विमल व कमल यांच्याबद्दल खूप काळजी वाटे. त्यांच्या घरच्या आर्थिक परिस्थितीप्रमाणे शिक्षण घेतले होते. सध्या तो ऑर्डनन्स फॅक्टरीत सुपरवायझर म्हणून कामाला होता. विमलला असल्या दुर्गंधीपासून दूर करायचे असेल तर मी तिच्याशी लग्न करणे जरुरीचे आहे, असे म्हणत त्याने आपल्या आईला सुचवलेही होते.

अशा एका भेटीत वसंतानी आपलं मन विमलजवळ व्यक्त केलं. तिनंही त्याला होकार दिला. पण हे कसं शक्य होईल? भाऊसाहेब या श्रीमंती थाटात वाढलेल्या माणसाला कसे मान्य होणार?

भाऊसाहेबांचा खिशा जसा रिकामा होऊ लागला, तशी त्यांनी इतरांकडून पैसे मागायला सुरुवात केली. मदतीचे हात फार छोटे असतात. म्हणून भाऊसाहेबांनी अफगाणी पठाणाकडून कर्ज घ्यायला सुरुवात केली.

ठरलेल्या वेळेनुसार तो धिप्पाड पठाण काठी आपटत भाऊसाहेबांच्या जिन्याखाली उभारून त्यांना हाक मारी. त्या वेळी त्याचे लक्ष खिडकीत मुली दिसतात का, इकडे असे. त्याचा आवाज आला रे आला की मुली शेजारच्या घरात लपत. एक तरी मुलगी व्याजाबरोबर आपल्या हातात पडेल असा त्याचा अंदाज पक्का असावा. मूळ उद्देश तोच होता पण भाऊसाहेब गुंगारा देत असे.

एका दुपारच्या वेळी नेहमीच्या गुर्मीत पठाण भाऊसाहेबांच्या जिन्याच्या दारात आला. तो भाऊसाहेबांच्या नावाने खालून पुकारा करत होता. किती दिवस तू मला गुंगारा देशील. मीच वर येतो म्हणाला, आणि तो जिन्यावर पाय आपटत वर आला. भाऊसाहेब पाठीमागच्या दाराने केव्हाच पसार झाला होता.

पठाण आपल्या सुऱ्याने दारावर आवाज करत होता. लाकडाचे दार सुऱ्याच्या माऱ्याला भीक घालत नव्हते. अंगणात तो आवाज ऐकून वाड्यातले लोक जमा झाले पण मदत कोण करणार?

दोन मुलीच घरात एकट्या, त्या पठाणशी कशा लढणार? त्यापैकी त्याने विमलला ओढून फरफटत नेले तर? बघणाऱ्यांत नुसती चर्चा चालू होती.

दोन्ही मुली वरच्या मजल्यावर ताई कुलकर्णी यांच्या आश्रयाला गेल्या. ताई कुलकर्णी तशा वयस्कर होत्या. त्यांनी मुलींना घाबरू नका. मी बघते काय करायचे ते असा धीर दिला. ताई कुलकर्णींनी वसंताकडे मुलातर्फे निरोप पाठवला. येथे काय घडते ते कथन करून पोलिसांना घेऊन या, अशी सावधगिरीची सूचना दिली.

पठाण दार तोडण्याच्या इराद्याने दाराला दणके देत होता. निरोप मिळाल्या मिळाल्या वसंताने पोलिसांना खबरवर्दी दिली. तो दोन पोलीस घेऊनच वाड्यात आला. उघडा सुरा पाहून पोलीसही धास्तावले. परिस्थिती काबूत आणण्यासाठी पठाणाला खाली आणले.

'मुझे मेरा पैसा चाहिये, नही तो वसूल किसी चीज लेकर वापस जायेंगे, तब तक

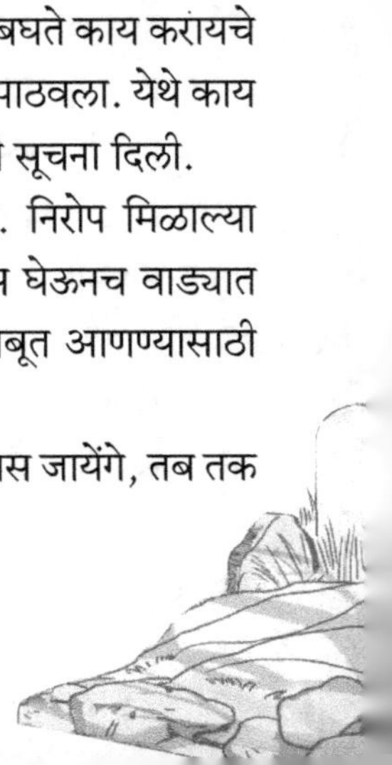

मै इधरही बैठूंगा।' अशा प्रसंगी पोलीस तहाची मागणी करतात. खूप वेळाने त्याने पोलिसांच्या अटी मानल्या. पोलीस त्या पठाणाला घेऊन चौकीत गेले.

एक-दीड तास बघ्यांची करमणूक झाली.

विमल-कमलला ताईंनी आपल्या घरीच ठेवून घेतले. त्यानंतर दोन महिने भाऊसाहेब घरी फिरकलेच नाहीत.

या धामधुमीचा-धकाधकीचा सामना ताई, विमल-कमल व वसंताकडचे लोक करत होते. रात्र वैऱ्याची आहे, याची चिंता सगळ्यांनाच होती.

ताई कुलकर्णी यांनी त्या तरुण मुलीच्या भविष्याचा विचार केला. विमल-वसंताचे लग्न लावून दिले. त्याप्रमाणे धाकट्या मुलीच्याही लग्नाची जबाबदारी स्वीकारली. विमल व कमलचे लग्न साधेपणाने श्री गणपतीच्या देवळात लावले आणि त्यांची पाठवणीही केली. ताईंच्या डोक्यावरचे ओझे उतरले. मुली सुखरूप चांगल्या घरी नांदतील याचा विश्वास वाटला. पठाणाच्या हातात मुली पडल्या असता तर त्यांचे नखही दिसले नसते. पठाणाच्या राज्यात कुठं, कोणाच्या हाती पडल्या असत्या, त्यांच्या आयुष्याचे काय झाले असते कोण जाणे! गणपती बाप्पाने माझ्या हातून चांगली समाजसेवा करून घेतली हे फार मोठे पुण्य गाठी पडले, असे समाधान होते.

खूप दिवस अदृश्य झालेले भाऊसाहेब अचानक रात्रीच्या वेळी स्वगृही गेले. रात्र तर झाली होतीच, बाहेर अंधार आणि घरातही अंधार पाहून चक्रावून गेले. मुलींची काही हालचाल दिसली नाही. या अपरात्री कोणाला काही विचारायची त्यांची शारीरिक अवस्था नव्हती. आपलं अंग कॉटच्या गादीवर लोटून दिलं आणि ते स्वर्गात नशेत पोहोचले. उद्या चुन्याच्या मळणी दुकानावर गेल्यावर आप्पा-बाप्पा या मजुरांकडून माहिती कळेलच, हे त्यांना माहीत होतं.

नेहमीच्या शिरस्त्याप्रमाणे भाऊसाहेब चुना मळणी केंद्रावर उपस्थित झाले. त्यांना पाहून आप्पा-बाप्पा हे मजूर हात जोडून उभे राहिले. आप्पा-बाप्पा हे अट्टल गुन्हेगार होते. मारामारी, दरोडा, लहान-मोठ्या चोऱ्यांशिवाय फसवून मुलींना वाम मार्गाने नेण्यात तरबेज होते. भाऊसाहेबांच्या पश्चात काय-काय घडलं याची इत्थंभूत माहिती दिली. बायकोचं निधन, मुलींची लग्न झाल्याने भाऊसाहेबांच्या खांद्यावरचं ओझं संपुष्टात आलं होतं. आता आपल्या घरात राजरोस शारीरिक संबंध, परदेशी-देशी दारू, मुली आणण्यासाठी परवानगी मिळाल्यातच जमा

होतं. आप्पा-बाप्पा खरं तर चांगल्या सुसंस्कृत घराण्यातील तरुण मुलं, पण वाईट मार्गाला लागल्याने फक्त राहत्या घराच्या भिंती सोडल्या तर बाकी सर्व विकून मोकळे झाले होते. तुरुंगाची हवा खाऊन तेथेच उच्च शिक्षणात पारंगत झालेले होते. अशी साथ भाऊसाहेबांना लाभली होती.

आप्पा-बाप्पा, दारू आणि मुली यांची रहदारी वाड्यावर वाढली. आता शेजारीपाजारी राहणाऱ्या कुटुंबवत्सल माणसांना चिंता वाटू लागली. आपला वाडा कुंटणखाना होणार का, अशा चिंतेने त्यांना ग्रासले. त्याविरुद्ध पोलीस व मालकाकडे रोज तक्रारी जाऊ लागल्या.

मालकांनी या घाणेरड्या वागणुकीबद्दल आक्षेप घेऊन भाऊसाहेबाला जागा सोडायला भाग पाडलं. हे काम तसं लवकर संपण्यासारखं नव्हतं. मालकाची जागा आता गुंडांच्या हातात होती. भाऊसाहेब लगोलग जागा सोडून जाण्यासारखा नव्हता.

तसं पाहिलं तर मालक आणि भाडेकरू यांच्यातील वितुष्ट वाढीला लागलं होतं. भाडेकरू घर जुने झाले आहेत, भिंती पडायच्या स्थितीत आहेत, अशा कारणांवरून भाडे देण्याची टाळाटाळ करत होते. मातीच्या भिंतीची माती उकरून भांडी घासायला वापरत. एकूण काय घराला वाळवी, घुशी पोखरू लागल्या होत्या. मोठ्या मालक-मालकीण बाईंनी स्वर्गाची वाट धरली होती. वाड्याचा पसारा धाकट्या मालकांच्या आवाक्याच्या बाहेरचा होता. मालकांना नगरपालिकेने दुरुस्तीच्या नोटिसा पाठवल्या. घर खाली करण्यासाठी हुकूम दिला.

एके दिवशी नगरपालिकेचे लोक घर पाडण्यासाठी मजूर, कुदळ, फावडी घेऊन आले. घराच्या छतावर चढून तळमजला ठेवून सर्व घर उतरवले. भाडेकरू करायला गेले आणि मजूर घराचे छत्र घेऊन गेले.

'न रहेगा बास न रहेगी बासुरी' अशी अवस्था भाडेकरूंची झाली. ओल्याबरोबर सुकं जळतं ते असं. पठाणाच्या पायगुणानं असं होत्याचं नव्हतं झालं. शेवटी संगत महत्त्वाची हेच खर! त्यानंतर ते भाऊसाहेब, त्यांनी ठेवलेली वेश्या-मुले, इतर त्रास देणारे, भाडे न देणारे, पालिकेला नोटिसा पाठवणारे या जगाच्या आकाशाखाली कसं जीवन जगत असतील ते परमेश्वरालाच ठाऊक!

■■■

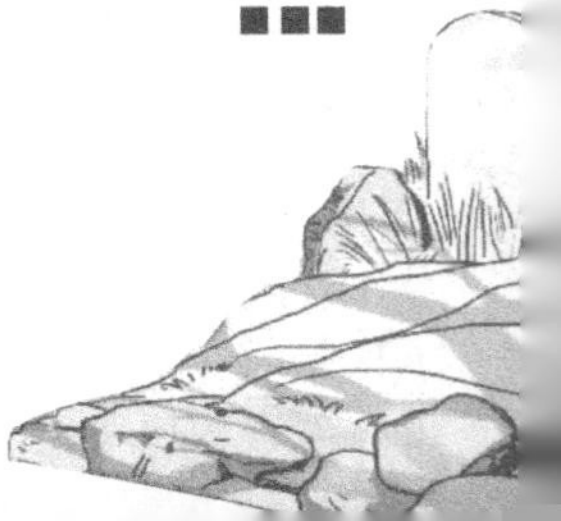

। १४ ।

डबलडेकर

साधारण पन्नास-साठ वर्षांपूर्वी पुण्याची - पुणे शहराची फारशी वाढ झालेली नव्हती. रस्ते मोठे नव्हते आणि रहदारीही फार नव्हती. सायकल या वाहनाचाच वापर होत होता. म्हणून तर सायकलचे व पेन्शनरचे पुणे असे समजले जायचे. पुण्याचे अरुंद दहा फुटी बोळ-गल्ली असेच म्हटले जायचे. माणसांची पुण्यात ये-जा वाढली तशी पुणे महानगरपालिकेने पीएमटी-पुणे म्युनिसिपल ट्रान्सपोर्टची सोय पुण्यासाठी चालू केली. बस फक्त रुंद व वेडीवाकडी वळणे नसलेल्या रस्त्यावरून धावू लागल्या. नंतर स्कूटर, वेस्पा, लॅम्ब्रेटा व फटफट्या फिरू लागल्या. इतकी सुधारणा स्वप्नासारखी वाटू लागली. पीएमटीमध्ये सुधारणा झाली. मुंबईच्या धरतीवर डबलडेकर बस रुंद रस्त्यावर लांब अंतरासाठी तर एका बसच्या पाठीमागे दुसरी बस अशी ही योजना पीएमटीने केली. डबल-डेकरला 'भवानी' बस नावही दिले.

मी त्या काळी पाषाणला सरकारने दिलेल्या घरात सहकुटुंब राहत होतो. पुणे महानगरपालिका ते पाषाणला एक तासाच्या अंतराने बस सोडण्यात येत होत्या. बसची वाट पाहण्यातच खूप वेळ जायचा. मुलांच्या शाळा जवळ असल्याने सहकुटुंब पुणे शहरात येणे कमी होई. त्याला पर्याय म्हणून दोन टू-व्हीलर खरेदी केल्या. मुलं लहान असल्याने एका स्कूटरवर चारजण जाणं अति धोक्याचं असल्याने धोक्याला निमंत्रण नको म्हणून मी टाळायचो.

माझ्या लहान मुलांनी कधी तरी कुठे तरी डबलडेकर बस बघितली. अशी

बस त्यांनी याआधी कधीच बघितली नव्हती. त्यामुळे अशा डबलडेकर बसमध्ये प्रवास करायचा असा हट्ट धरला. सर्वसाधारणपणे आंब्याच्या दिवसांत आंब्याचा हट्ट असतो. उन्हाळ्यात आईसक्रीमचा हट्ट असतो. गंमत म्हणून सांगतो, पाषाणच्या बाजूला आकाशातून विमाने, हेलिकॉप्टर जात असत. त्याकडे ढुंकूनही पाहिले नाही. कदाचित तो हट्ट केला तरी तो आम्हाला परवडणारा नव्हता म्हणूनही त्यांनी त्याचा हट्ट केला नसावा.

'डबलडेकर बसमधून आपण नक्कीच प्रवास करू!' असे आश्वासन आईने त्यांना दिले. मुलांनी आईचे म्हणणे ऐकले. अशातच मुलांची मावशी हडपसरला राहावयास आली होती. डबलडेकर बस स्वारगेट ते हडपसर या मार्गावर पीएमटीने चालू केल्याचे समजले होते. आम्ही चौघे दोन स्कूटरवर स्वारगेटपर्यंत गेलो.

स्वारगेटला डबलडेकरच्या स्टॉपवर उभे राहिलो. आणि फार वेळ वाट पाहावी लागली नाही. डबलडेकर बस स्टॉपवर आली. ती तांबड्या रंगाची स्वच्छ बस पाहून मुलांना खूप आनंद झाला. बस जवळ-जवळ रिकामीच होती. सुख पैशांनी विकत घेता येत नाही एवढे मात्र खरे!

'भवानी' डबलडेकर बस थांबली तशी मुलाने अत्यानंदाने बसची पहिली पायरी चढली. दुसऱ्या क्षणी तो वरच्या मजल्यावर गेला. त्याला जणू खेळायचे मैदानच मिळाले होते. बस रिकामी, एकही प्रवासी नव्हता. त्याच्या पाठीमागे मुलगीही गेली. मुलाने प्रत्येक बाकावर बसून खिडकीबाहेर कसे दिसते, ते पाहिले खालून जाणारी माणसं कशी दिसतात, झाडे, फुलं, काही रंगीत वस्तू याची निरीक्षण करत वाऽवाऽ काय छान दिसते हे तो मुलीला ओरडून सांगत होता. मी वरच्या मजल्यावरच्या पाठीमागच्या बाकावर बसलो. हा चळवळ्या मुलगा आणखी उद्योग करेल, नसता व्याप नको; हा पुन्हा खालती पायऱ्या उतरून आला किंवा बसमधून बाहेर रस्त्यावर गेला तर? अशा अनेक शंका मनात येत होत्या. त्याची आई खालच्या मजल्याच्या दाराशीच बसून होती. मुलाचा हट्ट पुरवल्याचे समाधान तिच्या चेहऱ्यावरून ओसंडून वाहत होते. मुलांना, 'किती क्षुल्लक गोष्टीत अफाट आनंद होतो' हे आम्हांला समजले.

मुलाने आपला मोर्चा (पळापळ) पहिल्या बाकापर्यंत वळवला. समोरच्या मोठ्या काचेतून रस्त्यावरची वर्दळ बघत होता. एक तर मुलाला मोटारीचे वेड होते. मी अधून-मधून छोट्या मोटारी, ट्रक असली वाहने खेळणी म्हणून देत असे. एका

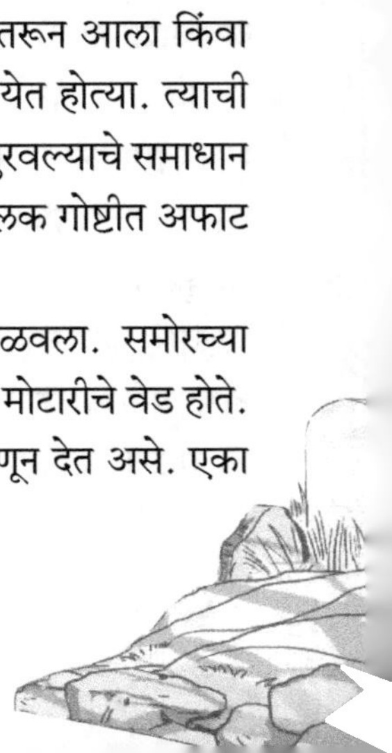

फळीचा डबा पुढे-मागे ठेवून दिवसभर घरी मोटारी खेळत असे, हे मला ठाऊक होते. आज तो हे प्रत्यक्ष बघत होता. मुलगा रस्त्याची निरीक्षणं डाव्या-उजव्या काचेतून करत होता. अचानक त्याला ड्रायव्हरच्या वरच्या बाजूला आणीबाणी दाराची खिडकी दिसली. ती अर्धवट उघडी होती. त्याची उत्सुकता-आकर्षण वाढत गेले.

खिडकीच्या खाली असलेल्या लोखंडी सळीवर पाय ठेवून त्याने ती खिडकी उघडली, त्याला बाहेरची हालचाल अधिक प्रभावी वाटली. तेथून हात-डोके बाहेर काढून लोकांना हात दाखवत राहिला.

मुलगा अधिक उद्योग करेल की काय, या विचाराने अस्वस्थ झालो. जागेवरून उठलो. त्याचे बकोट धरून खाली उतरायला लावले.

काय छान दिसते, पळती झाडे पाहू या म्हणून तो मलाही आमंत्रण देत होता. त्याच्या हाताला धरून कसेबसे एका बाकावर बसलो.

खालच्या बाजूला कंडक्टर तिकिटं पंच करत होता. त्याच्या आईने बस तिकिटं घेतली. मुलाचे निरीक्षण चालूच होतं. ती तिकिटं आईने त्याच्या शर्टाच्या खिशात ठेवली. ती तिकिटे बघून त्याला एखादे 'बक्षीस' मिळावे असा आनंद त्याच्या चेहऱ्यावर दिसत होता. असा प्रसंग, हे आनंदाचे क्षण मी माझ्या व मुलांनी आपल्या हृदयात कोरून ठेवले होते. हा आनंदाचा ठेवा आम्ही गेले ४०-४२ वर्षे पुन्हा पुन्हा उघडून बघतो.

माझ्या घरापासून रोज बर्फाचा गोळा विकणारा जातो. माझ्या घराच्या दारात त्याच्या गाडीची 'टिंगटिंग' मंद आवाजाची घंटा वाजवतो. तो अस्वच्छ माणूस बघून मुलाचे लक्ष वेधले जायचे. तो माणूस बर्फाचा गोळा करून त्यावर वेगवेगळ्या रंगाचे गोड पाणी शिंपडायचा. मुलाला त्याचे आकर्षण वाटले. त्या कळकट माणसाकडून तो किळसवाणा, अस्वच्छ गोळा घेणे मला आवडायचे नाही. रोज नाही कसे म्हणायचे या हट्टाला तर फार पैसे पण लागत नाहीत. शेवटी रोजची भुणभूण कमी करण्यासाठी मीच फ्रीजमधला बर्फाचा गोळा, त्यावर रंगीत आमसुलाचे गोड पाणी टाकून करून दिला. त्याच्या चेहऱ्यावरचा आनंद बघण्यासारखा होता. मुलाची छोटीशी हौस मी सहजतेने पुरवली, याचे मलाही समाधान वाटले.

अशी आकर्षणे मुली/मुलांना असतात.

■■■

। १५ ।

आकर्षणाचे झाड

माणूस हा अजब प्राणी. प्रत्येकाला कसले ना कसले आकर्षण असतेच, मात्र काही लोकांचे आकर्षण बिंदू ऐकून विस्मयचकित व्हायला होते.

सुभाष नावाच्या तरुण माणसालाही ॲम्ब्युलन्सचे आकर्षण होते.

हा सुभाष एका सॉफ्टवेअर कंपनीत नोकरी करतो. घरीदारी कामच काम! नशिबाने त्याचे लग्न झाले नव्हते. स्वतःचा असा संसार नव्हता. काम करून कंटाळा आला होता. एक दिवस घरी एकटाच खिडकीतून रस्त्यावरची रहदारी बघत होता. अशातच ॲम्ब्युलन्सचा आवाज ऐकू आला.

'चला ॲम्ब्युलन्सने आपण प्रवास करू.' त्याचे विशिष्ट आवाजाचे आकर्षण उफाळून आले.

सुभाष उठला, मोबाईल फोनवर एका ॲम्ब्युलन्सला फोन केला. ''श्री सत्यबाबा हॉस्पिटलला जायचे आहे!''

''पाच मिनिटात ॲम्बुलन्स तुमच्या घरी येईल!''

त्याने आपले कपडे झटपट बदलले. कपड्याची बॅग घेऊन तो रस्त्यावर आला. ॲम्ब्युलन्सची गाडी त्याच्या इमारतीपाशी थांबली. गाडीचा ड्रायव्हर व दुसरा माणूस स्ट्रेचर काढण्यासाठी पाठीमागच्या दाराशी आले. दार उघडून स्ट्रेचर बाहेर काढत होते, तोच

''काय करताय, मला स्ट्रेचर नकोय, मीच पेशंट आहे. श्री सत्यबाबा हॉस्पिटलला

गाडी घेऊन चला!''

या पेशंटला काय झालंय, एकटाच दिसतोय, त्याच्याबरोबर कोणी माणसंही नाहीत असे अनेक प्रश्न चालकाला पडले. पण ड्युटी फर्स्ट! म्हणत त्याने ॲम्ब्युलन्स सुरू केली.

सायरन वाजल्याबरोबर रस्त्यावरचे लोक सतर्कतेने गाडीला कशी वाट देतात, पोलिसांच्या शिट्टीच्या आवाज कसा येतो, अशा अनेक गोष्टी सुभाष गाडीत बसून बघत होता. आपली करमणूक करून घेत होता. आपले लहानपणाचे ॲम्बुलन्सच्या प्रवासाचे स्वप्न साकार झाल्याने त्याला आनंद झाला. कोणाला कशाचे आकर्षण असेल ते सांगता येत नाही, हेच खरे!

सुभाष त्याच्या कामावर रुजू झाला, पण त्याच्या मनात ॲम्ब्युलन्सचा हॉर्न वाजत होता.

अनेकांना हेलिकॉप्टर/विमानाचे आकर्षण असते. विमानात बसण्याचे भाग्य सगळ्या लोकांना लाभत नाही. काही वयस्कर किंवा तरुण (35-40 वर्षे) लोकांना ॲम्ब्युलन्स मध्ये बसून फिरण्याची हौस असते. ऐकायला हे थोडे विचित्र वाटले, तरी असा प्रसंग मला भाचीने वर्णन करून सांगितला आणि मला ते पटले.

मी भाचीकडे खूप दिवसांनी भेटायला गेलो होतो. आमची चहाची वेळ दुपारी चार नंतरची होती. एवढ्यात तिची कामवाली दार उघडून आत आली.

''आशाबाई तुम्ही नंतर या, पाहुण्यांचा चहा झाला की अर्धा तासाने या.'' ''मला नाही बाई जमणार, मला खूप कामं करायचे आहेत. नंतर येऊन जाईन,'' असं म्हणून पाय वाजवत निघाली. दार धाडदिशी लावून जिन्याच्या पायऱ्या उतरणार तोच तिचा आरडाओरडा भाचीने ऐकला. ती आपल्या कामात व्यग्र होती. आशाबाई असले प्रकार/ उद्योग करत असे म्हणून भाचीने तिकडे दुर्लक्ष केले.

आशाबाईचा आक्रोश चालू असतानाच रस्त्यावरून जाणाऱ्या ॲम्ब्युलन्सचा आवाज त्यांनी ऐकला आणि तिच्या मनातील लहानपणाचे ॲम्ब्युलन्समध्ये बसण्याचे स्वप्न पूर्ण करावे, असे आले. तिच्या पायाला फार काही लागलेले नव्हते.

आजकालच्या काळात सर्व मोलकरणींकडे मोबाईल फोन असतोच तसा तिच्याकडेही होता. तिने बसल्या बसल्या 'ॲम्ब्युलन्स'ला फोन केला आणि काही क्षणात ॲम्ब्युलन्स गाडी दारात उभी राहिली. गाडी येण्याच्या अगोदर तिने पायाला स्कार्फ गुंडाळला.

या बाईसाहेब लिफ्टमधून ॲम्ब्युलन्सपर्यंत आल्या. ड्रायव्हर व हेल्पर स्ट्रेचर घेऊन उतरले.

आशाबाईने पाय मोडल्याचे सांगितले. 'मला संचेती हॉस्पिटलमध्ये घेऊन जा, पाय खूप दुखतोय हो. अग आईऽऽ' ड्रायव्हरने ॲम्ब्युलन्स तिचे ओरडणे ऐकून सुरू केली. ॲम्ब्युलन्स भर गर्दीत निघाली की पोलीस व स्कूटर-मोटारी कडेला घेऊन जातात हे आशाबाई बघत होती आणि आपली ॲम्ब्युलन्समध्ये बसण्याची हौस पुरी झाली म्हणत खूश होत होती. ''मी परत येईपर्यंत ॲम्ब्युलन्स गाडी इथेच राहू द्या!" असेही तिने सांगितले.

ॲम्ब्युलन्स संचेती हॉस्पिटलमध्ये पोहोचली. इमर्जन्सी उपचार करणारे डॉक्टरही आले. त्यांनी तिला पायाला बांधलेले फडके काढायला सांगितले. डॉक्टरांनी पाय व पायाची बोटे तपासली पण तसे त्यांना काही आढळले नाही. डॉक्टरांनी फी घेतली आणि "आता घरी जा आराम करा, काही दिवसांनी बरे वाटेल!" असे सांगितले.

त्याच ॲम्ब्युलन्समधून ती भाचीच्या घरी गेली. ॲम्ब्युलन्स परत दारात, दारातून आशाबाई खाली उतरल्यावर जमलेल्या लोकांनी काय झालं, याच्याबद्दल आशाबाईंना विचारलं. ती आता काय सांगणार!

हे सगळे नाटक होते, हे लोकांना कळले. अशी आशाबाई! ॲम्ब्युलन्समधून फिरण्याचे स्वप्न तिने पूर्ण केले. आशाबाई एवढ्यावर थांबली नाही. तिच्या झोपडीशेजारी एक अपंग माणूस राहत होता. त्याच्याकडे अपंगांसाठी असणारी तीन चाकी सायकल होती. आशाबाईने लाडीगोडीने ती सायकल उसनी घेतली.

एक दिवस तीन चाकी सायकल चालवत ती भाचीच्या शाळेत गेली. शाळेची तास संपल्याची घंटा वाजली. सर्व शिक्षिका स्टाफरूममध्ये गेल्या. भाचीने तीन चाकी सायकल मैदानावर कोण चालवते आहे, म्हणून बघितले. अरे ही तर आपली आशाबाई दिसते. पण अशा सायकलवर या वेळी माझ्या शाळेत? आश्चर्याने भाची थक्क झाली.

सायकल चालवत ती भाचीपाशी आली आणि म्हणाली, ''माझा पाय दुखावला आहे, डॉक्टरांनी एक आठवडा विश्रांती घ्यायला सांगितले आहे. मी एक आठवडाभर कामावर येणार नाही. त्याचा निरोप तुम्हांला द्यायचा होता म्हणून डायरेक्ट तुमच्या शाळेत आले, मला माफ करा।'' एवढे सांगून आशाबाई पसार झाली.

■■■

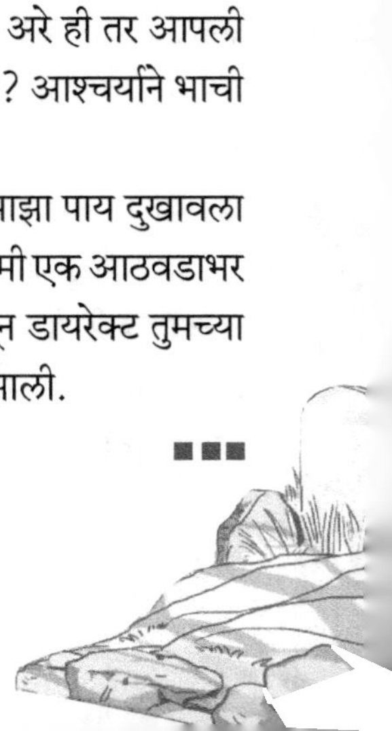

। १६ ।

गारांचा वर्षाव

साधारणपणे चाळीस वर्षांपूर्वीची गोष्ट आहे. मी, मेघना (पत्नी), स्मिता, मंगेश असे आम्ही एनसीएल कॉलनीत राहायला होतो. स्मिता व मंगेशला सांभाळायला लक्ष्मीबाई होत्या. नीटनेटक्या, स्वच्छ, मनाने सोज्वळ होत्या. मुलांची देखरेख उत्तम करायच्या.

'घर फिरलं की घराचे वासही फिरतात' अशी म्हण आहे. आजींना एक मुलगा आणि लग्न करून दिलेली मुलगी. मुलगा व्यसनी निघाला त्यामुळे वडील तर त्यामुळे धक्क्याने गेले. सबंध घर उद्ध्वस्त झाले. आजींना मुलगा-मुलगी असूनही नातवंडांचे तोंड बघता आले नाही. एकटेपण, वाढते वय, आर्थिक चणचण, त्यात जवळच्या नातेवाइकांनी दूर ठेवले होते. आयुष्याची वाट तशी बिकट होती.

आम्हाला दोन मुलं, त्यांच्यासाठी चांगल्या बाईंची नितांत गरज होती. शिवाय आम्ही दोघे नोकरी करत होतो. आजी आणि माझं कुटुंब एवढीच माणसं. मोठ्या जागेत होतो. मुलांना व आजींना मोकळे रानच मिळाले. थोडेच दिवस असे वाटले खरे, पण नंतर भ्रमाचा भोपळा फुटला. काही दिवसांनी आमचे घर शनिवारवाड्यापासून लांब होते तरी त्या वेळी तो 'पिकनिक स्पॉट' झाला.

माझे नवीन घर बघायला आई-वडील, भावाचे कुटुंब, धाकटे भाऊ यायचे, मग ते राहायलाच असायचे. चतुश्रृंगी देवीच्या जत्रेस येणारे पाहुणे यांच्याही मुक्कामाचे स्थळ होत गेले. सासू-सासरे आजींच्या अनुपस्थितीत मुले सांभाळायला यायचे.

माझ्याकडे मोठा टीव्ही होता. सासऱ्यांना क्रिकेटची भारी हौस. टीव्हीवर मॅचेस बघायचे. संध्याकाळी टिळक रोड न्यू इंग्लिश स्कूल येथील वसंत व्याख्यानमाला असा छान वेळ जायचा त्यांचा.

काही लोक शनिवार वाडा, तुळशीबाग, केळकर म्युझियम, पर्वती, पेशवे उद्यान, सारसबाग गणपती तेथील बाहेर मिळणारी पावभाजी, पाणीपुरीची चव यासारखी प्रेक्षणीय स्थळे बघायला आणि जिभेचे चोचले पुरवण्यासाठी हमखास सुट्टी काढून मुलाबाळांसकट मुक्कामी यायचे.

आमच्या क्वार्टरपासून एक-दीड किमी अंतरावर पुरातन सोमेश्वर मंदिर होते. शिवरात्रीच्या दिवशी शिवशंकराचे दर्शन घेऊन बाजारात मिळणारी सुगंधी कवठे घेतल्याशिवाय घरी कसे जायचे, म्हणून त्याची खरेदी करणे प्राप्तच होते. अलिखित नियमच होता. जाता जाता तोंडात टाकायला काही तरी हवेच. आईस्क्रीम, आईस कँडी, कुल्फी हवीच. सगळे उरकले की मग सगळे क्वार्टरवर माघारी यायचे. दमल्यावर मेघाला 'एक कप चहा पाहिजे बुवा' फर्माईश व्हायची.

घरचे लोक असे परत जात नाहीत तोच नंतर मेघाच्या पुण्यात राहणाऱ्या मैत्रिणी हजर व्हायच्या. त्यांच्या वेगवेगळ्या फर्माईशी असायच्या.

'मेघा, किती सुंदर, ऐसपैस खोल्या, बाहेरची झाडे, हिरवळ स्वित्झर्लंडच की ग!' अशी साखरपेरणी व्हायची.

एकदा असेच काही पाहुणे आले, तेही मेघाच्या माहेरचे.

आमच्या पाहुण्यांची 'सिंहगड सर करण्याची' इच्छा प्रकट झाली. सगळ्यांनी होकार दिला.

सिंहगड सर करण्याची आमची मनाची तयारी नव्हती. पाषाण ते सिंहगड किल्ला हे अंतर काही सोयीस्कर नव्हतं. आम्हांला आम्हा दोघांना मुलांना घेऊन जाणं म्हणजे फार कठीण काम होतं.

पाषाणपासून पीएमटी बस मिळणे तर ती एक वेगळीच कथा होती. पाषाणपासून शिवाजीनगर रेल्वे स्टेशन ते स्वारगेट अशा बसेस होत्या. सिंहगडला जाण्यासाठी बसेसची सोय अभिनव कॉलेज (आर्किटेक्ट कॉलेज) जवळ बस स्टँड. इथून बसेस तासाभराच्या अंतराने सुटायच्या.

हा कार्यक्रम फक्त आलेल्या पाहुण्यांपुरताच थांबला नाही तर हे लोण माझ्या मोठ्या भावाच्या घरापर्यंत पोहोचले. भावाचे कुटुंब जिजामाता बागेपाशी राहत होते.

ते ही सिंहगडावर येण्यास एका पायावर तयार झाले. अशी माणसांची माळ तयार झाली. संख्या वाढत जाऊन अठरापर्यंत पोहोचली.

आम्ही दोघे पहाटे तीन वाजता उठलो. मेघाने सगळ्यांना जाता येता पुरेल एवढा गोडाचा शिरा केला. ब्रेडचे स्लाईस कापून त्यात उकडलेल्या बटाट्याची भाजी घालून सँडविच केले. पाच किलोचा ॲल्युमिनियम डबा भरला. इतरही ओझी घेऊन सोबत पाहुण्यांना घेऊन पहाटेच घराबाहेर पडलो. दीड किमी चालून बसस्टॉप गाठला.

पाषाण ते शिवाजीनगर बस मिळाली. अखेर सिंहगड बसस्टॉप गाठला. भावाचे कुटुंब आमच्या आधीच आलेले होते.

सर्वजण दहा फुल आठ हाफ असे सिंहगड बसमध्ये बसलो.

पीएमटी बस सिंहगडाच्या पायथ्याशी थांबली. मोठ्या माणसांच्या खांद्यावर जेवणा-खाण्याच्या जिन्नसांचे डबे होते. आलेल्या पाहुण्यांत काहीजण मुंबई कल्याणचे होते. किल्ला चढताना त्यांची दमछाक झाली. काहींना ब्लडप्रेशर व मधुमेह होता. रस्ता फार चांगला नव्हता. सिंहगडापाशी काही गावकरी, ताक विक्रेते बसलेले होते. पाण्याची तहान ताकावर भागवली. गडावर पोहोचण्यास किमान दीड तास लागला.

पाहुणेमंडळी हाश हुश करत गडाजवळील तंबूत शिरले. तेथे खुर्च्यांची सोय होती. झाडाखाली काही सतरंज्या टाकलेल्या दिसल्या. 'लस्सी-दही-ताक मिळेल, चहा नाही, ज्वारीची भाकरी व पिठले मिळेल!' अशी पाटी होती.

गड चढतानाच आणलेले पदार्थ संपलेले होते. श्रमामुळे सपाटून भूक लागली होती. भाकरी, गरम पिठले, कांदा भजी प्लास्टिकच्या ताटलीत पडले. कांदा भजी प्रत्येकाच्या पोटात उतरली आणि सर्वजण ताजेतवाने झाले.

'अगोदर पोटोबा नंतर विठोबा' या म्हणीप्रमाणे किल्ल्यावरील ऐतिहासिक गोष्टी, दोन टाके, छत्रपती राजाराम महाराज यांची समाधी, दऱ्या-डोंगर, कल्याण दरवाजा असं बघत आम्ही माघारी निघालो. पाच वाजताची पीएमटी बस थोडक्यात चुकली. अखेर संध्याकाळी सहा वाजताची बस मिळाली. आम्ही पाषाणला रात्री आठ वाजता पोहोचलो. 'फार छान ट्रीप झाली' या पाहुण्यांच्या उद्गाराने आम्हीही खूश झालो. मात्र माझे पैशाचे पाकीट रिकामे झाले, पाहुणचार व्यवस्थित झाला आणि त्याचे समाधान मला मिळाले.

'अजून दोन दिवस मुक्काम करतो. आम्ही खूप दमलो आहोत.'

या 'दोन दिवस' शब्दांनी मला चांगलाच दणका दिला. ब्रिज ऑन रिव्हर....

काय, गन्स ऑफ नेव्हरॉन, सीआयडी..... सारख्या सिनेमांची मागणी झाली.

त्या वेळी अशी सिनेमांची रिळ/कॅसेट व त्याचे यंत्र भाड्याने मिळत असे. त्याची तजवीज मला करावी लागली. यंत्रावर सिनेमा बघणे व जेवणात गरम जिलेबीची ऑर्डर दिली. माहेरच्या पाहुण्यांना नाही कसं म्हणणार! तोही हट्ट पुरवला.

खो-खोचा खेळ मैदानी असला तरी पाहुण्यांच्या दृष्टीने नवीन नाही. दोन-चार दिवस गेले की घरात पाहुणे येणारच. बारसं, मुंज, साखरपुडा, मुलगी बघण्याचा कार्यक्रम, बाळंतपण, दवाखाने इत्यादी कामासाठी पाहुण्यांचा मुक्काम पडणारच. माझ्या आई-वडिलांचे घर मध्यवस्तीत होते. तेथे पाहुणे एकमेकाला खो देऊन यायचे. आर्थिकदृष्ट्या ते खिशाला जाचक वाटे.

आता मी पाषाणला राहायला आलो होतो. बराच लांब. पाहुण्यांची येण्या-जाण्याची रांग काही अंशी कमी झाली. आम्ही दोघं नोकरदार, शिवाय दोन लहान मुले. आमची ऑफिसेससुद्धा लांब होती. उलट घर लांब आहे, तेव्हा दोन दिवसांच्या मुक्कामाला पाहुणे यायचे. सगळे सांभाळायची ही एक तारेवरची कसरतच होती. सुट्टीचा काळ अतिशय त्रासदायक वाटे. 'आलिया भोगासाठी असावे सादर' एवढेच हातात होते.

आपण एक विचार करतो आणि होते भलतेच. पुण्याच्या घरच्या पाहुण्यांचा ओघ आटला असे वाटला असे वाटले, पण घडले उलटेच... अशाच एका दुपारी मनोहरपंत आपला कुटुंबकबीला घेऊन आमच्या घरी धडकले. पत्नी, एक धडपडा खोडकर मुलगा व दोन नखरेल (वय १२-१५) मुली आल्या. उन्हाळ्याचे दिवस. आल्या आल्या फ्रिजमधल्या गार पाण्यावर तुटून पडल्या. कारण त्यांच्या घरी फ्रिज नावाचे थंड पाण्याचे यंत्र नव्हते. माझ्या कुटुंबाला दहा लिटरच्या माठातील गार पाण्याची सवय होती. तेवढे गार पाणी आम्हाला पुरेसे होई.

दुपारचा चहा झाला. मुलांनी खाण्याचे डबे उचकायला सुरुवात केली. आमच्या मुलांचा आठवडेभराचा माल संपला. डबे उलटे करून 'वाजवा रे वाजवा' झाले. मोकळे डबे वाजवून त्यांचा नाच संपला. आमच्या मुलांना त्यांची आई दुसऱ्याच्या घरी नीट वागायचं अशी समज देत असे, इथे ते दिसले नाही.

मनोहरपंतांनी आपण 'पाषाण तलाव व सोमेश्वर मंदिरात जाऊ. शंकराचे दर्शन घेऊ' अशी घोषणा केली. आनंदाचे वातावरण निर्माण झाले.

आमच्या घरापासून पाषाण तलाव अंदाजे तीन किलोमीटरवर होता. बस स्टॉप

एक किलोमीटर अंतरावर होता. तेवढे अंतर चालत गेलो. चार फुल व पाच अर्ध्या तिकिटाचे पैसे दिले. पाषाणपर्यंतचे भाडे देऊन तिकिटे खरेदी केली.

बस उन्हामुळे खूप तापली होती. वाऱ्याची आई जणू मेली होती. त्यामुळे वारा सुट्टीवर होता. उन्हाचा तडाखा चालूच होता. आम्ही चालत पाषाणच्या तळ्याकडे निघालो.

रस्त्याला उन्हाचा ताप वाढत होता. रस्त्याला झाडे नव्हती. तलावानजीक वाळूचे तापलेले रस्ते, सगळा नुसता तापच होता. माझा मुलगा दोन-अडीच वर्षाचा. त्याला कडेवर घ्यावे लागले. पायाला चटके बसत होते.

मुलं, आम्ही सर्वजण पायात पाय टाकून त्याचा आनंद घेत होतो. पाण्याचा शीतल स्पर्श सुखकारक वाटत होता. 'पुढे पाण्यात जायचं नाही' अशी तंबी मनोहरपंतांनी दिली त्यांच्या वानरसेनेला तेव्हा, त्यांनी तलावाचा काठ ओलांडला नाही. त्यांनी 'व्हेटो'चा वापर केल्यामुळे बैलाच्या नाकात कासरा का घालतात, ते कळेल.

पाण्याचा शीतल स्पर्श अजून लहान मुलांना हवा असं वाटत होता; पण निसर्गाला तो हट्ट मान्य नव्हता असं वाटत होतं.

डोक्यावरील आकाशात काही तरी उलथापालथ होताना दिसत होती. निळसर आकाशावर काळ्या शाईने रंग पसरावा तसे ते दिसू लागले. हळूहळू दाट काळे झाले. वारा जागा झाला. त्याची ऊर्मी जागी झाली. पाण्यावरील तरंगांत वाढ झाली. बहुतेक वळवाचा पाऊस काही क्षणांत तापलेल्या जमिनीला थंड करणार अशी लक्षणे दिसू लागली. मनोहरपंतांनी आपल्या कुटुंबाला 'चला घरीऽऽऽ चला घरी चला'चा हुकूम दिला. आकाशाचा व वाऱ्याचा नूर बदलत होता. आता पाऊस नक्की पडणार याचे भाकीत मनोहरपंतांनी आधीच केले होते. त्यांच्या अनुभवावर आकाशाचा फड चालतोय याचा प्रत्यय यायला लागला. वाऱ्याने धूळ अस्त्र सोडले. सर्व ठिकाणची धूळ आकाशात गरगर फिरत होती. काही प्रमाणात आमच्या डोळ्यांवर प्रहार करत होती. डोळे मिचमिच करत जेमतेम बसच्या स्टॉपवर आलो.

मनोहरपंत हवामानखात्यात नव्हते. हवामान खात्याचा अंदाज असतो. 'गरजेल तो पडणार नाही' असा अंदाज म्हणजे आळवावरचे पाणी. या वेळी मनोहरपंतांचा अंदाज शंभर टक्के खरा ठरला.

पीएमटीची बस स्टॉपवर यायला, आम्ही यायला आणि पावसाचे टपोरे थेंब पडायला एकाच वेळी गाठ पडली. मुले कशीबशी बसमध्ये चढली. वयस्कर

लोकांची वाट न पाहता कंडक्टरने घंटा वाजवली. आम्ही उरलेले चौघे बसच्या पायऱ्या चढलो. पावसाचे टपोरे थेंब आमच्या अंगावर आपटत होते. ते थेंब पावसाचे नव्हतेच. पाठीला गार गार वाटायला लागले. त्या गारा होत्या.

पावसाचा एक थेंब जमिनीवर (डांबरी रस्त्यावर) आपटल्यावर एक रुपयाचे वर्तुळ निर्माण होत होते. त्यातून पाण्याचे तुषार उडत होते. एखाद्याने स्प्रे उलटा मारावा असे हजारो स्प्रे दिसू लागले. मोठमोठ्या गारा जमिनीवर आणि पत्र्यावर आपटत होत्या. त्यांचा खाडखाड आवाज ऐकू येत होता. गारांचा पाऊस लवकर थांबण्याची चिन्हे दिसत नव्हती. वाऱ्याच्या वेगाने पाऊसही बसच्या खिडकीतून आत येत होता.

पाच मिनिटात आमच्या स्टॉप वर उतरलो. रस्ता जलमय झाला होता. सेंट जोसेफ (पाषाण)च्या डोंगरावरून येणारे पाणी रस्त्यावर वेगाने खाली उतरत होते. उतरत्या पाण्याला आपण कसे थांबू शकणार!

आम्ही मुलांना घेऊन कसेबसे पायाच्या घोटाभर पाण्यातच उतरलो. पायात थंड पाणी व वरून पडणाऱ्या गार गार काचेच्या गोट्यासारख्या दगडगारांचा मारा खात घराच्या दिशेने निघालो. भराभर चालणे किंवा पळणे धोक्याचे होते.

अशा मोठ्या पडणाऱ्या गारांची 'लाल किल्ला' बघायला गेलो होतो, तेव्हाची आठवण झाली. पटांगणात अर्धा किलोग्रॅमची गार पाहिली. त्याचा फोटो तेथील वर्तमानपत्रात पाहिला होता. अशा मोठ्या आकाराची गार लाल किल्ला बघणाऱ्या पर्यटकांच्या डोक्यावर पडली असती तर तो तेथेच 'गार' झाला असता. लहान गारांचा मारा आम्हाला सहन करावा लागला. तेथे झाडे, निवारा नव्हता. आम्ही तरीसुद्धा सुरक्षितपणे त्या संकटातून बाहेर पडलो. देवाचे आभार मानले. ही घटना कायमची मनात रुतून बसली.

बसस्टॉपपासून आमचे घर अर्धापाऊण किमी अंतरावर होते. आम्ही सगळेच ओलेचिंब झालो होतो. पाऊस आणि गारांचा मार खात होतो. मुलगा खांद्यावर कुडकुडत होता. त्याच्या आईने पदरात त्याला गुंडाळून घेतले. अचानक आलेल्या वळवाच्या पावसाला रोखणार कोण? नशिबाने कडाडणारी वीज आम्हाला भेटायला आली नाही. नशीब बलवत्तर होते म्हणून वाचलो. ही सगळी निसर्गाची किमया!

घरी आल्या आल्या बायकोच्या हातचा गरमागरम चहा घेतला आणि थंड गारठा पळाला, ऊबही मिळाली.

■■■

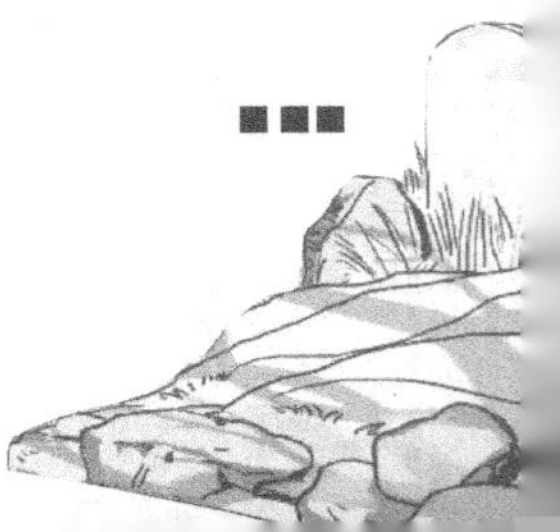

। १७ ।

विठ्ठलवाडीचा पांडुरंग

मी पारतंत्र्यात जन्माला आलो (सन १९४२). तो दुसऱ्या महायुद्धाचा काळ होता. युद्धकाळाच्या कचाट्यात सगळेच जण सापडलेले होते. त्याचा फटका मलाही बसल्याशिवाय राहिला नाही. काटेकोर नियम, ब्लॅक आउट त्यांचे आई-वडिलांनी कसे सहन केले असेल, ते ही त्यांनाच माहीत. त्यानंतर पाच वर्षांत भारत स्वतंत्र झाला.

आम्ही पाच भावंडे होतो. निसर्गनियमाप्रमाणे आम्हा सर्वांची वये वाढली. आम्ही मोठे झालो.

सर्वसाधारण सामान्य कुटुंबाची आर्थिक स्थिती बेताचीच होती. रेशनिंगमध्ये मिळणारा तांबडा जोंधळा, मका, रताळे, बटाटे जे जे काही मिळेल ते पचवलेदेखील. राजकीय दबाव, 'देश छोडो' अशा चळवळी, शनिवारवाड्याच्या स्टेजसमोर बसून अनेक नेत्यांची भाषणे ऐकण्यात आमचे बालपण गेले, पण घरातल्या मुलांना स्वातंत्र्यच होते.

आमच्या वाड्याला मोठे अंगण होते. अंगणात धुमाकूळ घालणारे खेळ चालायचे. बिनपैशाचे खेळ. क्रिकेट, टेनिस असे पैशाचे खेळ फक्त श्रीमंतांसाठीच होते म्हणा ना! विटी दांडू, पतंग उडवणे, पतंगासाठी लागणारे सामान, गव्हाच्या पिठाची खळ, वह्यांची पाठकोरे कागद आणि तुटक्या दोऱ्याला गाठी मारून मारून केलेला दोरा वापरण्यात येई. आणि काटलेल्या पतंगाच्या बांबूच्या काड्या. झाला

पतंग की! हवेत उडवायला काय! मजा-आनंद आम्ही वाऱ्याबरोबर लुटायचो. काही वेळा भांडणंही व्हायची. तोही आनंदाचा भाग होता म्हणायचा. अभ्यास तर कराच नाही तर 'छडी लागे छम छम' मारही फुकटच मिळायचा. पुढे दोन दिवस घरी विश्रांती सक्तीची. याचा मनसोक्त आनंद आम्ही भावंडांनी घेतला. पत्ते, बहिणीबरोबर सागरगोटे, लपाछपी आणि हाणामारीही ठरलेली असे.

साधारण सत्तर वर्षांपूर्वी रिकाम्या खिशांनी पादत्राणाशिवाय चालावे लागे. सध्या मिळतात तशा विविधरंगी, दप्तरात मावतील अशा छत्र्या नव्हत्याच. पुण्याचा झिमझिम पाऊस अंगावर घेत दप्तर सावरत शाळा सर करत होतो. तीन-चार मैल झपाझप चालत लक्ष्मी रोडवरून न्यू इंग्लिश स्कूल टिळक रोड, घुमटाची शाळा. प्रार्थना सुरू व्हायच्या आधी वर्गात हजेरी लावलेली असे. वर्गशिक्षक, मुख्याध्यापक वीरकर असे शाळेच्या प्रवेशद्वारी विद्यार्थ्यांना दंड करण्यासाठी उपस्थित असत.

श्रीमंत पेशवे यांच्या पुण्यात अनेक प्रेक्षणीय स्थळे आहेत. उदाहरणार्थ- चतुश्रुंगी, पर्वती, पाताळेश्वर, शनिवारवाडा तर आमच्याच मालकीचा असावा या थाटात आम्ही भावंडं तेथे खेळत होतो. बकुळीची फुले, फळे वेचत असू.

शनिवारवाडा हा केंद्रबिंदू धरून त्याच्या अवतीभवती पाचसहा मैल परिघात आम्हाला कोणीही आडकाठी आणू शकत नव्हते. पर्वती, तळ्यातला गणपती (सारसबाग), पाताळेश्वर, ओंकारेश्वर, शिवाचं मंदिर, दारूवाला पुलाजवळील ताराचंद रामनाथ मैदान-हॉस्पिटल, नातूबागेतील वाडिया हॉस्पिटलजवळचे मैदान, फर्ग्युसन मैदान ही तर आमची नेहमीचीच हुंदडण्याची ठिकाणं होती.

साधारण वयाच्या दहाव्या वर्षानंतर आमची मजल कात्रजचा घाट, कात्रजचा अप्रतिम बोगदा, मग विठ्ठलवाडी, देहू, आळंदी, बंडगार्डन अशी गेली. मग असा सायकल प्रवास सुरू झाला.

विठ्ठलवाडी पुण्याच्या एका टोकाला. तेथे पांडुरंगाचे दर्शन घेण्याचे आम्ही ठरवले. वडिलांकडून त्या ठिकाणची माहिती कानावर पडत होती. त्यामुळे विठ्ठलवाडी आमच्या आवाक्यातील होती. विठ्ठलवाडीला जाण्याचा प्रस्ताव आईतर्फे वडिलांकडे पाठवला. काही खळखळ न करता प्रस्ताव मंजूरही झाला. कारण त्याला पैसे खर्च होणार नव्हते. त्याला काही कोटेशन, टेंडर व मुदत असल्या जाचक अटी नव्हत्या. देवापुढे एक पैसा फक्त आजी ठेवणार आणि आम्ही नुसता

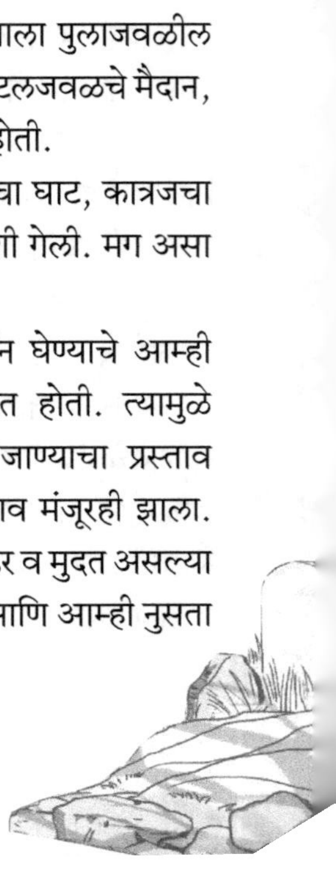

नमस्कार/साष्टांग नमस्कार घालणार. तो मक्ता मोठ्या माणसाकडेच असे.

मी, मोठा भाऊ, चुलत भावंडं, पुराणिक-सदिस्तप असे सहा-सात जण विठ्ठलवाडीला निघालो. पेशव्यांची मोहीमच जणू. १९५२-५५ यातले वर्ष असेल. विठ्ठलवाडीला जायचा कच्चा रस्ता. रस्त्याला दोन बाजू. नदीला काठ नव्हते. रस्त्याला सरकारी फर्लांग-मैलाप्रमाणे जमिनीत रुतवलेले दगड दिसायचे. त्यामुळे चालण्याचे अंतर समजून येई. तर कधी त्यावर आपले बूड टेकवून विश्रांती घेता येई.

बुधवार वाड्यातून म्हणजे आंबेकर बोळातून बाहेर पडलो. नाना वाडा, फडणीस वाडा, नाना हौद, वसंत टॉकीज (किर्लोस्कर नाट्यगृह), मागे टाकून तांबडी जोगेश्वरीदेवी. देवीला नमस्कार करून 'आम्हाला आशीर्वाद दे' पुटपुटत पुढे जात असू. सेवासदन, (घोड्याची पागा, श्री पेशव्यांची होती) चौकातून भिकारदास मारुतीच्या बोळातून आडवाटेने तळ्यातल्या गणपतीपर्यंत, पेशवे पार्कमध्ये अनेक प्रचंड आकारमानाची–बुंध्याची झाडे, हिरवीकंच झाडी व त्यांची सावली आणि शांतता एकत्र नांदत. पुढे आंबील ओढ्यावर जाड भरभक्कम लोखंडी जाळी. त्यावरून लोक पर्वतीवर ये-जा करत. जाळीतून खाली पाहिले की स्वच्छ झुळझुळ वाहणारे शांत पाणी पण सळसळत्या नागिणीप्रमाणे आपला मार्ग आक्रमण करताना दिसे.

लोखंडी जाळी पार केली की पुढचा रस्ता सुरू होई, तो सिंहगड रस्ता. खूप पुढे गेल्यावर ओसाड जमीन लागे. काही ठिकाणी मजुरांच्या झोपड्या दिसत. त्या रिकाम्या जागेवर वीटभट्ट्या दिसू लागत. झोपडीसमोर बांबूच्या आधाराचा विटलेल्या पातळाचा पाळणा दिसे. त्या झोक्यात जन्म झालेले किंवा छोटे खेळणारे मूल असे. त्यामुळे पाळणा हळूहळू मागे पुढे होई. त्यावर त्याच्या आईचे लक्ष असे. 'घार हिंडते आकाशी तिचे लक्ष पिल्लापाशी' तशीच आईची माया ना!

आठ-दहा जणी गुडघ्यात पाय मुडपून, साडी गुंडाळून विटा थापण्यात गुंग असत, तर काहींचं लक्ष त्या पाळण्याकडे असे. एक डोळा पाळण्याकडे तर दुसरा मातीचा गोळा थापण्याकडे. ओल्या विटा मोकळ्या हवेत सूर्यप्रकाशात-उन्हात वाळण्यासाठी ठेवलेल्या असत. नंतर वाळलेल्या विटांची दहा फुटांची उंच भट्टी तयार होई. विटांच्या आतील बाजूस पोकळी, लाकडाचे ओंडके आत सरकवून भट्टी पेटवत असत. त्याचा धूर विटांच्या मधल्या भेगेतून बाहेर पडे. धुराचा

विळखा घातलेला गोल गोल फिरत हवेत विविध आकार घेत आकाशातल्या पांढऱ्या ढगाला मिठी मारी आणि अस्तित्व संपून जात असे. ते एकजीव झालेले ढग वाऱ्याच्या वेगाने पुढे जात.

घराची पाठीमागची बाजू म्हणजे जिजामाता बागेसमोर 'मरीआई'चे शेंदूर लावलेले आठ-दहा गोल दगड, त्याला शेंदूर लावून देवपण बहाल केलेले होते. देवावर छत्रीचा गोल होता, तर पुढे आठ-दहा दगडांचा ओटा भक्तांनी केला होता. श्रावणात कोणा एका स्त्रीच्या अंगात मरीआई येत असे. तिला खूश ठेवण्यासाठी ड्रम वाजवत, नैवेद्य दाखवत असत. एरवी त्या ओट्यावर रिकामटेकडी मुले शिवाजीछाप बिडी ओढत. त्याच्या धुराचा नकाशा आकाशात ओठांचा चंबू करून हवेत फेकत. विटांची भट्टी पाहिल्यावर मनात कोरली गेलेली मरीआई जागी होई.

ओसाड जमीन संपली की हिरवीगार शेती डोलताना दिसे. हिरवाईतून येणारा थंडगार वारा शिट्टी मारत खुणावत असे. तेथे एक मोठी बांधलेली रहाट नसलेली विहीरही होती. पिकांच्या हिरवाईमुळे ती कोणाला दिसत नसे. गार वारा आमच्याशी गप्पा मारत असे आणि आम्ही पर्वताचा ओसाड डोंगर चढत असू.

गार वारा, हिरवीगार सृष्टी, उंच झाडे बघून मंगलमय वातावरणात आम्ही चालत असू. आपण लहान आहोत याचे आम्हाला भय वाटत नसे.

आंबा, चिंच, सिताफळ, वडाची सूरपारंब्यांची झाडे रस्ता फांद्यांनी भरून गेलेला असे. रस्त्याला गर्दी नव्हतीच. अधूनमधून शेळ्या, लमाणांचा तांडा दिसे.

ओबडधोबड रस्त्याच्या कडेला आंब्याची झाडे होती. झाडावर छोट्या मोठ्या कैऱ्या लागलेल्या होत्या. वाऱ्याने कैऱ्या गरगर फिरताना मित्रांनी पाहिल्या मात्र आणि त्याची आंबट चव जिभेवर रेंगाळू लागली. ती चव त्यांना अस्वस्थ करू लागली होती. त्या रानात राखणदार असा दिसत नव्हता. कुठेही चिटपाखरूही दिसत नव्हते. मुलांनी सभोवार राखणदार, शेतकरी कोणी दिसतोय का, याची खात्री करून घेतली.

बंड्याने पायाखालचा दगड उचललासुद्धा. एक दोन दगडात दोन-चार कैऱ्या खाली पडल्या. तेवढ्याने त्याचे समाधान झाले नाही. तो चक्क झाडावर चढला. दोन-चार कैऱ्याखाली पाडल्या खऱ्या, पण 'धप्प...धप्प' आवाज आला. त्या आवाजाने कुठे तरी झोपलेला राखणदार जागा झाला. 'च्या..मायला कोणी तरी झाडावर चढून कैऱ्या तोडत आहेत जणू!' तो उठला. धोतराचा बोंगा सावरला.

गळ्यात मातीने मातकट झालेला टॉवेल अडकवला. गांधी टोपी तीही मातीने बरबटलेली, झाडून डोक्यावर अडकवली. झपाझप झाडापाशी आला. त्याला पाहून 'बंड्या... बंड्या, कोणी तरी आलंय पटकन उतर,....पळ लवकर...' असं म्हणत आम्ही दूर असलेल्या शेतात गुडूप झालो.

बंड्याला झाडावरून खाली उतरण्याची संधीच मिळाली नाही. तो फांदी आणि जमीन असा लोंबकळत होता. उंची जास्त. त्याला उडी मारणे धोक्याचे वाटले. तो झाडावरच अडकला आणि काही क्षणांतच मोठा लांबलचक बांबू घेऊन टोपी सावरत रखवालदार मालक झाडाच्या बुंध्यापाशी अवतीर्ण झाला. बंड्या घाबरून गेला. पाचावर धारण बसली. रखवालदाराने बांबूनी ढोसून ढोसून बंड्याला खाली शिताफीने उतरवला. बंड्याचे वय, उंची, हात-पाय मोडण्याची शक्यता आणि काही झालं तर, या रिकाम्या निर्जन ठिकाणी अघटित झालं तर पोराचा जीव धोक्यात यायला नको याचा सारासार विचार त्यानी केलेला होता. त्याने बंड्याची शर्टाची कॉलर पकडली. 'माझ्यावर दया करा, मारू नका' अशी आर्जव करत बंड्या ओक्साबोक्सी रडू लागला.

'चल, या पाडलेल्या कैऱ्या परत झाडाला लावून दे. मग मी तुला सोडतो.' झाडावरून पडलेले पान, फूल किंवा कैऱ्या झाडाला परत कसं लावणार? अभिमन्यूला चक्रव्यूहात जायचं माहीत होतं, परत ते तोडणं माहीत नव्हतं. तशीच गत बंड्याची झाली. काय करायला गेलो आणि न सुटणाऱ्या कोड्यात तो अडकला होता. रखवालदार लांबून त्याची परीक्षाच घेत थांबला होता.

कैरी झाडाला परत लावणार. गळलेले, पडलेले फूल-फळ की ते मातीतच मिसळते हा निसर्गाचा नियम आहे. राखणदाराला माहीत होतं म्हणून तो गालातल्या घरात हसत होता. दुसऱ्याच्या झाडाची फळे न विचारता तोडू नयेत. त्याने त्या पोराला (बंड्याला) पाया पडायला लावले. "कोणीही येणाऱ्या जाणाऱ्यांनी ऊठ-सूट यावे आणि फळे तोडावीत. अशी फळं चोरीला गेली तर माझा मालकही पाया पडायला लावंल की!" आम्ही रखवालदारापाशी पोहोचलो. 'आमची चूक झाली, आम्हाला क्षमा करा', म्हणत असं कधी करायचं नाही असा कानाला खडा लावला. आम्हांला घाम फुटला होता. बंड्याला रखवालदाराने मारलं असतं तर...! याचा विचार करत पुढचा मार्ग पकडला.

लांबूनच देवळाचा कळस दिसला. पांडुरंग पावला म्हणायचा. तोपर्यंत अंगातील

घाम वाळलेला होता. दडपलेली छाती पुन्हा पूर्ववत झाली.

देऊळ सापडल्याचा आनंद झाला. साधंच देऊळ, घोटीव दगड व आजूबाजूला चौफेर म्हणा हवं तर, बसवलेले होते. वातावरण थंड होतं. आमच्याशिवाय देवळात घंटा वाजवणारं कोणीही नव्हतं. उंच-उंच उड्या मारत घंटानाद केला. पांडुरंगाचे दर्शन घेतले.

त्या शांत परिसरात डब्यातील पदार्थ खाल्ले. पुणे तिथे पाण्याला काय उणे! चार पावलं टाकली की पुण्याची गंगा मुठामाई दिसली. संथ वाहणाऱ्या प्रवाहात गोल गोल किंवा व्यवस्थित पाण्यात पाय टाकून बसता येईल असे खडक आमची वाट पाहत होते. दगडा-दगडातून वळसा मारत स्वच्छ थंडगार पाणी आपली वाट काढत पुढे सरकत होतं. हाता-पायाला थंडपणा आला. पोटातील रिकाम्या जागी नदीचे निर्मळ पाणी भरले. मग सुरू झाला दंगा. तेथे पाणी कमी होते. तेथे उभे राहून एकमेकांवर पाणी उडवणे सुरू झाले. नको नको म्हणत असताना एकमेकांना फार न भिजवता भिजवलेच. ओल्याने घरी जायचेय याचे भान ठेवले होते.

सूर्याला पश्चिमेची ओढ लागली होती. किरणांनी पांढऱ्या रंगाच्या ढगावर सोनेरी रंगाचा फवारा मारला. आकाश अधिक खुलले. ते चित्र चित्रकारांनी अतिशय छान काढले असते. तेव्हा कॅमेरा आम्हाला माहीतच नव्हता. खडकातून झुळझुळ वळसा घेत पुढे जाणारे स्फटिकासारखे पाणी इत्यादी फोटो काढता आले नाहीत याची खंत वाटली.

वय वाढलं त्यानुसार शिक्षणाच्या पायऱ्या वाढल्या. अभ्यासात प्रॅक्टिकल जर्नल्स खरडण्यात वेळ गेला. अवांतर भटकणं संपले. दिवस पुरेना, तशी रात्रही! एसवाय बी एस्सीची परीक्षा संपली. आत्ता तीन महिन्यांची सुट्टी कशी घालवणार? हा गहन प्रश्न, तोही सुटला. कठीण गणित सुटल्याचा आनंद झाला. पानशेतला मातीचं धरण बांधण्याचे काम चालू होते. तेथील इलेक्ट्रिक विभागात काही काळासाठी नोकरी मिळाली. एका इंजिनियरबरोबर काम करायला मिळाले. चार पैसेही पदरात पडले. धरणाच्या परिसरात राहण्याची-जेवणाची व्यवस्था झाली.

पुण्याहून सकाळी सहा वाजता सायकल चालवत पानशेत (२५ मैल) ऑफिस सकाळी नऊ वाजता गाठत असे. त्या वेळीसुद्धा कधी कच्चा रस्ता तर कधी डांबरी होता. रस्त्यावर फारशी वर्दळ नव्हती. निर्मनुष्य झाडी, रस्ता नाही, सावली नाही, ओसाड रान, चहूकडे चहूबाजूने एकही पाखरू दिसत नसे. कोठे असतील हे पक्षी,

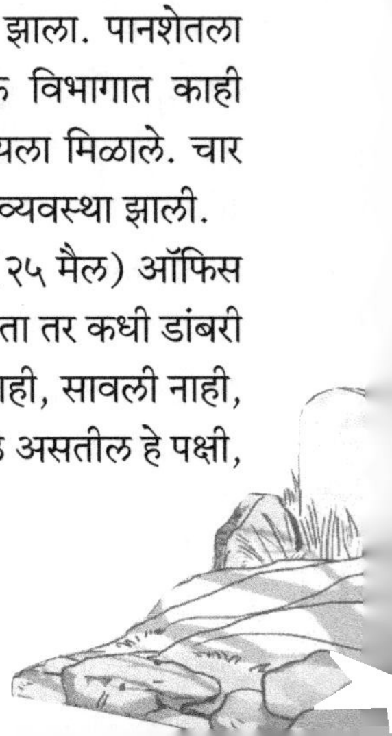

हा प्रश्न पडे. एसवाय बी एस्सी वर्ष पदरात पडले. रिकाम्या वेळेचा पैसाही पदरात पडला. हेही नसे थोडके.

१२ जुलै १९६१चा दिवस, रात्रीच्या दरम्यान प्रचंड पावसाच्या माऱ्याने मातीचे धरण फुटले. पुण्यात पाण्याचा अजस्र लोंढा यायला केवळ काही तास लागले. धरणाची मोठमोठी यंत्रे लोंढ्यांनी खडकवासल्याच्या धरणाच्या आसपास आणली. मुठा नदीने आपले दोन्ही काठ ओलांडले. नवी पेठ, नारायण पेठ, शनिवार पेठ, मंगळवार पेठ अशा खोलगट पेठा मातीमिश्रित पाण्याने भरल्या. सगळीकडे चिखलाचे साम्राज्य होते. हा काळा दिवस पुणेकर कधीही विसरू शकणार नाहीत. कधी कधी अशी संकटं पुढील काळाचा कायापालटाचे कारण बनतो. त्यामुळे पुण्याचा चेहरा मोहरा बदलला. सिंहगड रस्ता धायरीसारख्या छोट्या गावांनी मात्र कात टाकली. इतके बदलले की सध्या तोंडात बोट घालावे. अफाट बहुमजली अद्ययावत इमारती दिसू लागल्या. बिल्डर लोकांचे खिसे भरले.

माझे लग्न सन १९७२मध्ये झाले. सौ.चे. माहेर सोलापूर. ती मुंबईची होती; पण तिला पुण्याची अजिबात माहिती नव्हती. आमच्या पुणे दर्शनाच्या फेऱ्या वाढल्या. सुट्टीच्या काळात काही ठिकाणं दाखवत फिरलो. आता विठ्ठलवाडी बघायचे निश्चित केले.

पीएमटी बस स्टॉप, बसचे टाईम टेबल, वेळेचा अपव्यय सगळंच गणित जमवता आलं नाही पण लॅम्ब्रेटा स्कूटर माझ्या हाताशी होती, बायको स्कूटरवर यायला तयार होती. तिला लोकल, डेक्कन क्वीन, एक्सप्रेस ट्रेनची सवय होती ना!

आम्ही दोघेच स्कूटरवर विठ्ठलवाडीला पोहोचलो. उन्हाचा त्रास नव्हता. रस्त्याला खूप झाडी होती. सावली होती. डांबरी रस्ते, गार वारा असा आल्हाददायक प्रवास.

देवळाचा परिसर शांत आणि पूर्वीपेक्षा खूपच छान. आम्ही दोघांनी माउलींचं दर्शन घेतलं. काही वेळ तेथील कट्ट्यांवर बैठक मारली. मुठा नदीच्या प्रवाहाचं अवलोकन केलं. झुळझुळ पाण्यापर्यंत जाता येईल का, बघितलं. नदीच्या पाण्यात बरेचसे मोठे खडक किंवा बसण्याइतपत गोटे होते. तेथपर्यंत आपण जाऊ शकतो याचा अंदाज आला. पाण्यात पाय टाकत खडकापर्यंत पोहोचलो.

मुठा नदीच्या काठावर असलेल्या खडकावर बसलो. थंड पाण्यात पाय टाकून सूर्याकडे बघत राहिलो. तो हळूहळू सूर्यास्ताकडे निघाला होता. डाव्या-उजव्या

हाताला हिरवंगार गवत, उजव्या बाजूला हिंगणे गावची शेती, थंड पाण्याशी खेळता-खेळता गप्पा मारल्या. स्वच्छ, झुळझुळ थंड पाणी, सुखद वातावरणाचा आनंद घेत राहिलो. अजूनही काही काळ बसावे वाटले, पण सूर्य पश्चिमेला जायला अधीर झाला होता. उतरत्या सूर्याची किरणे पांढऱ्या ढगांवर पडली होती. आकाशाचा रंग बदलायला लागला होता. अंधाराची चाहूल लागली होती. आम्ही पुन्हा पांडुरंगाचे दर्शन घेतले.

निसर्गाने, पानशेतच्या धरणफुटीने माणसाला चांगलाच धडा शिकवला आहे. निसर्गाला/निसर्गचक्राला माणसाने आपल्या मुठीत ठेवण्याचा प्रयत्न करू नये. निसर्गचक्र सतत बदलत असते.

धरणफुटीला आत्ता ६१ वर्षं पूर्ण झाली. पुण्याची हद्द चौफेर वाढली. लोकसंख्या वाढली. टोलेजंग इमारती शेतजमिनीवर कावळ्याच्या छत्रीसारख्या उगवल्या. काळी आई/माती इमारतीखाली दाबली गेली. सुपीक जमीन कायमची गाडली गेली. ती आता परत मिळणे शक्य नाही.

कोणत्याही कारणाने का होईना, कोरोनाच्या राक्षसी महामारी रोगाने देश व्यापला. त्यातून पुणे कसे सुटेल! अनेक तरुण- वृद्ध व्यक्ती मृत्युमुखी पडल्या. रस्ते, दुकाने, उद्योगधंदे, अनेक कामगार, शाळा ओस पडेपर्यंत बंधने आली. अनेक मृत्यू झाल्याने स्मशानभूमीची जागा कमी पडली. आता देवळाजवळही सुधारित स्मशानभूमी केली आहे. सुशोभित प्रशस्त भूमी आहे असे कळले. मुठा नदीच्या पाण्यात सांडपाणी मिसळत आहे. पन्नास वर्षांच्या कालावधीत विठ्ठलवाडीचा फार मोठा बदल झाला आहे. श्री विठ्ठल, श्री पांडुरंग कडेवर हात ठेवून एका कोपऱ्यात हे सर्व पाहतोय. आले देवाजीच्या मनात..., त्याच्या मनात काय आहे ते भविष्यकाळालाच माहिती!

■■■

। १८ ।

चतुःशृंगी

भाद्रपद महिना संपला की पंचांगाचं पान बदललं जातं. गणपती विसर्जन झालं की वाटायला लागतं, श्रावण-भाद्रपद महिन्यातले सणवार संपले. रस्त्यावर उभारलेले मांडव उतरणीचे काम सुरू व्हायचे. मांडवाचे खांब, पत्रे, इतर सामान, प्लॅस्टर ऑफ पॅरिसचे पुतळे रस्त्यावर किंवा कडेला टाकून कामगार पसार होतात. रस्त्यावर खणलेले खड्डे कोण बुजवणार? आम्हाला त्याचे काही देणे-घेणे नाही. तंबाखू-चुना मळून त्याची चिमुट गालफडात कोंबली व उरलेली तंबाखू हवेत सोडली की ते मोकळे होतात.

नंतर पितृपंधरवडा कॅलेंडरवर अवतरतो.

आश्विन महिना हलक्या पावलाने पुढे सरकतो.

अनेक देव व देवता प्रकट होतात. पुण्यातील सर्व मंदिरांना रोषणाई, रंगरंगोटी केली जाते. देवीचे सोनं, चांदीचे मुखवटे, चकाकू लागतात. चतुशृंगी, तांबडी-काळी जोगेश्वरी आणि देवींच्या नवरात्र उत्सवाला सुरुवात होते. पुरोहित ते भाजीवाल्यापर्यंत सर्वांची लगबग चालू होते. प्रत्येकाच्या घरात देवीचे नवरात्र सुरू होते. पहिली माळ संपली की भक्तांची ओढ देवींच्या दर्शनासाठी जवळपासच्या मंदिराकडे वाढते.

त्या काळात मी नऊ-दहा वर्षांचा असेन. घराच्या खिडकीतून कसबा गणपतीपर्यंतचा परिसर बघता येत असे. पुण्याचा 'कसबा गणपती' ग्रामदेवता. त्या काळी अनेक मंडळ-त्यांचे पुढारी हातात पलिते घेऊन ढोलकी वाजवत, देवीचा

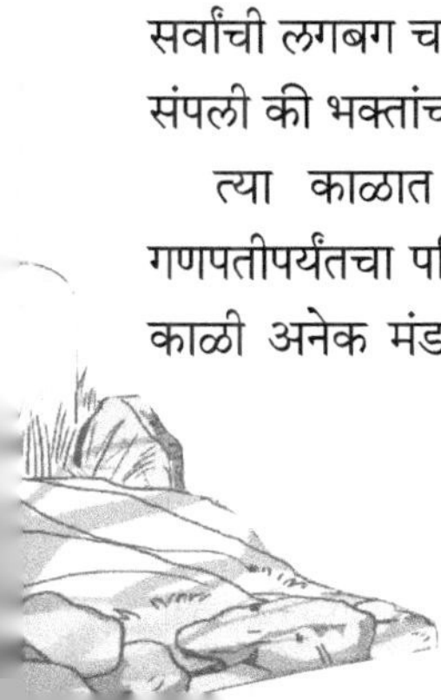

जयजयकार करत श्री गजानाचे दर्शनासाठी देवळात शिरत. अशी अनेक मंडळे देवाच्या दर्शनासाठी यायची.

श्री गजाननाचे दर्शन झाले की तो समुदाय शनिवारवाड्याकडून चतु:शृंगीकडे रवाना होत असे. झांजा, अनेक पलिते घेऊन मिरवणूक देवीच्या दर्शनासाठी पायी अति उत्साहाने जात असे. 'चतु:शृंगी माता की जय'चा गजर आसमंतात घुमत असे. आम्ही मुलं रात्री पापण्या जड होईपर्यंत देहभान विसरून हे बघत असू. फार रात्र झाली तर आईचा किंवा बाबांचा हळूच एखादा रट्टा पाठीवर बसे. त्यामुळे आमच्या मनातील मंडळातील लोक, गर्जना, पलिते विझून जात असत आणि झोपी जात असू.

चौथ्या किंवा पाचव्या माळेला (पाचव्या दिवशी) आमच्या वाड्यातील लोकांचा म्हणजे वडीलधारी, माझी आई, काकू इ. चतु:शृंगी देवीला जाण्याचा कार्यक्रम आखला जाई.

सिंधू काकूंनी डब्यात खाण्याचे पदार्थ घ्यायचे, धनश्रीने काही तरी चटपटीत जिन्नस घ्यायचे ते अगोदर ठरे. इतरांनी आपापल्या इच्छेनुसार घ्यावेत अशी योजना ठरे. उत्साहाची लाट घरोघरी आलेली असे.

त्या काळात खाण्याचे जिन्नस बाहेर मिळत नव्हते. मफतलाल बंगल्याच्या बाहेर पिण्याच्या पाण्याचा नळ होता. आजच्यासारख्या प्लॅस्टिकच्या पाण्याच्या अथवा सरबताच्या बाटल्या नव्हत्या, पण होता तो फिरकीचा तांब्या! पितळेच्या तांब्याचे वजन एक किलो आणि पाणी एक लहान तांब्याचेच बसायचे. आजच्या भाषेत सांगायचे तर अर्धा लिटर दुधाची प्लॅस्टिक पिशवी. त्या वेळी माणुसकी-माणूसपण विसरलेली नव्हती. पिण्याच्या पाण्याला कोणी नाही म्हणत नसे. खाण्याचे पदार्थ पितळेच्या डब्यात ठेवायचे, भात न्यायचाच नाही, त्याला कोणाची तरी नजर लागते अशी समजूत होती. चमचमीत बटाटेवडा हा खाण्याचा वडा असतो, हे मला १९६०च्या आसपास कळले. 'प्रभा विश्रांतिगृह' हे नवीन मराठी शाळेसमोर (अप्पा बळवंत चौकाच्या पुढे) एक वयस्कर बाई, नऊवारी नेसलेल्या, रस्त्याला लागून मोठ्या कढईत बटाटेवडे तळत असलेल्या मी पाहत होतो. खिशात ढब्बू पैसाही नसे. जिभेचे चोचले फक्त पैसेवाल्यांकडेच होते. त्यामुळे वडापाव, पावभाजी, ओली सुकी भेळ, मिसळ असली बाहेर खाण्याचे थेरं आमच्या वाऱ्यालाही उभी राहत नसत. वडिलांकडून बाहेर खाण्यासाठी 'पॉकेट मनी' म्हणून मिळत नव्हता. ती पद्धत आलेली नव्हती.

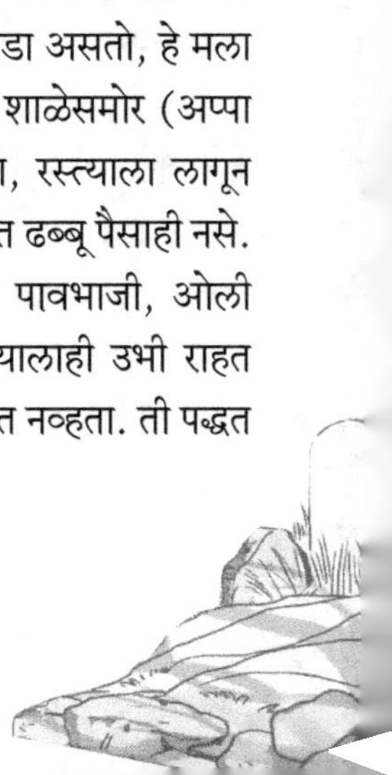

पाच रुपयाची नोट काय कशी असते, ते माहीत नव्हतं. शंभर रुपयाची नोट फक्त कॉलेजची फी भरतेवेळी बघायला मिळे. असतं एखाद्याचं नशीब!

एकदा का दिवस ठरला की प्रत्येकाच्या घरात आनंदाचे वारे वाहू लागले. प्रत्येकाचं रक्त सळसळत असे. मनाने प्रत्येक जण देवीदर्शनासाठी पायऱ्या चढत देवळात पोहोचलेले असत.

कधी एकदा सूर्य उगवतो, मस्त सकाळ होतो, याची आतुरतेने वाट प्रत्येक जण बघत असे. नऊ-साडेनऊच्या सुमारास प्रत्येक घरातील लोक चार-पाच डबे घेऊन चतुःशृंगीची वाट धरत असत. मुख्य सूत्रसंचालक या घोळक्याचे संचलन कार्यकुशलतेने करत असत. दहा-पंधरा जणांचा गट, शनिवारवाड्यापासून नव्या पुलावर येई. (नवा पूल, शिवाजी पूल किंवा लाईडब्रिज इंग्रजांच्या काळात लाईडब्रिज म्हणून ओळखला जातो. पुलावर तशी पाटीही आहे.) नवा पूल संपल्यावर पाताळेश्वर मंदिर लागते. त्या वेळी पुणे महानगरपालिका इमारत नव्हती. पूर्वी तेथे एसटी बस स्थानक होते. अगोदर छ. शिवाजी महाराज यांचा भव्य पुतळा दिसे. हा भव्य, सुरेख, रेखीव पुतळा मुंबईहून कसा आणला, याची सुरस कहाणी इतिहासकारांनी सांगावी.

सिमला ऑफिसचा चौक. पुण्यातील एक अतिमहत्त्वाचे ठिकाण म्हणजे वेधशाळा. वेधशाळेचे घड्याळ, प्रशस्त इमारत आणि संशोधन कार्य सर्वांना परिचित आहे. या चौकातून डाव्या बाजूला वळलं की 'गणेशखिंड' रस्त्याला सुरुवात होते. केवळ रस्त्याची सुरुवात नाही तर या पथावर अनेक नामवंत संस्था आहेत. त्याचबरोबर दुतर्फा वडाची मोठमोठी झाडे. वडाच्या झाडांचं हे साम्राज्य सुरू व्हायचे ते चतुःशृंगी देवीच्या रस्त्यापर्यंत. सिमला ऑफिस या ठिकाणाहून दूरवर (२ कि.मी.) घनदाट, हिरव्या पानांचा आच्छादित, शांत रस्ता. झाडांच्या पारंब्या पोरांनाच नाही तर परकरी मुलींना, मोठ्या महिलांना आकर्षित करत. वडाची झाडं आणि पारंब्या म्हणजे आमचा 'फिरता झोका', जो फुकट खेळायला मिळे. झोक्यासाठी नऊवारी साडीच्या केळ्यातून पैसे काढायची वेळ यायची नाही. मनसोक्त पारंब्या खेळून महिलावर्ग आनंदित होत असे, चेहऱ्यावर कमालीचं तेज पसरत असे. तो आनंद अवर्णनीय असे.

पुण्याचा पाऊस फारच सोशीक, रपारपा, धो धो पाऊस पडायचा पण केव्हा तरीच. त्यामुळे आठ काड्यांची, कमळाची छत्री कधी उघडायला लागायची नाही. रिमझिम बरसणाऱ्या पावसाने हळुवारपणे वडाची पाने धुवून नवी कोरी व्हायची.

असंख्य वडाची झाडं, अधून-मधून शिरीष आणि त्याची सुगंधी फुलांनी वातावरण अधिकच प्रफुल्लित होत असे. वडाच्या पानांच्या बोगद्यांतून सूर्याचे किरण, चोरट्या मार्गाने लपून-छपून खाली रस्त्यावर उतरत. त्यांचा सावल्यांचा खेळ आमच्याबरोबर चाले. त्या कधी डोक्यावर, कधी अंगावर-पायावर खेळवत पुढचा रस्ता आम्हांला वाट देत असे.

म्हसोबा गेट. रस्त्याच्या डाव्या हाताला पोलीस गेट. चार×चार फूट लाकडाचं खोकं. ब्रिटिशांच्या काळात जागरूक स्थान होतं. हा रस्ता थेट ब्रिटिश गव्हर्नर बंगल्यापर्यंत होता. ब्रिटिश अधिकाऱ्यांच्या बग्या ये-जा करत असत. या रस्त्यावर रात्रीच्या घनदाट अरण्यात क्रांतिकारक चापेकर बंधूंनी साहेबांचा गावठी पिस्तुलाने वेध घेतला होता. २२ जून १८९७ रोजी त्यांना फाशी देण्यात आली. त्यांचे स्मारक याच रस्त्यावर आहे. या क्रांतिकारकांचे स्मारक पाहिले की आमची लहानशी छाती फुगे. त्यांना वंदन करून आम्ही पुढे जात असू.

आता चतुःशृंगी जवळ आली याची जाणीव होत असे. तोपर्यंत पोट रिकामे झालेले असे. त्या काळात रस्त्याला वर्दळ फक्त सायकलस्वारांची असे. सायकलच्या मधल्या दांडीला जेवणाचा डबा किंवा रुमालात गुंडाळलेली कांदा-भाकरी असे. गोड पदार्थ म्हणजे गूळ घातलेला खमंग साजूक तुपाचा शिरा.

अखेरचा टप्पा आला की हायसे वाटे. आता देवीचे दर्शन घ्यायचे. उंचीच्या उंच पायऱ्या चढून देवीच्या देवळात जायचे. समोरच्या खिडक्यांतून निसर्गाचं, वडांच्या झाडाचं दृश्य रहदारी दिसे. सायकलस्वार इटुकला-पिटुकला दिसे, खेळण्यातल्या सायकलीसारखा दिसे. काही क्षण भान हरपून जाई.

देवीची मूर्ती सजवलेली असे. मूर्तीवर चकचकीत केलेला पितळेचा मुकुट, नाकात नथ, भरजरी वस्त्र, मोजक्या अलंकारांनी सुशोभित केलेली असे. माझी अनगळ मावशी देवीपाशी बसलेली असे. ती गोरीपान, चेहरा गोल, मोठे डोळे व कपाळावर मोठे कुंकू, तशी ती देवीसारखीच वाटे .

आम्हाला पाहिल्यावर सर्वांची चौकशी करून एखादा पेढा किंवा चार साखर फुटाणे प्रसाद म्हणून हातावर ठेवत असे. गणपतीच्या देवळात म्हणजे घरी जा असं बजावून सांगे.

चतुःशृंगी देवीच्या देवळात आपल्या ओळखीचं कोणी तरी आहे याचा अभिमान वाटे. अनगळ मावशीचं घर चतुःशृंगीच्या पायथ्याशी आहे. तेथे मंदिराचा मोठा

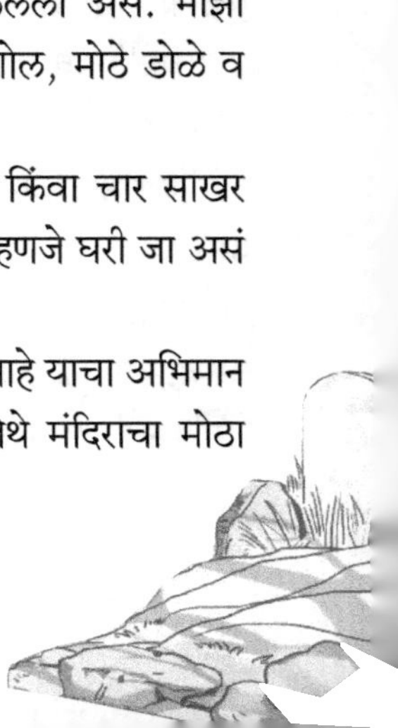

लाकडी दरवाजा आहे. दरवाजातून आत शिरलं की श्री गजाननाची मूर्ती दिसते. छोटंसं आणि स्वच्छ मंदिर. मनाची प्रसन्नता अधिक वाढते. इथे येण्याचे श्रम आपोआप गळून जातात. पेशवे काळापासून त्याला ऐतिहासिक महत्त्व आहे.

श्री गजाननाचे दर्शन घेतल्यावर पोटपूजेची तयारी होई. मंदिराच्या रिकाम्या जागेवर आम्ही कोंडाळं करून बसायचो. मावशीकडून पाण्याची कळशी आणावी लागे.

एकेक डबा काळजीपूर्वक उघडला जायचा. खमंग वास बाहेर दरवळे. पदार्थ डब्याच्या झाकणात किंवा पत्रावळ्यांत वाढले जात. कळशीतून आणलेले पाणी तांब्यात पडे. तांब्यातून भांड्यात. हे काम एखाद्या पोरावर सोपवलं जायचं. उरलेलं अन्न बाहेर बसलेल्या भिकाऱ्यांना दिलं जायचं. कागद-पत्रावळ देवळात एका डब्यात टाकायची. बायकांची सर्व आवरा-आवर व्हायची. मुलांना खेळण्यासाठी बाहेर पाठवलं जाई. (जा, बाहेर खेळा; असा दम दिला जायचा). नंतर बायकांच्या गप्पा रंगत. कोणी गाणं, भावगीत, भारुड-अभंगात. मोकळ्या मनाने त्यांचा डाव रंगे. देवळाजवळच्या रस्त्यावर पिना, सागरगोटे, क्लिपा, बायकांच्या केसांचे सामान, विविध चक्र, मौत का कुआ, त्यात कर्कश आवाजाच्या फटफट्या वर-खाली चढत उतरत. मोठ्या चक्रात बसले की खूप भीती वाटत असे. तीन आरसे आपल्याच विविध प्रतिमा दाखवत. खाण्यासाठी रेवड्या मिळत, त्या फार चवदार असत.

सूर्य पश्चिमेकडे झुकायला लागे. सूर्यकिरणं लांबवर गेलेली दिसली की सर्वांना परतण्याची घाई होई. अंधाराच्या आत घरी पोहोचावे लागे. 'सातच्या आत घरात' हा नियमच वडीलधाऱ्यांनी घालून दिलेला होता. नाहीतर त्यांची बोलणी ऐकावी लागत. 'झालं खेळून, उधळून, सूर पारंब्या खेळून, जा हातपाय धुवा, शुभं करोती, पाढे म्हणा!'

हळूहळू आम्ही मुले, आई, काकू पुण्याच्या रस्त्याला मार्गस्थ होत असू. पुन्हा वाटेत पळण्याच्या शर्यती, पारंब्याचा खेळ घर गाठेपर्यंत चाले.

छ. शिवाजी महाराज यांचा पुतळा दिसला की आपण घरापर्यंत पोहोचल्याचे समजून येई. आम्ही सर्वजण सातच्या आत घरात असू.

अंथरुणावर पडले की डोळ्यांसमोर चतु:शृंगीचा परिसराचा सिनेमा सुरू होई, डोळे मिटेपर्यंत तो चालत असे. मनाच्या कॅमेऱ्याचं शटर आपोआप बंद होई. ती निसर्गदत्त देणगी माणसाला मिळाली आहे हे केवढे भाग्य आहे.

■ ■ ■

। १९ ।

शनिवारवाडा ते फुले मंडई-एक पर्यटनस्थळ

'मुंबई-पुणे-मुंबई' ह्या सिनेमाचे तीन भाग अनेकांनी पाहिले असतील. आणि मुक्ता बर्वे, स्वप्निल जोशी कलावंतांनी अतिशय काम करून चित्रपटाला उत्तम दर्जा दिला आहे. मुंबई-पुणे किंवा पुणे, मुंबई यांची. अनेकांनी गुणदोषांची तुलना केली आहे. लेखकांचा हा तर आवडता छंद/विषय. पु.भा.भावे, आचार्य प्र. के. अत्रे, पु. ल. देशपांडे यांच्यापासून ते आजपर्यंत लेखकांना लिहिण्याचे रान मोकळे करून दिले आहे.

पुण्याची मंडई आणि तुळशीबाग हे शब्द कानावर पडले की श्रीमंत पेशवे, शनिवारवाडा यापासून सर्व पेठा, सिनेमागृह, बालगंधर्व नाट्यगृह अशा अनेक गोष्टींचा चित्रपट मनात सरकू लागतो. आजचा नव्हे तर गेल्या पंचाहत्तर वर्षांचा, नव्हे तर माझ्या वयाच्या पाचव्या वयापासून चित्रफीत भराभर फिरली जाते.

साधारण मी पाच वर्षांचा असेन-नसेन, आईचं बोट धरून नव्हे तर फरफटत-ओढत आई मला मंडईत (रे मार्केट, फुले मार्केट हे नाव आचार्य अत्रे यांनी दिले.) नेत असे.

'बाळ गंगाधर टिळक'- लोकमान्यांच्या पुतळ्याच्या पाठीमागे मंडईचं मोठं घड्याळ दिसे. त्याचे काटे वेळेप्रमाणे गोलाकार फिरत. ते काटे फिरता फिरता किती वाजले ते समजून येत होते. आणि आई ते मला समजावून सांगे. 'चल उशीर झालाय.'

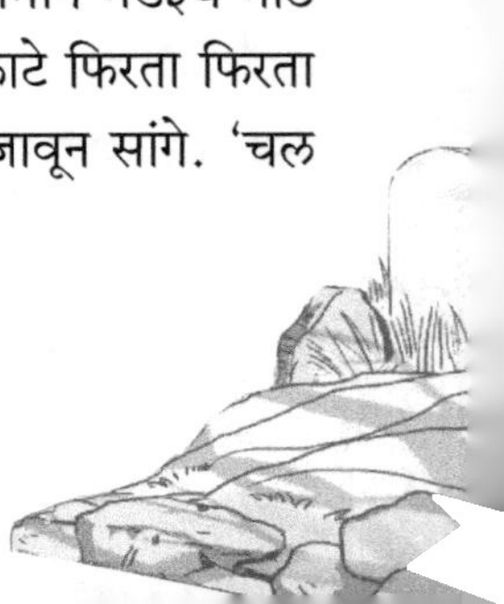

आई भाजी आणण्यासाठी निरनिराळ्या गाळ्यात म्हणजे कांदे-बटाटे, पालेभाजी, केळीची पाने अशा आठ-दहा ठिकाणी गोल-गोल फिरत असे. हिरवीगार ताजी भाजी पाहून कोणती भाजी घ्यावी याचाच विचार करत असावी. मी आपला रिकाम्या पिशव्या सांभाळत इकडे-तिकडे बघत असे. आई केव्हा भाजी घेणार आणि या गर्दीतून बाहेर पडणार असे होई. लडकत यांचे बटाट्यांचे मोठे दुकान होते. आई वडील तेथूनच बटाटे खरेदी करत असत. त्या दुकानाच्या बाजूने एक मजबूत, लांब-रुंद पायऱ्या असलेला लाकडी जिना होता. त्याच्या वरच्या मजल्यावर ऐतिहासिक वस्तूंचे प्रदर्शन मांडलेले होते. अनेक चित्रकारांनी काढलेली चित्रे, ढाली, तलवारी....अशा काही-काही वस्तू होत्या. ते बघत असताना आई हात धरून खाली खेचून आणे. तिला भाजी घ्यायची असायची ना!

माझ्या माहितीतील वयस्कर लोक मंडईतून रोजच्या रोज ताजी पालेभाजी, बाबू गेनू चौकातून देवासाठी फुलांचा पुडा आणतात. ती त्यांची करमणूक असते, वेळही छान जातो. बायको किंवा सुनबाईच्या त्रासातून तेवढीच सुटका!

असेच एकदा, नेहमीप्रमाणे आईबरोबर मंडईत गेलो होतो. त्या काळात हडपसर, औंध, शिवापूर इत्यादी खेडेगावांतून ताजी भाजी शेतकरी घेऊन यायचे. ताजी हिरवीगार-तजेलदार भाजी मंडईच्या आतल्या गाळ्यांवर तर गाळ उरलेला माल, रस्त्यावर कमी दरात विक्रेते घेऊन बसत. 'ताजी भाजी स्वस्त भाजी' म्हणून ओरडत असत. नुसता गोंगाट ऐकू येई. आतल्या गाळ्यावर भाजी घेणाऱ्यांना श्रीमंत समजले जाई. आणि आजही लोकांची तीच भावना आहे.

भाजीने भरलेल्या पिशव्या समाधानी झाल्या की संतुष्ट झालेल्यांचा मोर्चा तुळशीबागेकडे वळे. श्रीरामाचे दर्शन, उरलेले सुटे पैसे पेटीत टाकले की देवदर्शन पूर्ण होई.

आईने काही भाज्या आतल्या/बाहेर मंडईत घेतल्या. पिशव्यांची पोटं भरली. ती मला उचलणे शक्य नव्हते. कोणता तरी सण होता. खूप गर्दीत त्या पिशव्या व मला सांभाळण्याची कसरत करत ती गर्दीतून वाट काढत होती. श्रीरामाच्या दर्शनाचे निमित्त साधून आई व काकूचा मोर्चा तुळशीबागेकडे वळला. गप्पांत त्या दोघी खूप रमल्या. आणि त्या नादात आईचे बोट माझ्या हातून निसटले. गर्दीशी त्या एकरूप झाल्या. एकतर त्या दोघी मध्यम उंचीच्या. त्यामुळे मी मागे राहिलो. खूप वेळ तिथेच थांबलो, त्यांची वाट पाहत रडकुंडीला आलो.

मी आईला 'कुठं शोधू'? मी रडत नव्हतो, भोकाडही पसरले नव्हते. भांबावून गेलो होतो.

मी उभा होतो तेथेच पोलीस चौकीची छोटीशी पाटी व खोली होती. त्याच्या दारात पोलीस हातात काठी घेऊन उभा होता. त्याच्या तीक्ष्ण नजरेने मला टिपले. मी चुकल्याचे/आई गर्दीत दिसेनाशी झाल्याचे त्याला कळले. दोन पायऱ्या उतरून तो खाली आला. चौकीच्या अरुंद बोळातून काही लोक बांबू-गवताची पेंडी, काही फुलं, कापडाची गुंडाळी घेऊन बाहेर पडत होती. त्या समोरच्या बाजूला कुंकू, हळद, बुक्का, उदबत्ती यांचे ढीग लावलेले दिसले. मग बांबू व गवताची पेंडी कशाला? या प्रश्नाची उकल काही काळाने झाली. ते तिरडीचे सामान असे.

पोलिसाने माझी विचारपूस केली. त्या बारक्या खोलीतील टेबलावर बसविले. 'घाबरू नकोस, मी एक मिनिटात तुझ्यासाठी खाऊ आणतो, तुला भूक लागली असेल ना. रडू नकोस'. पोलिसाने चुरमुऱ्याची व रेवड्याची पुडी माझ्यासमोर ठेवली. आईने-काकूने कोणत्या रंगाची साडी नेसली आहे, पिशव्यांचे रंग कोणते ते विचारले. 'हा मी आत्ताच तुझ्या आईला घेऊन येतो' आणि तो गर्दीत दिसेनासा झाला.

पोलीस काठी आपटत, गर्दीला हटवत तुळशीबागेच्या प्रवेशद्वारी पोहोचला. मी सांगितलेल्या खाणा-खुणांप्रमाणे दोन घाबरलेल्या, भांबावलेल्या बायका दिसल्या. "तुमचा मुलगा का?" पोलिसाने विचारले.

"हो!"

"काही काळजी करू नका. तो सुरक्षित आहे." अशी चुकलेली दोन-चार मुलं आम्ही रोज पकडून त्यांच्या आई-वडिलांच्या ताब्यात देतो. ते आमचे कर्तव्य आहे. मला आईच्या ताब्यात दिले. त्याने आईला व मला चांगलेच सुनावले. त्या वेळी 'थँक यू' म्हणायची पद्धत नव्हती किंवा धन्यवाद हे शब्द अंगवळणी पडलेले नव्हते.

ही माझी मंडईची ओळख स्मरणात आहे.

मी जस-जसा मोठा होऊ लागलो, तसे आई-वडिलांनी मला शाळेत गुदरला-प्राथमिक शिक्षण नगर वाड्याच्या शाळेत, जुनी तपकीर गल्ली बोळात सुरू झाले. शाळा हाकेच्या अंतरावर होती. मधल्या सुट्टीत पाणी पिण्याचे निमित्ताने

आईला बघायला यायचो. तिच्याशिवाय चैन पडत नसे. इयत्ता पाचवीला जी माझ्या पाचवीला पुढे पुजली तीच नानावाड्यातील शाळा (न्यू इंग्लिश स्कूल, डेक्कन एज्युकेशन सोसायटी) तेव्हा आंबेकर बोळातून बाहेर पडले की समोर नानावाड्याची शाळा. नाना फडणीसांचा वाडा. शेजारीच वसंत टॉकीज. (किर्लोस्कर नाट्यगृह) वसंत टॉकीजपासून मंडईचा रस्ता, खुणा पाठ झाल्या. चुकण्याची भीती संपली.

नानावाडा, नानांचा हौद, गणेश दरवाजा, जिजामाता बाग ह्या जागा माझ्या परिचयाच्या झाल्या. माझी धिटाई वाढली होती. तो वयाचा फरक होता.

गणेश दरवाजातून शनिवारवाड्यात जाता येत असे. तो कधी तरी उघडलेला असे. दरवाजाच्या कोपऱ्यात 'टांगा स्टॅन्ड, फक्त आठ टांग्यांसाठी' अशी पाटी होती. पाटीखाली घोड्यांना पाणी पिण्यासाठी रेखीव दगडी (एकसंध) साधारण पन्नास बादल्या मावेल असा कोरीव दगडी हौद होता. तेथून गेले की नाकाला फडके बांधावे लागे.

जशा स्कूटर-रिक्षा (१९६०नंतर) रस्त्यावर आल्या, तशी टांग्यांची उचलबांगडी केली. रिकामटेकडे घोडे कोठे वापरणार? रिकामे घोडे वरातीसाठी वापरू लागले. पाण्याचा हौद-एक ऐतिहासिक वास्तू-महापालिकेने दृष्टिआड केली.

अनेक टांगेवाले टांगा स्टँडवर जमत. त्यापैकी 'बाबू टांगेवाला' सगळ्या पुण्याला माहिती झाला होता. प्राचार्य प्र. के. अत्रे यांनी बाबू टांगेवालावर वर्तमानपत्रात लेख लिहिलेला होता. क्रिकेट हा तर बाबू टांगेवाल्याचा आवडता खेळ होता. याशिवाय गामा-गुंगा ही पहिलवान चिनी जोडी जगभर प्रसिद्ध होती. हिरा बागेतील मैदानात लोकांची/ कुस्त्या शौकिनांची कुस्त्या बघण्यास खूप गर्दी होत असे. बाबू टांगेवाला याची तेथेही हजेरी असे.

आंबेकर बोळातून डाव्या हाताला वळून पुढे गेले की भाऊ रंगारी बोळ/रस्ता. या छोट्या गल्लीत सार्वजनिक गणपती बसवला जात असे. भाऊ रंगारी यांचा गणपती पहिला होता, नंतर केसरीवाड्याचा, असा वादही निर्माण झाला होता. याच रस्त्याच्या उजव्या हाताला वाद्ये (मिरजकर यांचे दुकान असावे) दुरुस्तीचे दुकान होते. माझ्या घरची हार्मोनियम-बाज्याची पेटी त्याच्यांकडून दुरुस्त करून आणल्याचे मला आठवते आहे. वाद्यांच्या दुकानाच्या समोर एका कोपऱ्यात

मोठा गोठा होता. घर सारवण्यासाठी तेथून शेण आणत असे. पुढे ते गोठे बंद केले. ती छोटी गल्ली बुधवार चौकात सामील होत असे.

बुधवार चौक, अप्पा बळवंत, सिटी पोस्ट चौक ही तरी महत्त्वाची ठाणी/ ठिकाणं समजली जातात. बुधवार चौकात समोर बघितलं की मंडई, डाव्या हाताला चोळखण आळी, (पासोड्या विठोबा) आणि उजव्या हाताला फरासखाना-पोलीस ठाणे. गुन्हेगारांना नुसतं फरासखाना म्हटलं तरी त्यांना घाम फुटत असे. कारण ब्रिटिशांच्या काळात तो 'जेल-तुरुंग' होता. शेजारच्या आप्पा कुलकर्णी किंवा अण्णा जोशी यांच्या किरकोळ भांडणात 'फार आगाऊपणा करु नकोस, जास्त वटवट केलीस तर नेईन तुला फरासखान्यात खडे फोडायला' अशी वाक्ये ठरलेली असत. इतकी दहशत फरासखाना जेलची होती. ब्रिटिशांच्या काळात फरासखान्याचा तुरुंग गुन्हेगारांनाही दहशतीचाच वाटे. त्या ठिकाणी दहा-बारा मोठी झाडे आहेत. हा मजुरांचा कट्टा. मजुरांना सावली मिळतेच. गप्पा, सिगारेट, काही प्रसंगी बाटल्यांचाही वापर सुरू असतो. सध्या फरासखाना हा मजुरांचा अड्डा आहे. तेथे एक स्मृतिस्तंभ आहे. 'भास्कर कर्णिक' यांच्या नावाची पाटी स्तंभाखाली आहे. २१.०९.२०२१ या दिवशी त्याला शंभर वर्षे पूर्ण झालीत. २१.०९.२१ या दिवशी या क्रांतिवीराची प्रकर्षाने आठवण झाली. स्तंभाखाली असलेल्या कट्ट्यावर मजूर सिगारेट, बीडी ओढताना दिसतात.

मजूर अड्ड्याच्या पलीकडे अग्निशामक दलाच्या 'तांबड्या रंगाचा बंब' उभा असतो. दलाचे लोक अग्निदलाच्या घंटेची, फोन याची वाट पाहत असतात, सतत सतर्क असतात. मजूर अड्ड्यासमोर लहान मोठे हार/ सुंदर शोभिवंत सुगंधी हार टांगलेले दिसतात. रस्त्याच्या कडेने जाऊ लागले की एखादा हार आपल्या डोक्याला लागणारच किंवा गळ्यातही पडण्याची शक्यता असते. मध्यवस्तीत फुलांची-हारांची, गुच्छाची मोठी बाजारपेठ आहे. तेथूनच मंडईचा कळस, तपकीरी रंगाची कौलं दिसू लागतात. ही एक रुबाबदार ऐटबाज इमारत! पुण्याची ती आगळीवेगळी शान आहे. पूर्वीचे लोक आजचे ज्येष्ठ मंडई ही 'पुण्याचे विद्यापीठ' आहे असं म्हणत. मंडईच्या गर्दीत शिरलात की तुमच्या शिक्षणाचा श्री गणेशा होतो.

अनेकविध रंगीत, सुवासाच्या गंधातून आपण पुढे आलो की बेलबाग ठिकाण सुरू होते. श्रीविष्णूचे ते प्रचंड मोठे, ऐसपैस देऊळ दिसते. बाहेरून या देवळाची,

तेथील शांततेची, गर्दीची कल्पनाही येत नाही. नाना फडणीस या देवळात देवांच्या दर्शनासाठी येत असत. देवळात पाठीमागच्या दाराने प्रवेश केल्या केल्या मोरांचा मोठा पिंजरा दिसू लागतो. आम्ही लहान असताना दोन मोरांची जोडी दिसत असे. मी मोर पक्षी प्रथमच बघत होतो. काय त्यांचा डौल, मोठी मोरपिसे बघत राहावी असे वाटे! सद्यःस्थितीत तो रिकामा पिंजराच दिसतो. मोर पाळण्यास मायबाप सरकारची परवानगी नाही. श्रीविष्णूच्या देवळाचे मोठे दणकट, प्रचंड आकाराचे दार लक्ष्मी रोडला उघडते. ते प्रमुख-प्रवेशद्वार आहे. या दारासमोर समोरच नगर वाचन मंदिर नावाचे जुने ग्रंथालय आहे. श्री गणपती विसर्जनाची मिरवणूक नगर वाचन मंदिराच्या सज्जात बसून पाहत असू. रस्त्यावरून जाणाऱ्या गणपतींची मोजदाद करत असू.

या चौकात डी-मेसिडो हे सर्व औषधे हमखास मिळणारे औषध ठिकाण. पुण्यात प्रसिद्ध. बेलबाग चौकालाच सिटी पोस्ट चौक असेही नाव आहे. सिटीपोस्टात भारताच्या कानाकोपऱ्यातूनच काय देश-परदेशातून अनेक पत्र येतात जातातही. पोस्ट ही सुंदर देखणी वास्तू आहे. पोस्टाबाहेर पेटी घेऊन बसलेले, लेखनिक असतात. किंवा 'माझी लेक बाळंत झाली-मुलगा झाला' असा मजकूर, पत्ता त्या १ आण्याच्या पत्रावर लेखनिक स्वतःच्या भाषेत लिहीत असे. त्याच्याकडे असलेले सुटे पैसे लेखनिकास देई. असे अनेक किस्से ऐकायला मिळत.

बेलबागेपासून चार पावलांवर कोतवाल चावडी. दगडूशेठ हलवाई यांचे सुरेख दत्त मंदिर दिसे. श्री दत्तात्रेयांचे दर्शन घेऊन होते न होते तोच काका हलवाई यांचे मिठाईचे दुकान. त्या दुकानातून कल्याण (सिंहगड) येथून आलेला ताजा खवा मिळे. कल्याणचे शेतकरी / खवा करणारे लोक पाटीभर खव्याचा रतिब सकाळी अकरा वाजता आणत असत. मी स्वतः तो ताजा खवा आणत असे. (आमची कल्याणला भातशेती होती.) चौकाच्या डाव्या हाताला 'काळ्या जोगेश्वरीचं' सुंदर, शांत, प्रसन्न मंदिर. आई मंडईत जाण्यापूर्वी काळ्या जोगेश्वरीचे दर्शन घ्यायची.

बाबू गेनू हा मूळचा आंबेगाव तालुक्याचा, घरची शेती. पण पोटापाण्यासाठी मिलमध्ये (कापडाची गिरणी) मुंबईत काम करत होता. परदेशी वस्तू, कापडचोपड ब्रिटिश व्यापारी चढ्या भावात विकून स्वतः खिसा भरत होते.

परदेशी वस्तूंच्या बहिष्काराची मोठी चळवळ चालू होती. एकदा असाच ट्रक भरून कापड आले होते. या सैनिकाने त्याला विरोध केला. ट्रकच्या पुढे आडवा होऊन रस्त्यावर झोपला. ट्रकचालकही महाराष्ट्रीयन होता. साहेबांनी ड्रायव्हरला 'ट्रक त्याच्या अंगावरून ने' असा हुकूम केला. ड्रायव्हरने साफ नकार दिला. त्याला साहेबाने हुसकावून बाहेर काढले. ब्रिटिश माणसाने स्वतः ट्रक बाबू गेनूच्या अंगावर घातला. बाबू गेनूने देशासाठी हौतात्म्य पत्करले. त्याचे स्मारक 'बाबू गेनू चौक' असे झाले. स्मारकाच्या डाव्या बाजूला 'श्रीकृष्ण टॉकीज' ही चांदीचा रंग असलेली पाटी आहे. तेथे मोजक्याच लोकांना छोट्या पडद्यावर सिनेमा दाखवण्यात येत असे. १९९०पर्यंत ती पाटी मी पाहिलेली आहे.

नंतर श्रीकृष्ण टॉकीज येथे फुलांचा बाजार होता. तेथून मी विविध प्रकारची फुले, केळीचे खुंटे, पत्रावळी, केळीची पाने, 'सत्यनारायण' पूजेसाठी आणत असे. सिनेमाच्या पाटीखाली चक्का, दही, श्रीखंड यांची दुकाने होती. विड्यांच्या पानासाठी किरकोळ विक्रेतेही असत. बाबू गेनू चौकात आयुर्वेदिक औषधे, काढे, उटणे, तूप असे हमखास मिळण्याचे पुण्यात प्रसिद्ध असे दुकान होते, नव्हे आजही आहे.

पुणे तेथे काय उणे!

या ठिकाणापासून-रस्त्यापासून तुळशीबागेचे श्रीराम मंदिर, भांडीबाजार, पितळ, तांब्याच्या विविध आकाराच्या संसारोपयोगी लहान निरांजनापासून-मोठ्या समई पर्यंतच्या A to Z अशी सगळ्या वस्तूंची दुकाने आहेत. परदेशी वास्तव्यास असलेल्या स्त्रिया पुण्यात आल्यावर अनेक वस्तूंच्या खरेदीसाठी गर्दीत तुळशीबागेला भेट देतातच. पुण्याचा आनंद त्या ठिकाणी लुटतातच, अनेक आठवणी पदराला/ स्कार्फला गाठी मारून घेऊन परत परदेशात मुक्कामी जातात. दोन मुंग्या एकमेकाला भेटल्यावर साखर कोठे आहे ते सांगतात तसं अमुक-तमुक वस्तू तुला फक्त पुण्याच्या तुळशीबागेतच मिळेल असा संदेश देतात.

मुख्य अखीव-रेखीव मंडईच्या बाहेर खूप मोठा परिसर आहे. एकेकाळी भाजी किंवा इतर फळं बैलगाडीतून पुण्यात येत असे. तो सगळा भाग बैलांनी व्यापलेला असे. बैलगाड्या, कडबा, इतर सामानानी भरलेला असे. तेथून मंडईत

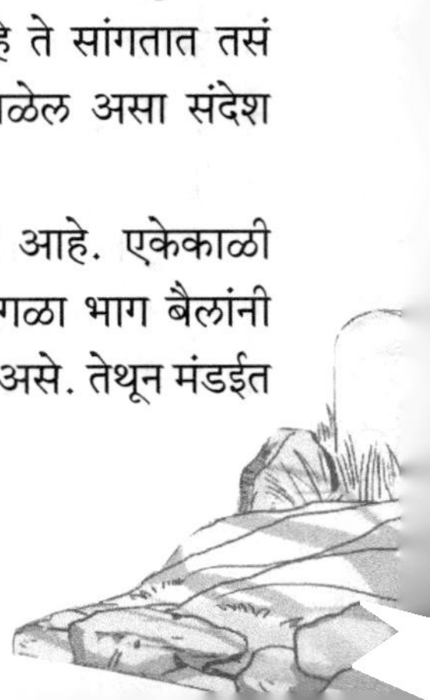

भाजीसाठी जाणं ही एक कसरत होती. शिवाय तेथेच छोटी-छोटी हॉटेल्स, मिनर्वा थिएटरची गर्दीच-गर्दी.

पंचक्रोशीतील शेतकरी आपली भाजी गाळ्यावर देऊन मोकळे व्हायचे. फडक्यात बांधून आणलेली कांदा-भाकर अलगद त्यांच्या पोटात उतरे. गायी-म्हशीसाठी वैरण, खाद्य, औषध, कापडचोपड...अशी कामे करण्यासाठी निघून जात. सूर्य मावळायच्या आत गावाला जायची घाई सुरू होई. तर कधी मिळालेला पैसा त्यांना स्वस्थ बसू देत नसे. चंचल माणसाला चंचल लक्ष्मी सैरभैर करते, खिशातला पैसा खळखळू लागतो. स्वैर लोकांची मनं उधळून जातात. मंडईच्या आसपास तीनापेक्षा जास्त चित्रपटगृह आहेत. आर्यन, ग्लोब, मिनर्वा, विजयानंद, जरासे लांब गेलं की वसंत (पूर्वीचं किर्लोस्कर नाट्यगृह), प्रभात, मिनर्वाला तर तिकिटांचा उघड काळाबाजार चाले. 'एक का दो' 'तीन का पाच' अशी उघड उघड माथ्याने तिकीटविक्री होई. 'इतर नाद- शौकिनांना' इतर ठिकाणी जाण्याची संधी मिळे. गरम खिसा खाली झाला की त्यांना आपल्या घराची आठवण होईपर्यंत वेळ काढत.

मुख्य मंडईच्या पाठीमागे, एका कोपऱ्यात बुरूड गल्ली. मोठे बांबू, बांबूच्या शिड्या, भाजीसाठी लागणाऱ्या मोठ्या-लहान टोपल्या मिळण्याची एकमेव बाजारपेठ बुरूड आळी. तेथे दहा-बारा जणी बांबू छिलण्याचे काम करण्यासाठी बसलेल्या असायच्या. ढलप्या काढण्याची त्यांच्या हाताची सफाई बघण्यात आम्हा मुलांना कौतुकच वाटे. पाठीमागे जुनाट साडीचा पाळणा दिसे तर चुलीवर भाताचं पितळेचं भांडं दिसे. तोच त्यांचा संसार. घरच रस्त्यावर. सतरा-अठरा वर्षांच्या आया एका हाताने कोयत्याने बांबूच्या ढलप्या काढत आणि दुसऱ्या हातात पाळण्याची दोरी. 'जिच्या हाती पाळण्याची दोरी ती जग उद्धारी' अशी म्हण आहे! ही दोरी अशी.

दिवाळी आली की आम्ही बुरूड गल्ली गाठायचो. आकाशकंदील घरीच केला जाई. लहान-मोठ्या कंदिलाप्रमाणे बांबूच्या काड्या दोन-चार आण्यात मिळायच्या. त्या आकाश कंदिल वर रंगीत कागद झिरमुळ्या घरी केलेल्या खळीने चिटकवायच्या आणि एक सुंदर आकाश कंदील तयार व्हायचा. (असा आकाशकंदील २००/३०० रुपयाला आज मिळतो.) त्याचा आनंद तर मोठा न्यारा होता. ज्याचं नाव ते! आज नातवांना आकाशकंदील कसा करायचा

ते शिकवले. दरवर्षी घरी कोण करणार? आई-वडिलांच्या पर्स/खिशात पैसे असतात ना. आमच्या वेळी पैसा महाग होता.

बुरूड गल्लीच्या चौकात डावीकडे मोठी, उंचीपुरी पत्र्याची शेड दिसते. प्रत्येक ऋतूत येणाऱ्या फळांचा बाजार तेथे भरतो. आंब्याच्या दिवसात चिपळूण-रत्नागिरी अशा ठिकाणाहून आंब्याच्या पेट्या /करंड्यांची भिंतच उभी राहते. पपया, अननस, टरबूज, खरबूज, फणस, सिताफळ, सफरचंदाच्या विविध जातींनी तेथे आपले स्थान पटकावलेले असते. शिवाय कलिंगडाचा डोंगर रचलेला असे. दहा किलोची कलिंगडं खाली, त्याच्यावर आकारमानानुसार वरती छोटी असा डोंगर तयार होई. आईनं आपल्या बाळाला कुशीत घ्यावं तशी छोटी-मोठी कलिंगडे चुप्प बसलेली असत. डाळिंबाचे, डाळिंबी दाणे कसे एकमेकांवर घट्ट धरून असतात, एकमेकांच्या घट्ट मिठीतून एकही दाणा, खोडकर दाणा सुटा होऊ शकत नाही. असं दृश्य डोळ्यांसमोर यायचं.

'इचकदाना-बिचकदाना दाने उपर दाना' गाणं म्हटलं की श्री ४२० सिनेमातील नर्गिस-राज येतात डोळ्यासमोर आणि कानात गाण्यांचे सूर घुमू लागतात.

बुरूड चौकात शिरलं की शिवाजी रोडच्या भडभुंज्याच्या दाणे, खारे दाणे, भाजण्याच्या भट्ट्यातून निघणाऱ्या खमंग वासामुळे खाऱ्या दाण्याची चव जिभेवर तरळून जाते. चौकात फळबाजारांनंतर विविध प्रकारच्या खाण्याच्या विड्याच्या पानांचा बाजार भरलेला असे.

मंडईच्या आसपास लहान-मोठी अल्युमिनियम, तांब्या-पितळ, स्टीलची होलसेल भावात घुशी- उंदरांचा पिंजरा, धान्याच्या कोठ्या, मिळतात, इतकेच काय सोन्याच्या बाजारापासून ताडपत्री, शेतीची यंत्रसामग्री, पत्रे, पाण्याचे नळ, अशा हजार वस्तूंची खरेदी करता येते. हे काहीच जमलं नाही तरी शेजारीच विजयानंद टॉकीज होतीच. येथे यथेच्छ बादशाही/गुजराती जेवण करायचं आणि विजयानंद टॉकीज मध्ये मॅटिनी शो इंग्लिश असो वा ग्रामीण शो– सहज बघता येत असे. सिनेमा संपला की त्यांच्या डोळ्यांसमोर नात-नातवंडांसाठी मथुरा भवनमधून बुंदी /जिलेबी बांधून घ्यायचं आणि बैलगाडी जुंपून घरचा रस्ता पकडायचा.

आत्ताशीच मी रिटायर (निवृत्त) झालो, तरी मंडईतून पिशव्या पिशव्या फळ-फळावळ, देवासाठी फुलं, भाजीपाला आणतो. खांद्यावर पिशव्या लोंबकळत

घरी पोहोचतो. असा माझा दमलेला अवतार, पिशव्यांचं ओझं पाहून “केवढा हा पसारा आणलात, निवडणार आणि खाणार कोण” असा? सौभाग्यवतीचा घणाघणी आवाज कानावर आदळतो.

“चहा प्या आणि बसा भाजी निवडायला!” असा हुकमी आवाज कानावर लगेचच.

असे आहे निवृत्ताचे सध्याचे राज्य.

वयाच्या पाचव्या वर्षापासून मी मंडईत प्रवेश केला तो आजपर्यंत मी तिथेच आहे. ८० वयापर्यंत!

खांद्यावर लोंबकळणाऱ्या, मनगटाला येणाऱ्या मुंग्या सहन करत पुढे व्हायचे. खांदे मजबूत आहेत, दृष्टी चांगली आहे. पण मंडई हे एक करमणुकीचे साधन/ठिकाण मला अधिकच उत्साहवर्धक ठिकाण वाटते. भाजी आणण्याचे समाधान काही वेगळेच असते. आपण करून बघा तर खरं! घराजवळ भाजी मिळत असेल हो, पण मंडईतून आणले ह्याचा आनंद घेऊन तर बघा, दोन दिवसांनी तुम्हीच पिशव्या घेऊन बायकोसाठी बाबू गेनू चौकातून गजरा आणता की नाही बघा!

■■■

। २० ।

आवळी भोजन

भारतात विविध प्रकारचे वृक्ष आहेत. त्या सर्वांमध्ये अश्वत्थ म्हणजे पिंपळ वृक्ष आहे. हा सर्वात सुंदर आणि सर्वोच्च वृक्षांपैकी एक आहे. म्हणून सर्व वृक्षांत पहिला / मान आहे. (श्रीमद्‌भगवद्गीता अ.१०, २६) पिंपळपान मुळातच खूप सुंदर दिसते. पानांचा आकार, देठ लांब, नवीन पालवी फुटते तेव्हा गुलाबी-चिमुकले पान फार मोहक गोंडस नवजात बालकासारखे दिसते. भारतातील लोक रोज सकाळी त्याची पूजा करतात. हा एक पूजनीय वृक्ष आहे!

वडाचे झाड तर आगळे वेगळे आहे. महिला-सुवासिनी 'वटसावित्री' पौर्णिमेला पूजा करतात. वडाच्या झाडाला सूत (दोरा) गुंडाळून 'हाच नवरा सात जन्मी लाभू देत' अशी प्रार्थना करतात. पर्यावरणाच्या दृष्टीनेसुद्धा हा उपयुक्त वृक्ष आहे. अनेक पक्ष्यांचा आवास, राहण्याची घरटी असतात तर बुंध्याला सरपटणाऱ्या प्राण्यांनाही आश्रय दिलेला असतो. मुलांना सूरपारंब्यांचा खेळ आवडतो.

तर काश्मीरमध्ये चिनार वृक्षाची पूजा करतात. ही माहिती एका गाईडने दिली.

आपल्याकडे कार्तिक शुद्ध चतुर्थीला आवळ्याच्या झाडाची पूजा करतात. ही परंपरा पुढे चालू राहावी म्हणून 'आवळी भोजन' प्रथा महिलांनी पाडली असं म्हटलं तर वावगं होणार नाही. 'आवळ्याची' महती पुढे येणारच आहे.

पन्नास-साठ वर्षांपूर्वी एकत्र कुटुंब पद्धत होती. पुण्यासारख्या शहराला ऐतिहासिक वारसा लाभला आहे. मोठ्या वाड्यात किंवा चाळीत काही भाडेकरूही

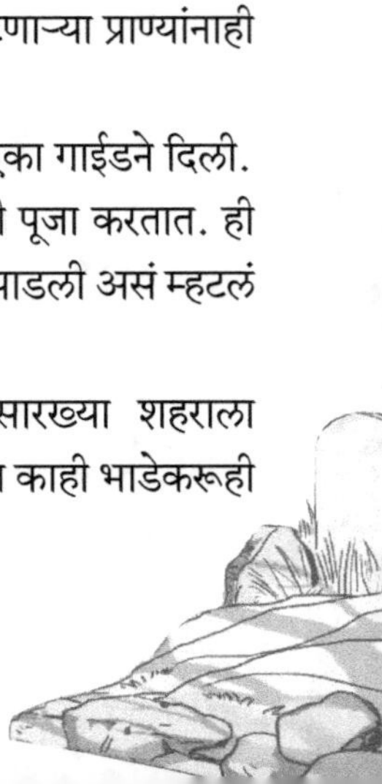

असत. प्रत्येकजण आपापल्या शेजारी मदत करायला, सदैव तयार असत. किरकोळ भांडणं, वादावादी होत होती. बहुतेक मुलांच्या मारामाऱ्या, भांडण, पण यामुळे मोठ्यात वितुष्ट आले तरी ते फार टिकत नसे. क्षणैक काही काळ मौनही असे. सर्वसामान्य उत्पन्न असणारा पगारदार माणूस पैसा उभा करून शेजारधर्म पाळत असत.

गृहिणीच घरातील सर्व कामे करत असे. पुरुष मंडळी, बाजारहाट, पैसे देणे-घेणे, कापड-साडी खरेदी इ. कामाची जबाबदारी घेत असत.

त्या काळी रस्त्यावर लाईटही नसत. बहुत करून गृहिणी किंवा घरातील वेळी-अवेळी घराबाहेर कामाव्यतिरिक्त जात नसत. घरातील स्त्रियांना असुरक्षित वाटत असे. त्यामुळे त्यांचा कोंडमारा होत होता. घर एके घर एवढेच त्यांचे विश्व होते.

गणपती उत्सव संपला आणि कार्तिक सुरू झाला की एक आगळा-वेगळा आनंदोत्सव सुरू होई. कार्तिक शु. चतुर्थीला 'आवळे भोजन' कार्यक्रम आखला जाई.

घरातल्या सगळ्या काकू, आत्या, शेजारणी यांची आवळी भोजनाची बोलणी सुरू व्हायची. रविवारी किंवा इतर सुट्टी बघूनच हे सर्व काही ठरवले जायचे. शिवाय घरातल्या कर्त्या माणसांची परवानगी घ्यावी लागे ते वेगळेच. घरातील मोठ्या स्त्रियांचा मोठा हातभार या सहलीस लागे.

घरातले व शेजारील मुलं-मुली मिळून दहा-पंधरा आणि मोठ्या महिला एकूण पंधरा-वीस जण असा संघ/गट तयार होई. मग कामाची यादी व डब्यात कोणी काय आवळ्याचे चविष्ट पदार्थ आणायचे याची यादी तयार होत असे. त्या काळी आजच्यासारखी पाणीपुरी, भेळ अशा गाड्या नव्हत्या.

शाळेत कसं मुलांना सहलीला रांगेत नेतात तशी ही मंडळी वाड्याबाहेर पडत. लहान मुलं आईला धरून चिकटून घाबरलेल्या डोळ्यानं चालताना सर्वत्र नजरेत भरत चालत. तेव्हा पायी चालणं हाच पर्याय असे. जावा, रॉयल एनफिल्ड सारख्या दणकट गाड्या फक्त पैसेवाल्यांचं काम होतं. चारचाकीचा विचार स्वप्नातसुद्धा येत नसे.

आवळी भोजन कार्यक्रमासाठी आमची वरात शनिवारवाड्यापासून निघे. तांबडी जोगेश्वरीचे दर्शन, आशीर्वाद घेऊन हा संघ पुढे चाल करत असे. लक्ष्मी रोडवरून सरळ चालत (दोन किमी) गेलं की डाव्या हाताला मोठे जंगल लागे.

खूप मोकळी आणि मोठ्या वृक्षांनी व्यापलेली जागा दृष्टीस पडे. तेथे डॉ. वाडिया हॉस्पिटल होते. आजही ते अस्तित्वात आहे. तसेच अजून पुढे गेले की डाव्या हाताला मोकळी जमीन व उजव्या हाताला पेशवे पार्क सुरू होई. (आज पेशवे पार्क म्हणतात) पेशवे पार्क ही मोकळी जागा व दाट वृक्षांची विशेषतः आंब्याची खूप झाड होती. (आमराई) हिरवीगार, खाली दाट सावली आणि थंड वाऱ्याने मन शांत होत असे. एकांतासाठी ती योग्य जागा होती. ते वैभव परत मिळावं असं वाटतं. झाडावर किंवा फांद्यांवर सभोवार कावळ्यांची घरटी, वटवाघुळ, घुबड, घारी अशा अनेक पक्ष्यांचे संमेलन भरलेले असे. रस्ता असा नव्हताच. तो ओबडधोबड मुरमाचा रस्ता पालथा घालत जावे लागे.

तेथेच डाव्या हाताला पाऊलवाट होती. पेशवे पार्कसमोर साधारण वीस फुटांचा उतार होता. पुढे सरळ गेलं की तेथे पर्वतीच्या पायऱ्या लागतात. एकमेकांच्या मदतीने उतरत जमिनीवर पाय ठेवले जातात. टेकडीच्या पायथ्यापासून आंबील ओढ्याचे पाणी खळखळ वाहताना दिसते. हिरवेगार लुसलुशीत गवत पायाला गुदगुल्या करते. देवळाकडे जावे लागते. डोंगर/टेकडीच्या शिरोभागी श्री गजाननाचे साधे सुधे देऊळ दिसते.

पर्वती चढताना वयस्कर बायकांची दमछाक होते. काय बयाऽऽ बया तो चढ-उतार हुश्य! शिट्टीसारखा आवाज येतोच. देवळाच्या मोकळ्या जागेत बैठक मारत घरातून आणलेल्या घोटभर पाण्याने श्रमाचा निपटारा होई. त्यांची टकळीही काही काळ बंद होई. ऊर्जा येण्यासाठी खडीसाखरेचा एक एक मोठा खडा प्रत्येकीच्या तोंडात पडे. उत्साह दुणावला जायचा.

मंदिराभोवती प्रशस्त मोठी जागा होती. टेकडीच्या बाजूला खूप मोठाले वृक्ष होते. परिसर हिरवागार, थंड वाऱ्यांचा. कमालीची शांतता होती. देऊळ उंच शिखरावर, तर खाली खड्डा. तो परिसर पाण्याने सदैव भरलेला असे. खड्ड्याची कडेची बाजू-डोंगराची तटबंदी असल्याने वीस-तीस फूट अंदाजे पाण्याची खोली सहज असेल असे वाटते.

श्रीमंत पेशवे यांची स्वारी श्रींच्या दर्शनासाठी होडीतून येत असे. गुप्त खलबतांसाठी योग्य ते ठिकाण होते. त्या वेळी ही शांत प्रसन्न अशी जागा होती व ती 'तळ्यातला गणपती' म्हणून ओळखली जाई.

श्री गजाननाचे दर्शन झाले की मुलांना उंडारायला आया मोकळीक देत. त्यांच्या

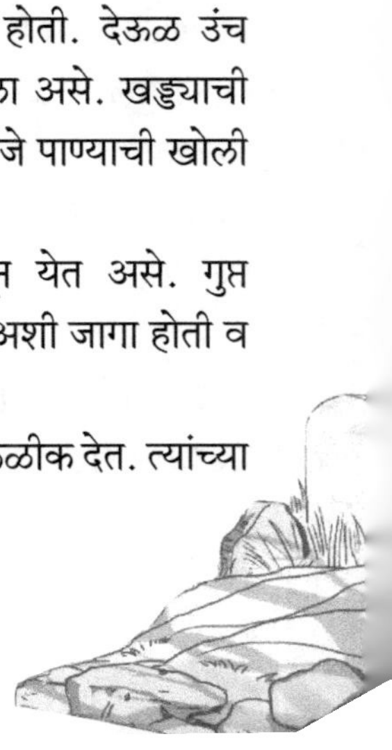

मागे आयाही नऊवारी सांभाळत धावत असत. एक मोठी जबाबदारी आयांवर असे. डाव्या हाताला ऐतिहासिक फोटो प्रदर्शन आहे. पेशवेकालीन पुण्याचे श्रीमंत पेशवे यांची बोटीने ने-आण करण्याचे फोटो बघायला मिळतात. आमच्या लहानपणी ते फोटो प्रदर्शन नव्हते. त्यावरून तळ्यातल्या गणपतीची कल्पना येते.

समोर अनेक झाडांमध्ये लपलेले आवळ्याचे झाड होते. आवळ्याच्या झाडावर श्री विष्णू, श्री शिवशंकर व इतर देवतांचे अधिष्ठान असते. महाराष्ट्रापेक्षा इतर राज्यात आवळ्याची फांदी कुंडीत रोपण करून सत्यनारायणाची पूजा करतात. तशी श्रीविष्णूची पूजा गोड आवळ्याचा नैवेद्य करून मनोभावे पूजा करतात. ती पूजा बघून सुद्धा मनःशांती लाभते.

आवळ्याखालील परिसर स्वच्छ, वाऱ्याने साफसूफ केलेली जमीन होती. सर्व झाडांची दाट सावली होती. सूर्यकिरणांचा फांद्यापानाबरोबरचा खेळ जमिनीवरच्या सारीपटावर सादर होत असे. तशी रांगोळी मानवी हातालाही जमणार नाही. निसर्गाचा खेळच तो!

घरातून आणलेल्या सतरंज्या अंथरल्या की, आमने-सामने समोरासमोर बसू शकतील अशी व्यवस्था होईपर्यंत मोठ्या काकू, आई, आत्या, शेजारणी आवळ्याच्या झाडाची पूजा करण्यात दंग झालेल्या असायच्या.

झाडाला फुलांनी पाणी शिंपडले जायचे. खोडाला हळदी-कुंकू लावले, फुले अर्पण केली, मोरावळ्याचा प्रसाद ठेवला, की निरांजनाची फुलवात पेटवली जायची. मंद वाऱ्याने ही ज्योत भीत डळमळत असायची. ज्योत रडक्या मुलामुलींसारखी दिसू लागे. भरजरी वस्त्र नेसलेल्या मोठ्या काकू आपल्या दोन्ही नाजूक हातांच्या पंजाने ज्योतीला आधार देत. भीत असलेली ज्योत शांत होई. निरांजन हातात धरून कोमल हाताने झाडाला ओवाळत. मला जणू श्रीकृष्णालाच ती प्रत्यक्ष ओवाळत आहेत असे वाटत असे. टाळ्या वाजवत सर्वांनी आरती म्हणायची. भावपूर्ण आरती-पूजेमुळे एक प्रसन्न आनंदी वातावरण निर्माण होत असे. श्रीकृष्ण, वासुदेव, श्री गजाननाच्या आशीर्वादाने सर्व घर आनंदात राहते, संकट दूर राहते अशी काकूंची श्रद्धा होती.

आवळी भोजन किंवा झाडाची पूजा करणे एवढेच त्याचे महत्त्व नाही. त्या फळाचे औषधी गुण धन्वंतरींनी सांगितले आहेत. वैद्यकीय उपचारात त्याला अनन्य महत्त्व आहे.

आवळ्याचे (फळाचे) तीन प्रकार आहेत. छोटा, डोंगरी व रायआवळा. त्यापैकी डोंगरी आवळा मोठ्या आकाराचा 'पिंगपाँग' चेंडूसारखा असतो तर रायआवळा आंबट गोडसर स्वादिष्ट असतो.

डोंगरी आवळा च्यवनप्राश, मोरावळा, सुपारी इत्यादी अनेक ठिकाणी वापरला जातो. आवळ्यात 'विटामिन सी' हे जीवनावश्यक पोषक द्रव्य विपुल असते. आवळी भोजनाच्या निमित्ताने निसर्गवैद्यांनी अधिक मात्रांनी विटामिन सी मनुष्याच्या उदरात-शरीरात जावे, अशी युक्ती शोधून काढली असावी. रायआवळ्याची आंबट गोड चव बहुतेक मुलींना आवडते. हे आवळे शाळेबाहेर विकणाऱ्या बायका टोपली टोपलीत घेऊन बसतात, तर डोंगरी आवळ्याच्या फोडी तिखट मीठ लावून देणाऱ्या गाड्या मंडईतही दिसतात.

आंबा, फणस आणि नारळ ही झाडे उत्पन्न देणारी आहेत. त्यामानाने डोंगरी-रायआवळा यापासून जास्त अर्थार्जन होत नाही, तरी त्यांची किंमत कमी होत नाही. पॉकेट मनी म्हणून त्याचा उपयोग होतो.

सूर्यकिरणांनी आपले अंग काढून घेतले की, देवळात अंधाराची चाहूल लागे. 'चला आटपा, डबे सतरंज्या गोळा करा'चा गजर होई. सातच्या आत घरात अशीच तंबी कानावर येई. संध्याकाळचे प्रार्थना—पाढे असे अभ्यासाचे पर्व सुरू होई.

सध्याचे जीवन बदलत चालले आहे. पाणीपुरी, बटाटे वडा, वडापाव, पिझ्झा एक मिनिट नूडल्सचे राज्य सुरू झाले आहे. आमची व नव्या पिढीची नवी दृष्टी यांत जमीन-आसमानाचा फरक आहे. आज आम्हाला ते आनंदाचे दिवस आठवतात. एकोपा, भांडण, आपलेपणा आठवून मन तृप्त होते.

■ ■ ■

। २१ ।

विहंगम

या वर्षी (सन २०२४) म्हणावी तशी थंडी पडली नाही. थंडीसाठी काढलेले स्वेटर्स कपाटात पुन्हा कोंबले. निसर्गापुढे कोणाचे काही चालत नाही. तापमानाचा पारा फारसा हालला नाही.

उन्हाळा वाढला. थर्मामीटरही रागावला. त्याचा पारा वर चढत गेला. तो तरी त्याच्या बारीक नळीत किती दिवस अडगळीत, कमी जागेत वावरणार! पाऱ्याची परिस्थिती फार बिकट होती.

सूर्यनारायणाचे अश्व धाडधाड पुढे जात होते. जाता-जाता सूर्य आपला राग पृथ्वीवर काढत होता. पावसाने आकाशातून पाणी ढगावाटे खाली ओतले, तेही वाफेच्या ढगात जमत होते. एकूणच पिण्याच्या पाण्याचा दुष्काळ पडला तर?

धरणं रिकामी होऊ लागली. नद्या-नाले, विहीर, तळाशी जाऊ लागले. पिण्याच्या पाण्याची तीव्र चणचण भासू लागली.

गळणाऱ्या नळातून थेंब थेंब पाणी पडायचे. पक्षी आपल्या चोचीत थेंब घेत पुढच्या थेंबाची वाट पाहत एखाद्या अडचणीच्या जागी थांबत असत. एक पक्ष्याचे पिल्लू आपल्या चोचीत किती पाणी साठवणार! उन्हाची काहिली वाढली तशी त्यांची उलघाल वाढली. खराटे झालेल्या फांद्यांवर किती काळ बसणार? अरण्यातल्या हिंस्र प्राणी, हत्तीसारख्या प्राण्यांना २०-२० कि.मी. जंगल पालथं घालावं लागतं. निदान पक्षी तरी या झाडावरून त्या झाडावर जातात, पण हत्तीनं

काय करावं!

दुपारचे बारा वाजले. सूर्य धरणीवर आग ओतत होता. पक्ष्यांची मोठी अडचण झाली. त्या गरम वाऱ्यात आता पानांची पत्रावळ जमिनीवर पडली होती. थोड्याशा वाऱ्याने वाळलेली पाने कधी हवेत गटांगळ्या खात होती.

मुलं विशेषतः मोठ्या मुलांनी आपली पतंग उडवण्याची आवड भागवून घेतली. दुसऱ्याचा हवेत डौलदारपणे उंच उडणारा पतंग कसा कापता येईल, मग तुटलेला, गटांगळ्या खात जमिनीच्या-धरणीच्या कवेत आला तर तो पकडण्यासाठी झुंबड उडे. गर्दी असो, वाहन असो, त्यांची फिकीर न करता फुकटात मांजासकट पकडण्याचे प्रयत्न करत होती.

तुटलेला मांजा झाडाच्या फांद्यावर 'मला वाचवा' असा आक्रोश करत लटकत असलेला दिसायचा. अलीकडे मांजा चीनकडून येतो असं म्हणतात. हातानी तो तुटत तर नाहीच, पण हातांच्या बोटांना बेधडक चिरतो. ते नाही झालं घार, कावळे असे गगनविहारी पक्षी त्याच्या फासात अडकून तेथेच शेवटचा श्वास घेतात.

मला सपाटून भूक लागलेली होती. बायकोचा 'अहो जेवायला ताट वाढलेय, उशीर झालेला तुम्हांला चालत नाही, या बरे लौकर' असा हुकूम आला. आणि तिचे म्हणणे-हाक मारणे माझ्या काळजीपोटीच होतं. मी उठलो तोच,

"अहो काका, आजोबा, तुमच्या गच्चीत एक पक्षी पडला आहे, आपण त्याला मदत करू या नाहीतर तो मरेल!" असं म्हणत कोणी तरी आलं.

यामुळे मला दार उघडावं लागलं.

गच्चीवर जायचं म्हणजे ४०-४२ पायऱ्या चढाव्या लागल्या. गच्चीवर एवढ्या टळटळीत उन्हात गेलो. दार उघडल्यावर समोरच्या मोठ्या टाकीच्या सावलीत तो पक्षी होता. सावली अगदी जेमतेमच होती. पक्षी बहुतेक आकाराने मोठा, डोळे उघडत मिटत होता, भीतीपोटी तो घाबरलेला दिसला. आपले पंख आक्रसून, केविलवाणा झालेला होता.

बाहेरून हाक मारणारा मुलगा उंच, काटकुळा होता. पक्ष्याची अवस्था जशी होती तशीच त्या पोराची होती. त्याच्या समवेत/ सोबत असलेलाही वयस्कर होता.

"आम्ही राजीव गांधी उद्यानातील पक्षीतज्ज्ञाला फोन करून कळवले आहे!"

"अहो, आज रविवार-सुट्टीचा वार आहे. ते लोक सुट्टीवर असतील. मी

कोणाला तरी तुमच्या पत्त्यावर पाठवतो!" फोनवरचं संभाषण थांबलं. 'थांबला तो संपला' अशी म्हण आहे. "अहो, त्याला दोन तास झाले!" केव्हा येणार? असं आमचं फोनवर बोलणं झालं! आता ते कोणीच येणार नाहीत म्हणून तुमच्याकडे आलो."

मी परिस्थितीचं निरीक्षण केलं. ती घार घाबरलेली, थरथरत होती. तिला वाचवायला गेलो आणि तिने चोचीने चावा घेतला तर काय? विचार केला. मला पूर्वी असे अनुभव आले होते, त्या अनुभवाचा उपयोग करायचा ठरवलं.

मी गच्चीत एक मोठा, मऊसूत टॉवेल/ कापडाचा तुकडा, पाण्याचा तांब्या, दोरी अशा वस्तू नेहमीच ठेवतो. कापडाच्या तुकड्याने लपेटून तो पक्षी कसा पकडायचा याचे प्रात्यक्षिक दाखवले.

मुलगा कापड हातात घेऊन घारीपाशी पोहोचला. कापड टाकून पक्षी कसा पकडायचा, त्याने चोच मारून मलाच जखमी केलं तर? अशी प्रश्नावली त्याच्या डोळ्यांसमोर उभी राहिली. दोन पावलं पुढे टाकली आणि आठ पावलं मागे आला. असं चार-पाच वेळा झालं. ह्या घाबरट मुलाकडून हे काम-पक्षी पकडण्याचे होणार नाही हे मला समजलं. मुलाबरोबरचा वयस्कर माणूसही तसाच घाबरट होता. यात माझी जेवणाची वेळ टळून जाऊ लागली.

खालून बायकोचा आवाज येत होता. "लवकर या, नाहीतर तुम्हीच चक्कर येऊन पडाल, मी पुन्हा हाक मारणार नाही. तुम्ही आणि तो पक्षी काय गोंधळ घालायचा तो घाला!" असा हुकमी-वटहुकमी आवाज. 'इकडे आड तिकडे विहीर' अशी माझी अवस्था झाली.

अखेर त्या मुलाकडून कापडाचा तुकडा घेतला. 'मी काय सांगतो तसं कर!' म्हणत मी ते कापड घारीच्या मिटलेल्या पंखांवर टाकले. काही क्षणांत दोन्ही हातांच्या पंजात घारीला पकडले. घारीची थरथर थांबली. घारीला उचलून पायाची बाजू वर करून बघितली. घारीचे पाय मांजात अडकलेले दिसले. त्यामुळे घार माझ्या गच्चीत कोसळली. ते मुलाने त्या पाहिले होते.

मुलाकडे मी कात्री दिली आणि मांजा कापून घारीचे पाय मोकळे केले. घारीच्या जिवात जीव आला. घारीचे थरथरणे कमी झाले, तिला आलेला घाम मी फडक्याने पुसला.

"टाकीतील तांब्याभर पाणी घेऊन ये!"

मुलाने टाकीतून पाण्याचा तांबा भरून आणला. तोपर्यंत मी तापलेल्या गच्चीत चटके खात, दोन्ही हातात घार धरून उभा होतो .

घारीला सुट्टे केले. तिची चोच पाण्यात डुबवली. असे दोन-तीन वेळा केले. घार पाणी प्यायली तशी तिला तरतरी आली. मी हळुवारपणे तिला सावलीत ठेवले. पंखावरचे कापड काढले. उघडझाप करणारे डोळे उघडले.

"काका, तुम्ही जिगरबाज आहात. मला तसे करण्याचे धाडस झाले नव्हते ते तुम्ही दाखवलं, चला घारीला विश्रांती घेऊद्यात. तुम्हांला काकू जेवायला बोलावत आहेत. तासाभराने आपण घारीकडे बघू यात!" म्हणत आम्ही खाली आलो.

मी जेवणानंतर गच्चीवर गेलो.

तेथे घार होतीच कोठे? आकाशाच्या पटांगणात आनंदाने फिरत होती. आम्हा सर्वांना घारीला स्वातंत्र्य दिल्याचा आनंद झाला.

घारीची कथा एकास सांगितली, 'ह्या प्रसंगाचे रेकॉर्डिंग केलं असतं!'

'अहो अगोदर जीव महत्त्वाचा की रेकॉर्डिंग! अचानक घडलेली घटना, ती गोष्ट फिल्ममध्ये चित्रित करण्यासाठी जय्यत तयारी केलेली नव्हती ना!'

हा प्रसंग लिहीत असताना फार जुनी घटना डोळ्यांसमोर आली. ती अशी होती....

मी काही वर्षांपूर्वी पुण्यातल्या वाड्यात राहत होतो. चैथा मजला ४० पायऱ्या चढल्यावर घरात प्रवेश व्हायचा. त्या वेळी माझं वय १० च्या आसपास असेल. तीन भाऊ, आई वडील व धाकटी बहीण असं कुटुंब आमचं.

घरातील खोल्या मोठ्या होत्या. दक्षिण-उत्तरेला खिडक्या. एका खिडकीतून जिजामाता बाग, कसबा गणपती तर दुसऱ्या बाजूने आंबेकर बोळ दिसे. त्याच्या पलीकडे खूप मोठे पिंपळाचे अतिसुंदर झाड, भरगच्च हिरवी पाने फांद्या दिसायच्या.

या पिंपळावर कावळ्यांची अनेक घरटी होती. त्यामुळे कावळ्यांची आमच्या घरातील उन्हाळ्यातील अन्नपदार्थांवर विशेषतः 'सांडग्यांवर' नजर असे. घरात घुसायला कोणाची परवान्याची जरुरी नव्हती.

असाच एक दिवस उगवला. मी शाळेतून घरी आलो. वरच्या फळीवर डब्याच्या मागे एक कावळा बसलेला दिसला. माझ्या दृष्टीने ती फळी उंच होती. पायाखाली बिस्किटाचे चौकोनी डबे घेऊन मी उभा राहिलो. अधिकच मागे डब्यांच्या कावळा पाठीमागे लपला. त्याची शेपटी दिसत होती. आता काय करायचे?

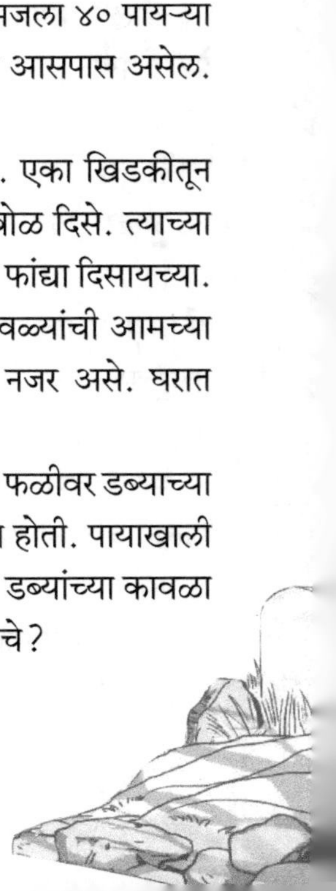

एक फडके हातात घेऊन त्याची शेपटी पकडली. चोचीने माझ्यावर प्रहार करण्याची शक्यता नव्हतीच. मी सावधगिरीने त्याला फडक्याने लपेटले. मग दोन्ही हाताने बाहेर काढले. हीच पद्धत घार पकडण्यास वापरली.

कावळा फडक्यात गुंडाळून डब्यावरून जमिनीवर उतरलो. आता या कावळ्याचे काय करायचे, हा प्रश्न मला पडला. मी तर कावळ्याला शिवलो. आपल्याकडे पिंडास 'कावळा शिवणे' याला फार महत्त्व आहे. माझ्या पश्चात भाताच्या पिंडाला कावळा शिवला नाही तरी चालेल, कारण मीच कावळ्याला अगोदर शिवलो आहे.

हातातला कावळा पिंपळाच्या वृक्षाच्या बाजूला ठेवला. तासाभराने तो पिंपळाच्या घरी गेला.

'संवाद' हे स्टेट बँक पेन्शनर असो. चे मासिक सुरू झाले. शिंगवीकर हे त्याचे उपसंपादक होते. शिंगवीकर ब्रांच मॅनेजर व मेघना साबणे एनसीएल ब्रांच एसबीआय पाषाण येथे कार्यरत होते. त्यामुळे शिंगवीकरांची माझी चांगली ओळख झाली होती. पुढे शिंगवीकर निवृत्त झाले.

"तुम्ही आमच्या 'संवाद' मासिकासाठी छोटंसं काही तरी लिहा!" शिंगवीकरांनी गळ घातली.

मग मी 'माझे आणि कावळेकुळाचे प्रेमबंध' असा छोटा लेख त्यात लिहिला.

■■■

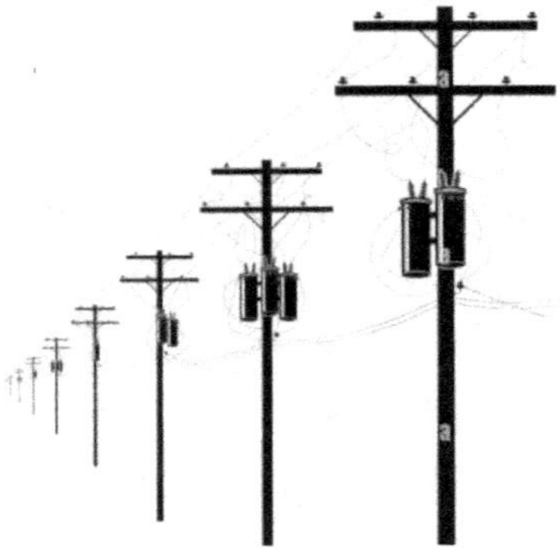

। २२ ।

अलोरे-एक वीज केंद्र

कोयना धरण मी पाहिलं नाही. महाराष्ट्रातील एक वैशिष्ट्यपूर्ण सर्वात मोठं धरण असं त्याचं वर्णन करतात. अत्यंत वेगाने वाहणारा पाण्याचा प्रवाह वीज उत्पन्न करणाऱ्या यंत्रावर सोडतात. आणि प्रचंड प्रमाणात वीज निर्मिती होते. हाच काय त्रोटक अभ्यास तो माझा होता.

पण कोयनेच्या भूकंपामुळे हे ज्ञान माझ्या गाठीशी जमलं.

भूकंप फक्त पाटणा-बिहार, हिमालयातील काही पहाडी प्रदेशात होतात असं ऐकून होतो. महाराष्ट्रात दगड कठीण-काळा आहे, त्यामुळे भूकंप कधीच होणार नाही, असं छातीठोकपणे सांगणारे अनेक तज्ज्ञ होते. त्यामुळे महाराष्ट्रातली मराठी जनताही निर्धास्त होती. कितीही मोठी वादळं- पूर- नद्या ओसांडून गेल्या असल्या तरी भूकंप होणार नाही. आला तरी आपल्याला म्हणजे मानवाला साधा कंपही होणार नाही, असा विश्वास होता. मात्र निसर्गाने ते आव्हान स्वीकारले आणि एकेक भयानक घटना घडत गेल्या. पानशेतचं मातीचं धरण बघता-बघता मातीत गेलं (१२ जुलै १९६१) धरणाची माती बाजूला काढण्यात काही वर्षे गेली. यानंतरचा जबरदस्त दुसरा दणका निसर्गाने दिला. त्याने महाराष्ट्राची कंबरच मोडली. ते प्रकरण साधंसोपं नव्हतं. सगळ्या माणसांपासून पशु-पक्षी, कुत्र्यांची विचित्र भुंकणी हे सर्व विचार करण्यापलीकडे होते. ११.१२.१९६७ची रात्र झाली. जेवणंही झाली. प्रत्येकाच्या डोळ्यांवर निद्रा तरंगत आली. डोळे मिटले. झोपेची

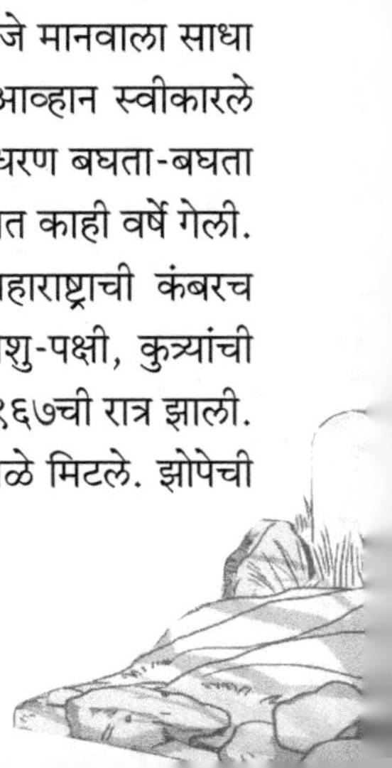

काळी चादर मनावर, दिवसभराच्या श्रमावर लपेटली गेली. अचानक घरच्या-घर हलू- डोलू लागलं. भीतीने सगळ्यांना एकदम जाग आली.

स्वयंपाकघरातील पितळेचे डबे मांडणीतून धाडधाड कोसळले. साखर, हरभरा डाळ, गव्हाच्या पिठाच्या डब्यांनी जमिनीवर लोळण घेतलेली दिसली. उद्या भात, तुरीचं /मुग वरण कसं करणार? हा पडलेला प्रपंचाचा गहन प्रश्न आईच्या आठ्यांवरून समजला. अरे..रामा हे तू काय केलंस?

चारपायी/ पलंग डोलू लागले. किंवा अजब शक्तीने गदागदा सर्वच हलवत होते. माणसं भेदरली. 'पळापळा... घराच्या बाहेर पडा' असे आवाज बाहेरून घरात घुसत होते. मोकळ्या व सुरक्षित जागेवर सगळी माणसं जमली होती.

निसर्गाने दाखवलेले आपलं सामर्थ्य विराट विलक्षण होते. पुढे काय होणार याची विवंचना, विषण्णता सगळ्यांच्या चेहऱ्यावर एकवटलेली होती. या धरणी मातेनं सगळंच काही क्षणात विसकटून टाकलं होतं. दोनशे-अडीचशे माणसं व इतर प्राणीही या भूकंपात नष्ट झाली होती. एकूण काय, निसर्गापुढे शरणागती पत्करली! त्यामुळे धरणीकंप / भूकंप रिश्टर स्केल मध्ये मोजतात, हे शिकायला मिळाले.

(१ ते ९ रिश्टर स्केल हे भूकंपाचं मोजमाप असतं. कोयनेचा भूकंप साधारण ६ ते ७ रिस्टर स्केल त्या रात्री असावा. ११ डिसेंबर १९६८)

अखेर धरणीमाता शांत झाली. या आधी भूकंपाची कधी भीती नव्हती. 'न भूतो न भविष्यती' अशी गर्जना करणारे, वल्गना करणारे मूग गिळून बसले. या धक्क्यातून सावरले. सर्वच विचारात पडले.

कोयना धरणातून वीज निर्माण करणारी यंत्रणा पुन्हा कार्यान्वित झाली. पाण्याने वीज उत्पन्न करणारी यंत्र पूर्वीसारखी फिरू लागली. गावोगावी, शहरात, कारखान्यात वीज पुन्हा खेळू लागली. अनेकांना उदर भरण्याचा पर्याय मिळाला. वीज निर्माण करून पाण्याने समुद्राची गळाभेट घेतली.

विपुल पाण्याचा वापर करून जास्त वीज कशी तयार करता येईल, याचा विचार अनेक उच्चपदस्थ, सरकारी अधिकारी अशा अनेकांच्या मनात घोळू लागला. नाहीतरी या पाण्याच्या साठ्याचे काय करायचे, शेवटी ते पाणी समुद्राला मिळणार! कोयनेसारखी अनेक जनित्रे नदीच्या खाली बसवून वीज निर्माण करता येईल का त्या दृष्टीने सखोल अभ्यासाला सुरुवात झाली.

चिपळूणपासून काही अंतरावर 'अलोरे' गाव आहे. त्याचा भूमापन नकाशा,

पाणलोट क्षेत्र, धरण तज्ज्ञ, इ. गोष्टी विचार याचा ऊहापोह एका / अनेक चर्चा सभेमध्ये मांडले गेले. त्याचा योग्य तो सविस्तर अभ्यास केला. अनेक शंका-कुशंका चर्चा झाल्या. 'अलोरे' गाव वीज केंद्रासाठी निवडण्यात आले.

कोकणातल्या चिपळूण शहराला खूप महत्त्व आहे. जिल्हा रत्नागिरी, अलोरेचा संपूर्ण परिसर पाणलोटाचा आहे. लहान-मोठे डोंगर, पावसाचे पाणी अलोरेच्या पाणलोटात जमा होते. प्रचंड पाण्याचा साठा क्षेत्र निसर्गाने माणसाच्या हातात स्वहस्ताने विपुल-भरभरून दिले आहे. कोळकेवाडी धरण अलोरे गावापासून फक्त तीन कि.मी. अंतरावर आहे.

कोळकेवाडी धरण हे कोयना धरणाच्या पाण्यापासून वीज निर्माण करण्याचे तिसरे केंद्र. वीजनिर्मितीची यंत्रणा पाण्याच्या खाली तयार होणार होती. या प्रकल्पातून जवळ-जवळ ३२० मेगावॅट वीज निर्माण होणार होती.

वशिष्ठी नदी महाराष्ट्राच्या पश्चिम घाट, कोकणात उगम पावते. ती नागमोडी वळणे घेत-घेत अरेबियन समुद्रास मिळते आणि नदीचे पाणी खारे होते.

या वीजनिर्मिती केंद्रासाठी अनेक हुशार तंत्रज्ञ, इंजिनियर, इतर यंत्रांची, सामग्रीची जमवाजमव करण्यात आली.

याच काळात माझे मामा महाराष्ट्रातील काही धरणांवर कार्यकारी अभियंते म्हणून काम करत होते. त्यांची बदली अलोरे येथे बांधण्यात येणाऱ्या हायड्रोक्लोरिक वीज निर्मिती केंद्रावर झाली. (कोयनेच्या हायड्रोइलेक्ट्रिक अपायरीचा हा प्रकल्प)

आणि आम्ही खूश झालो. कारण नदी आपल्या डोक्यावरून वाहते आहे. वाहत्या पाण्याखाली-तळातून बोगदा निर्माण करणे, तेथे वीजनिर्मितीचे संच बसवणे ही कल्पनाच अफलातून होती. आणि तो विस्मयकारी क्षण बघणं आम्हाला शक्य होणार होतं. लंडन-फ्रान्स समुद्राखालून बोगद्याद्वारे जोडले आहेत हे एक आश्चर्यच आहे.

मुलांच्या परीक्षा संपल्या होत्या. त्यामुळे अलोरे येथे जाणे शक्य होते. चिपळूण-रत्नागिरी आमच्या दृष्टीने 'अब दिल्ली बहुत दूर है' सारखी, शिवाय भूकंप धरणी शांत झाली होती. फक्त सूर्याचा-उन्हाळा सहन करावा लागणार होता.

अखेर पुणे-अलोरे एसटीच्या तांबड्या गाडीत बसलो. पुणे सोडलं. थंडपणा हवेत सोडला. घामामुळे कपडे ओले झाले. उन्हामुळे सबंध बस तापली होती. थंड वाऱ्याचा पत्ताच नव्हता. रस्त्याला वनराई-शेतीची हिरवाई संपून वाळलेले गवत,

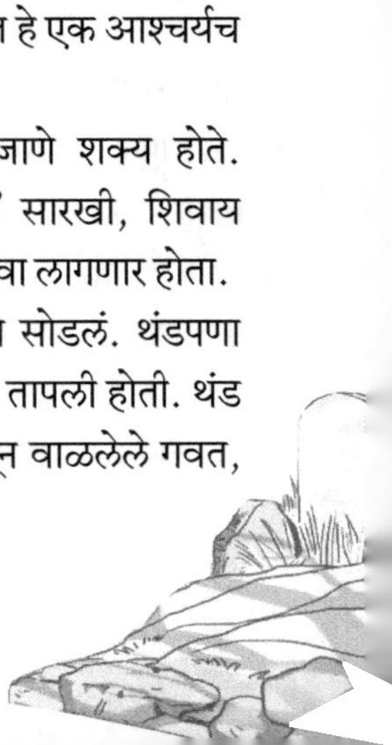

एका बाजूला डोंगर, कच्चा रस्ता, प्रचंड धूळ उडवत बस आपला मार्ग आक्रमत होती. सोबतीला माझा मावसभाऊ होता. त्यामुळे थोड्या गप्पा तरी झाल्या. तेवढाच विरंगुळा!

सरतेशेवटी जुनाट, रंग उडालेली/ धुळीचा लेप बसलेली एस.टी. बस गचका देत थांबली. तिच्या टायरनी धुळीचा डोंगर पसरवला. डोळे मिटून स्वस्थ बसले होते सगळे प्रवासी. रात्रीचे ७-८ वाजले असावेत. मामांची जीप आम्हाला न्यायला आली होती. स्टॅन्डपासून त्याची कॉलनी तीन-चार किलोमीटर अंतरावर होती. सभोवार वाळलेल्या गवताचे, खडकांचे मैदान. झाडे नव्हतीच तर पक्षी कसे असणार! पूर्वीचं 'मामाच्या गावाला जाऊया' हे गाणं ह्या सर्व परिसरापासून खूप दूर होतं. मामाची ती कर्मभूमी होती ना!

नुकतेच भूकंपाने सर्वांना, घरादाराला हादरून सोडलेले होते. कॉलनीतील घराच्या भिंती कोसळून मनुष्यहानी होऊ नये म्हणून घराच्या चोहोबाजूने पत्रे ठोकलेले होते. (कोरोना १९ साथीत पुण्याच्या काही वस्त्यांना निळे पत्रे लावलेले होते, हा लेख लिहिताना निळे पत्रे डोळ्यांसमोर आले) अशा तऱ्हेने मामाच्या गावाला अलोरे आलो रे मामा आम्ही अशी आरोळी ठोकली. ऊन, उष्णता, धूळ यांचेच राज्य होते. डोक्यावर बर्फ ठेवला असता तर क्षणात वितळून त्याचे पाणी पायाच्या अंगठ्यापर्यंत पोहोचले असते.

अलोरे हे ठिकाण रूक्ष, वृक्ष नसलेले, सावली तर नव्हतीच. घराभोवती पत्रे ते उन्हाने तापलेले असल्याने सूर्य पश्चिमेला बुडेपर्यंत वेळ काढणे अपरिहार्य होते.

'पुणे तेथे काय उणे' अशा पुण्यात सुट्टी किंवा रिकामा वेळ मिळाला की सूर्योदयाच्या वेळी आम्ही पर्वतीसारखी ठिकाणं पालथी घालत असू. आणि पर्वतीला गेलो नाही तर लक्ष्मी रस्ता म्हणजे 'कुबेराच्या' रस्त्यावर फेरफटका मारला की प्रसन्न वाटे. पण अलोरेची परिस्थिती अगदी भिन्न होती.

अलोरेला नेहमीप्रमाणे पहाटे जाग आली. सूर्याची किरणं चौफेर पसरली. इथं सकाळचा वाफाळलेला चहा मिळणं मुश्किल होते. 'चला आपण हा कच्चा रस्ता नेईल तेथपर्यंत जाऊन येऊ!' म्हणालो आणि पत्र्याच्या चाळी सोडून पुढे चालू लागलो.

कच्च्या रस्त्याची धूळ उडवत दोन मैल (तीन किलोमीटर) गेलो. हाताच्या डाव्या हाताला नदी/कालवा, त्यावर छोटासा लाकडी पूल दिसला. परिसर निर्मनुष्य

होता. त्या कालव्यातून अत्यंत स्वच्छ स्फटिकासारखं पाणी दिसत होतं. लाकडी खांबाला धरून पाण्यात पाय सोडून बसावेत असा विचार आमच्या मनात आला.

तेवढ्यात 'बाळांनो पाण्यात उतरू नका, दिसतं तसं नसतं, पाणी खोल आहे. या पाण्याला प्रचंड वेग आहे. ते पाणी तुम्हांला समुद्रापर्यंत नेईल. सांभाळा, तेथून उठा!' असा आवाज आला. तो माणूस कदाचित तेथे सुरक्षेसाठी नेमलेला असावा. तेही माहीतगारांसाठी असावा. या कालव्यातील पाणी वीज निर्माण केल्यानंतर समुद्राकडे जाण्यासाठी सोडलेले होते. त्यामुळे त्याला प्रचंड वेग होता. त्या रक्षकाने वेळीच हटकवले म्हणून पुढे टाकलेले पाऊल मागे घेतले. अनर्थ टळला. "वाट पुसल्यावीण जाऊ नये......फळ ओळखल्याविण खाऊ नये" हा संत रामदासांचा सल्ला आठवला.

सूर्य अधिक वर आला होता. आम्ही दमलो होतो. विश्रांतीसाठी कोठे बसावे म्हटलं तर तेथे नाही चहाची टपरी, नाही झाडांची सावली. धूळ उडवत एका कातळावर बसलो. तेथे एक झाड होते. सावली न देणारे झाड ते. असो. काही काळ जमिनीवरचा एकेक दगड फेकत बसलो. थोड्या वेळाने एक माणूस आमच्या बाजूकडे येताना दिसला. त्याच्या डोक्यावर पाटी होती. काळाकभिन्न, गळ्यात रंग उडालेला टॉवेल आणि कोकणी चपला. तो जसा जवळ आला. आम्ही त्याला विचारले 'पाटीत काय आहे?'

"प्यायला पाणी आणि थोडे आंबे आहेत!" त्याच्या डोक्यावरची पाटी आम्ही खाली उतरवून घेतली. आंबे-हापूस होते. कसे देणार? काही तरी घासाघीस करत दीड डझन आंबा घेतला. त्याच्याकडील असलेल्या पाण्याने फक्त धुतले. दोघांनी त्या आंब्यांचा फडशा पडला. न्याहरीची वेळ भागली. पोटाला आधार मिळाला.

तिसरा दिवस उगवला. 'आज आपण 'हायड्रोइलेक्ट्रिक प्रोजेक्ट साईट'वर जाणार आहोत. आमची जीप न्यायला येईल, तेव्हा तयार राहा,' मामासाहेब म्हणाले.

जीप माळरानातून धूळ उडवत चालली होती. सभोवार विरळ गवत. चाकाखाली वाळलेलं गवत तुडवत जीप चालली होती. अंदाजे तासाभराने आम्ही प्रकल्पापाशी पोहोचलो. तेथे एक ताडपत्रीचा तंबू उभा केला होता. तात्पुरती टेबलं, त्यावर अनेक कागदाच्या गुंडाळ्या होत्या तर काहीवर साईटचे नकाशे. त्या विस्तीर्ण जागेत अनेक यंत्रे, लोखंडी हत्यारे, सळ्या होत्या. एका यंत्रावर भरभक्कम-जाड

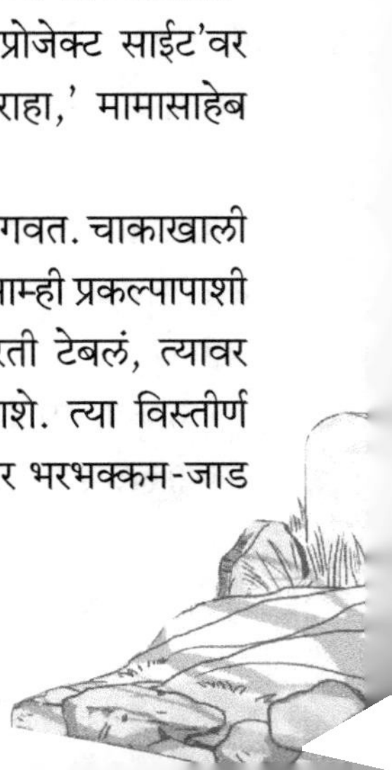

तार गुंडाळलेलं रीळ होतं. साधारण ४-५ मैल लांब लोखंडी तार असावी. त्या ट्रॉलीला खाली रेल्वेला असतात तसे रूळ होते. काही अंतरावर जमीन खणण्याचे काम चालू होते. नव्हे, तो एक मोठा जमिनीखाली होणारा बोगदाच होता.

मामांनी कोळेवाडी धरण- चिपळूण- रत्नागिरी याची माहिती दिली. कोळेवाडी धरण बाळदवाडी नदीवर आहे. पुण्यापासून अंदाजे अडीचशे किलोमीटर असावे.

आम्ही ट्रॉलीपाशी पोहोचलो. मामांनी आम्हा दोघांना गुडघ्यात मुडपून वाकून बसायला सांगितले. एरवी अशी ट्रॉली रेल्वेचे लोक हत्यार-लोखंड, यंत्र, सळ्या वगैरे नेण्यासाठी वापरतात. पण आजचा प्रकार वेगळाच होता.

आम्ही दोघे जण पाय मुडपत त्या ट्रॉलीत बसलो. गुंडाळलेल्या जाड लोखंडी तारेचं यंत्र धक्का देत चालू झालं. चक्राचा एक वेढा संपला. आमची ट्रॉली पुढे हळूहळू खाली सरकली. आता बोगद्याचा उतार सुरू झाला. सूर्याचा प्रखर उजेड संपत आला. आमच्या समोर अंधार पसरला. खाली जसजसे जाऊ लागलो तशी घुसमट वाढली. Due to no Fresh Air– हवा आणि अंधार एक प्रकारची भीती मनाला पोखरत होती. निम्माच बोगदा पार केला होता. त्यानंतर डोक्यावर पाणीही पडू लागले. शंकराच्या पिंडीवर पाण्याची धार सतत पडत होती. कधी-कधी सबंध गोलाकार भिंतीतून पाणी पडत होते. ट्रॉलीचे रूळही पाण्यातून जात होते. ती अधिकच खोल जाऊ लागली तसे दडपणही वाढत होते. ट्रॉलीने साधारण १५०-१६० फुटापर्यंत खोल गेलो. आम्ही श्वासोच्छ्वासावर नियंत्रण करणे सुरू ठेवले. डोळे असून आंधळे, नाक असून श्वास नाही असा प्रकार होता.

या ठिकाणापासून अधिक खोलवर पॉवर स्टेशन उभारण्यात येणार होते. खोल जागा खणून अनेक यंत्र, ऑफिस असा अनेक सुविधा तेथे निर्माण करण्यात येणार आहेत. ३ जनरेटरच्या चाकांवर पाण्याचा प्रचंड झोत सोडणार आहेत. यंत्राची चाकं फिरून वीज निर्माण होणार आहे, असे आम्हांला सांगितले.

हा प्रकल्प कल्पनेच्या पलीकडचा होता. तो अंधारी बोगदा आज वीज केंद्रात रूपांतरित झाला आहे.

■■■

। २३ ।

नाणेघाट : एक अद्वितीय टोलनाका

आपल्या पूर्वजांनी अत्यंत कलात्मक, वैशिष्ट्यपूर्ण अशी शिल्पं भारतात अनेक ठिकाणी उभी केली आहेत. या वास्तू निर्माण करून आपल्या लोकांवर कृपाच केली आहे, असे म्हणावे लागेल. एवढ्या आडवाटेला फार सुंदर शिल्पकारी करून श्रीमहादेवावरची श्रद्धा प्रकट केली आहे. या सर्व वास्तूंचं जतन करण्याची जबाबदारी आपली आहे. आजकाल अशा वास्तू निर्माण करणं शक्य आहे? आहे ते नीट सांभाळता येत नाही, हे आपले दुर्दैवच म्हणायला हवं. निर्माण करण्याची गोष्ट तर सोडाच!

छत्रपती शिवाजी महाराज आणि श्रीमंत पेशवे यांच्या काळापासून अनेक किल्ले, अनेक भरभक्कम वाडे-महाल यांसारख्या कलात्मक वास्तू अनेक सरदारांनी निर्माण केल्या. पण या थोर पुरुषांच्या नंतरच्या पिढीने या वास्तू जतन केल्या नाहीतच; पण महालांचे पंचतारांकित हॉटेलात रूपांतर केल्याचे दिसून येते. आणि उरलेल्या वास्तू परदेशी आक्रमणाने उद्‌ध्वस्त केल्या आहेत. हे आपले दुर्दैव आहे!

आज अस्तित्वात असलेल्या वास्तू नजरेखालून घालण्याची आजच्या समाजाला इच्छा नाही. परदेशाची वारी करून आलेले भारतीय पाश्चिमात्य लोकांची तोंड फाटेपर्यंत स्तुती करत असतात. 'आपण केलेला कचरा कचऱ्याच्या टोपलीत टाकावा' हे मात्र इकडे विसरतात. आरोग्यास योग्य कपडे घालावेत असे

इथं शिकलेले लोक जाड जीनची काळ्या रंगाची पॅट उन्हाळ्यात घालतात. यांना आपण काय शिकवणार?

पुण्याचा शनिवारवाडा, विश्रामबागवाडा, पाताळेश्वर, पर्वतीवरील श्रीशंकराचे मंदिर आणि जवळपासची इतर मंदिरे बघितलेली नसतात. पर्वतीवरून आकाश बघा, खालून बघू नका. जे चांगले आहे ते बघा. पुण्याजवळच्या वास्तू सोडा, पण महाराष्ट्रातील अनेक उत्तम-मौल्यवान वास्तूंची दखल घ्या. आपल्या पूर्वजांच्या वास्तूंचा अभ्यास करा, मगच त्यांची दूरदृष्टी कशी होती ते कळेल.

श्री छत्रपती शिवाजी महाराज यांच्या अगोदर मौर्य-सातवाहन आदी राजांच्या काळातील अनेक अवर्णनीय स्थळे बघितल्यावर त्यांच्यासारखा अमूल्य ठेवा कोणीच ठेवलेला नाही, हे दिसून येईल.

आमच्यासारख्या निवृत्त संशोधकांची सहल ठरवली होती २७ नोव्हेंबर २०१४ ला. त्यात खोडदची विश्वव्यापी दुर्बीण आणि नाणेघाट ही प्रसिद्ध स्थळे बघण्याची संधी मिळणार होती. नाहीतर आपल्या मुलांना आपल्यासाठी वेळ द्यायला वेळ असतो का? उरलेल्या वेळात घरातील कामं नाही तर अधून-मधून एखादं नातवंडं सांभाळावं लागतंच. ही सर्वच आजी-आजोबांची आजची स्थिती आहे.

खेड, जुन्नर-नाणेघाट या ठिकाणांची नावं माझ्या आजोबांकडून (कै. रामचंद्र महादेव जोशी-चाकण) मी अनेक वेळा ऐकलेली होती. माझा जन्मही स्वातंत्र्यपूर्व काळातला, चाकणचा! त्यामुळे ही ठिकाणे जवळून पाहण्याची ओढ लहानपणापासूनच होती.

माझे आजोबा प्राथमिक शिक्षक होते. पुण्यात ट्रेनिंग शिक्षण पूर्ण केलं. सायकलने चाकण ते पुणे आणि परत हा प्रवास त्यांनी रोज केला. त्यांची अनेक गावांत बदली होत असे. नंतर ते हेडमास्तर म्हणून निवृत्त झाले. आता मी बहात्तर वर्षांनंतर बालमनात ठसलेली ठिकाणं पाहणार होतो. त्या ऐतिहासिक ठिकाणांची स्मृती, गंध, निसर्ग आणि त्यांचे वेगळेपण जवळून पाहणार होतो. त्यामुळे 'नाणेघाट'ची ट्रीप म्हटल्यावर मला खूप आनंद झाला.

सकाळी बरोबर सात वाजता पुणे सोडले. सुसज्ज असलेली बस सकाळचा गार वारा अंगावर घेत धावत होती. सूर्याचा तेजस्वी रथ पुणे शहराच्या अंगावर कोवळ्या किरणांचा झोत टाकून आल्हाददायक वातावरणाची निर्मिती करत होता. पावसाच्या पाण्यानी धुतलेली सर्व सृष्टी स्वच्छ, हिरवीगार दिसत होती.

नुकतीच दिवाळी होऊन गेलेली होती. फराळ खाऊन टुमटुमीत झालेली ज्येष्ठ मंडळी खुशीत होती. (ब्लड शुगर वाढली तरी चालेल पण बुंदीचा लाडू मी खाणारच या ऊर्मीने ज्येष्ठांनी त्यावर ताव मारला.) कधी बसमध्ये शेजारी बसलेल्या सहचारिणीशी गुलूगुलू बोलत होते तर कधी आपल्या स्नेह्याशी बोलताना जुन्या आठवणी काढून हसत होते. हास्याची कारंजी बसच्या या टोकापासून त्या टोकापर्यंत उडत होती.

बसने राजगुरुनगरची (खेड) पाटी दाखवली. भारताच्या स्वातंत्र्यासाठी आपल्या प्राणाची आहुती दिली त्या राजगुरूंचा जन्म खेडचा. त्यांच्या आठवणीने अंगावर काटा आला. राजगुरू, भगतसिंग आणि सुखदेव यांना विसरून कसे चालेल?

बस नारायणगावापाशी थांबली. जायंट मीटर वेव्ह रेडिओ टेलिस्कोप (GMRT OBSERVETRY) खोडद, नारायणगाव ता. जुन्नर, पुणे ४१०५०४) हे केंद्र उभारणीत डॉ. गोविंद स्वरूप आणि डॉ. जयंत नारळीकर यांचा सिंहाचा वाटा आहे. त्यांचे असामान्य कर्तृत्व हे केंद्र पाहिल्यावर समजून येते.

राष्ट्रीय रासायनिक प्रयोगशाळेचे (NCL)चे निवृत्त संशोधक येणार म्हणून जीएमआरटीचे वरिष्ठ अधिकारी जे. के. सोळंकी आमच्या स्वागतास उपस्थित होते. एकमेकांचा परिचय झाल्यावर त्यांनी समोर दिसणाऱ्या महाकाय दुर्बिणीची माहिती दिली. तिच्या कार्याचे, स्वरूपाचे आणि त्याच्या बांधणीचे वर्णन केले.

ही दुर्बीण विविध प्रकारच्या धातूंच्या तारांनी बांधली गेली आहे. या दुर्बिणीच्या तारा दिसत नाहीत. या तारा कोळ्याच्या जाळ्यासारख्या यू आकाराच्या आधारावर बांधल्या आहेत. यू आकाराच्या मध्यभागी अनेक आधुनिक यंत्रणा बसवल्या आहेत. हे वैशिष्ट्यपूर्ण कोळ्याचं जाळं अतिशय संथगतीने ३६०° अंशात फिरत असतं. एकूणच जाळ्याचा फिरण्याचा वेग सूक्ष्म असल्याने तो नुसत्या डोळ्यांना दिसत नाही. ही दुर्बीण दृश्य स्वरूपाच्या दुर्बिणीपेक्षा वेगळी असते व यातून प्रत्यक्षपणे कोणताही घटक पाहता येत नाही. या दुर्बिणीमुळे अवकाशातील अनेक घटकांतून सोडल्या जाणाऱ्या रेडीओ लहरींचा अभ्यास करता येतो. आकाशातील सूक्ष्म लहरींचे प्रत्यक्ष वर्णन संगणकावर सतत टिपलं जातं. त्यांचं विश्लेषण संशोधक करत असतात. हे काम अथकपणे, अहोरात्र चालू असतं.

या महाकाय दुर्बिणीची बांधणी, आधुनिक यंत्र, संगणक आणि तिची

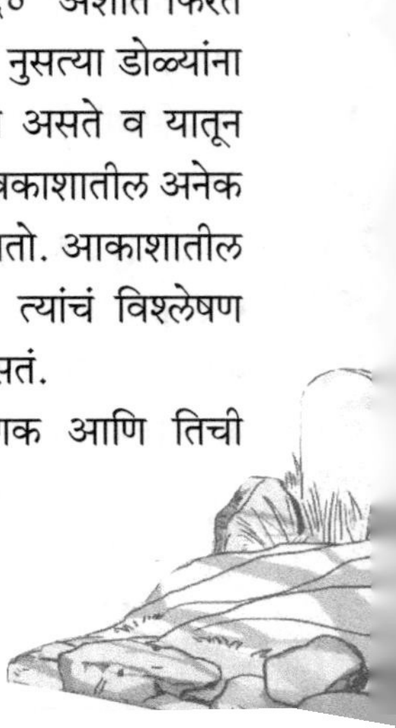

फिरण्याची सूक्ष्म गती वगैरे-वगैरे हे सारं बघून आम्ही भारावून गेलो. तसे पाहिले तर या दुर्बिणीचे कार्य अधिक गुंतागुंतीचे आहे. त्याचा अभ्यास म्हणजे आपल्या डोक्यावरून पाणीच! या अँटेनाचा व्यास (दुर्बीण) ४५ मीटर आहे. अशा तीस अँटेना २५ किमी वर्तुळांच्या परिसरात उभारलेल्या आहेत. दुर्बिणींचं मॉडेलही इथंच (दाखवलेले) केलेले आहे. त्यावरून त्या परिसरात कशा पद्धतीने बसवलेल्या असतील त्याची कल्पना येते. या सर्व दुर्बिणी संगणकास जोडलेल्या आहेत. विश्वाची गुंतागुंत सोडवण्यात, संशोधक तहान-भूक विसरून आपल्या कामात गर्क आहेत.

हे सारे बघितले की, सामान्य माणसाला हे अफाट कार्य आपल्या बुद्धीच्या पलीकडे आहे, हे कळून येते. जे. के. सोळंकी साहेबांनी अतिशय मन लावून या सेंटरची माहिती दिली. त्यांचे आभार मानून आम्ही त्यांचा निरोप घेतला.

आम्ही पुढच्या वाटेला लागलो. डोंगरावरून घाटाचा चढ चढत बस एका ठिकाणी थांबली. बसमधून खाली उतरलो. ऊन रणरणत होतं, पण वाराही तितकाच जोरात होता. सभोवार प्रचंड सपाट जमीन, दुरून दिसणारे सुंदर डोंगर, पठाराची सुरक्षिततेची हमी घेत खडा पहारा देत उभे होते. त्या डोंगरावर हिरवीगार झाडी होती. त्यानंतर चौफेर दऱ्याच दऱ्या. पठार निर्मनुष्य होतं. आपल्याला कोणी तरी भेटायला येईल अशी वाट पाहत खिन्नतेने ते दिवस काढत होते.

निर्मनुष्य भाग, भयाण शांतता, बेफाम-पिसाळलेला वारा असा हा भूप्रदेश एके काळी वर्दळीचा होता हे कोणाला सांगून खरं वाटणार नाही आणि पटणार तर नाहीच. पण ते खरं आहे. हाच तो नाणेघाटाचा परिसर. जुन्नर आणि कल्याण (मुंबई) ते सुरतपर्यंत जोडणारा दुवा. कोणे एके काळी असं म्हणताच येत नाही, कारण आजही ही वहिवाट चालू आहे.

चला, थोडं डोकावू नाणेघाटात!

नाणेघाटाचे निसर्गसौंदर्य प्रत्येक वेगळ्या ऋतूत वेगवेगळे दर्शन घडवते. ती शोभा वेगळीच. पावसाळ्यात मौजच मौज असते. अर्थात हलका-भुरभुर पाऊस सुखावणारा असतो. बाकीचा पावसाळा भयाण असतो. पावसाचे ढग वेढून-गुरफटून टाकतात. लखलखणाऱ्या विजेचं क्रौर्य अनेकांनी अनुभवलंय. दिसतं तसं नसतं हेच खरं. अशा जोरदार पावसाळ्यात अशा निर्मनुष्य ठिकाणी कोण जाईल? आल्हाददायक, आनंददायक आणि तेवढीच तापदायक अशी ही निसर्गाची निर्मिती

बघून आश्चर्यचकित व्हायला होतं!

आपण आता निसर्गाची जडण-घडणीची प्रक्रिया अनुभवल्यावर माणसांची कलाकृती बघूयात. तीही पण अमूल्य अशीच आहे.

मौर्य राज्यसत्ता संपुष्टात आली आणि सातवाहन राज्यसत्ता सुरू झाली. अडीच-तीन हजार वर्षांपासून नाणेघाटाच्या परिसराला - इतिहासाला, ऐतिहासिक महत्त्व प्राप्त झाले. हिंदूंच्या देवालय उभारणीत सातकर्णी यांचा भरीव वाटा आहे.

सातवाहनांच्या कारकिर्दीत शूरवीर, कर्तृत्व असलेले अनेक सदस्य होते. एवढेच नव्हे तर त्यांच्याबरोबरीने त्यांच्या स्त्रियाही होत्या. सातकर्णी राजाची पत्नी नागनिका (ख्रि. पू. १८० ते १७०) हिने सुद्धा राज्यात उत्तम कामगिरी केली आहे. त्या काळी तिने सह्याद्रीच्या दऱ्या-डोंगरांत विविध उपक्रम केलेले दिसून येतात.

नाणेघाट उतरण्याचा रस्ता पक्का दगडी आहे. दगडी रस्ता उतरला की उजव्या व डाव्या बाजूला गुंफा दिसतात. ऐतिहासिक वास्तूंचे जतन करणे हे सरकारचे काम आहे. सरकार स्वतः पुढाकार घेऊन काम करत नाही आणि दुसऱ्यालाही करू देत नाही. त्यामुळे नाणेघाटातील रस्त्याचे दगड उखडले झालेत, तर काहींनी आपल्या जागा सोडल्या आहेत. सध्या तरी त्याला रस्ता असं म्हणता येत नाही.

नाणेघाटाचा रस्ता - निसटलेल्या पायऱ्या अत्यंत सावधगिरीने उतरलो. (या वयात शरीराचा तोल सांभाळणे अतिमहत्त्वाचे असते नाहीतर...)

उजव्या बाजूस भीमाशंकर, सिद्धगड, हरिश्चंद्रगड म्हणजे शंभर किमीचा भाग दृष्टिपथात येतो. हा जो दगडानी बांधलेला रस्ता आहे, त्याला नाणेघाटाची नाली म्हणतात. हा उताराचा रस्ता कोकणात जातो. त्याच्या डाव्या बाजूस एक खूप उंच (५० मीटर) दगडाचा सुळका दिसतो. त्याला 'नानाचा अंगठा' म्हणतात. सातवाहन काळी व त्यानंतर छ. शिवाजी महाराज आणि पेशव्यांना टेहळणी करण्यास हा रस्ता उपयोगी पडत असे.

डाव्या बाजूच्या गुहेच्या दहा-पंधरा मीटर/ फूट पुढे लोखंडी पाईपचे सुरक्षित कुंपण आहे. या सुरक्षित लोखंडी कुंपणालगत डोंगराच्या टोकापर्यंत जाता येते. या टोकापासून दृष्टी सृष्टीचा वेध घेते. खालच्या दरीचा आणि सभोवारचा हिरवागार प्रदेश आणि डोक्यावरचं मोरचुदी रंगाचं निळं-निळं आकाश, त्याला अधूनमधून पांढऱ्या ढगांनी केलेली कलाकुसर, त्या ढगांमधून चमचमत्या सूर्यकिरणांची झालर, किरणांनी सोनेरी वर्खानी केलेले ढगांचे पॅच वर्क याचे विस्मयकारक दर्शन होते.

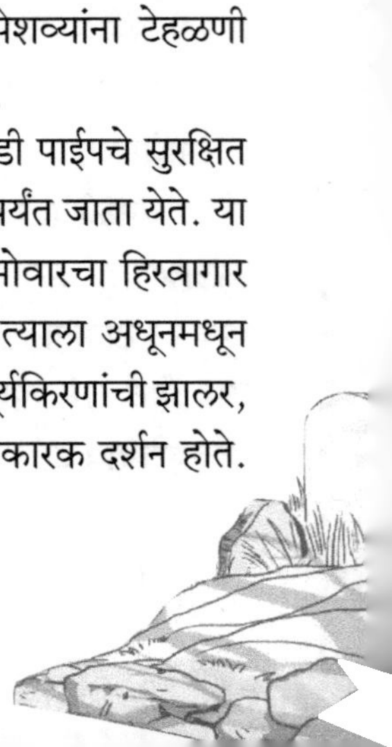

काश्मिरच्या सुन्दर-गोऱ्यापान मुलींनी विणलेला गालिचा पाहतोय असे वाटत होते.

डाव्या गुहेच्या प्रवेशद्वारी मोठ्या दणकट लोखंडी सळ्यांची दारं आहेत. या गुहेत त्या काळातील राजांचा उल्लेख ब्राह्मी लिपीत केलेला आढळून येतो. यावरून सातवाहन राज्यकर्ते आपल्या हिंदू धर्माचे किती जाज्वल्य अभिमानी होते, हे दिसून येते.

समोरच असलेली गुहा लांब, रूंद आणि उंचपुरी आहे. कल्याणकडून खालून आलेली किंवा जुन्नर-पैठणकडून आलेली व्यापारी मंडळी या गुहेचा विश्रांतिस्थळ म्हणून वापर करत असं निदर्शनात येतं. एका वेळी पाच-पन्नास माणसं सहज झोपू शकतील एवढी प्रशस्त जागा आहे ही. सुरत, वसई-कल्याणकडून आलेले व्यापारी आपली न्याहरी आटपून पुढच्या ठिकाणी रवाना होत असावेत.

निसर्गाची अजोड कलाकृती डोळ्यांत साठवून एकमेकाचा आधार घेत पुन्हा सपाटीवर आलो.

ही नाणेघाटाची नाली (पावसाचे डोंगरावरून येणारे पाणी). या नालीमधून खाली जात असेल म्हणून या जागेला घाटाची नाली असं लोक संबोधत असावेत. घाटाच्या नालीच्या छोट्या टेकाडावर एक भला मोठा दगडी रांजण होता. आपल्या गौरवशाली कारभाराची साक्ष देण्यासाठी जणू उभा होता. (गणेशोत्सवामध्ये कार्पोरेशनने निर्माल्य टाकण्यासाठी प्लॅस्टिकचे रांजण ठेवलेले असतात तसे.)

माझे स्नेही त्या दगडी रांजणापाशी जाऊन फोटो घेत होते. पाच फुटापेक्षा जास्त त्या रांजणाची उंची होती. रांजण दोन भागांत केलेला दिसत होता. स्नेही त्या कुंभात डोकावून बघत होते. या कुंभाचे आकारमान पाहता त्या काळी प्रचंड जकात वसूल होत असावी.

ग्रीक, पर्शिया, इंडोनेशिया आणि मलेशिया येथून आपला माल विशेषतः रेशीम आणि अन्य वस्तू घेऊन व्यापारी येत असत. वसई तेव्हा एक व्यापारीदृष्ट्या नावाजलेले बंदर होते. तिकडून येणारा मौल्यवान माल या नाणेघाटातून जात असे. त्यांच्याकडून घेतलेला कर/जकात या रांजणात जमा होत असे. नाणेघाटातून येणारा माल पुढे घोड्यावरून जुन्नर ते पैठण आणि सातवाहन राज्याच्या राज्यात अमरावती वगैरे ठिकाणी विकण्यासाठी रवाना होत असे.

घटात जमलेला कर राजाच्या तिजोरीत जमा होई. आताच्या सारखा कुणाच्या खिशात नव्हे!

निसर्गाच्या सान्निध्यात घालवलेला वेळ अतिउत्तम गेला. आम्ही प्रसन्न, ताजेतवाने झालो. त्याची मोजदाद पैशाच्या स्वरूपात करता येणार नाही. सध्याच्या युगात पैसा देऊन मिळालेल्या आनंदात करता येणार नाही. ‘‘आता मला पुढे जायचंय, चला आपला ठिकाण हलवा!” अशी जणू आकाशवाणी झाली. सूर्यदेव - आकाशाचे स्वरूप, रंगरंगोटी सेकंद-सेकंदाला बदलत होती. ढगातून होणारी सूर्यकिरणांची घुसखोरी अधिकच मजेदार आणि सुंदर दिसत होती. चित्रकाराला असं आकाश दिसलं असतं तर?

निळं-तेजस्वी दिसणारे आकाश पूर्णपणे बदलले होते. हवेत बदल होत चालला होता. त्याने सूंऽऽ सूंऽऽ च्या सुराला सुरुवात केली होती. हवा गार होऊ लागली होती. “चला आपल्याला निघायला हवं, पुण्याला पोहोचायला उशीर होईल. बसमध्ये बसा,” असा पुकारा झाला आणि आम्ही बसकडे निघालो.

प्रचंड आकाराचे मोकळे पठार पाहून वाटले, केवढे वैभव महाराष्ट्राला लाभले आहे! या निर्मनुष्य जागेला पुनर्वैभव प्राप्त होवो हीच प्रार्थना.

■■■

।२४।

वीज निर्माण करणाऱ्या भिरभिऱ्या

आम्ही राजस्थानच्या ट्रिपला गेलो होतो तेव्हा वाटेत डोंगरावर पवनचक्क्यांचा डोंगर लागला. फिरणाऱ्या पवनचक्क्या पाहून आनंद झाला. त्या वेळी पवनचक्क्या जवळून पाहता आला नव्हत्या. त्याची हुरहुर माझ्या मनात होती. खूप दिवस या भिरभिऱ्या चक्क्या माझ्या मनात उगाचच घुरघुर फिरत होत्या. त्याने काही विजेची ठिणगी मनात पडत नव्हती, तसा योगही आला नव्हता. अखेर तो योग जुळून आला तो माझ्या मित्रामुळे - विजय देवधरमुळेच.

आम्ही काही मित्र त्याच्याबरोबर या पवनचक्क्या बघण्यास निघालो. साताऱ्याला दक्षिणकाशी-वेण्णा-कृष्णा यांचे दर्शन घेतले, यथेच्छ फिरलो. ब्रह्मगिरी महाराजांची समाधी, झाशीच्या राणीचे माहेरघर बघितले. हे ठिकाण बघून झाशीची राणी-घोड्यावर स्वार झालेली रणमर्दिनी-डोळ्यांसमोर उभी राहिली. मधल्या काळात आमच्या मित्रांनी कोणाशी तरी फोना-फोनी केली.

साताऱ्यापासून चाळीस किमी अंतरावरच्या 'वनकुसवडा' या पवनचक्क्या असलेल्या गावाकडे निघालो. बस चाळीस किमी घाट चढत पठारावर आली. प्रचंड मोठं पठार पाहून आम्ही चंद्राच्या पृष्ठभागावर उभे असल्याचा भास झाला.

दूरवर आजूबाजूला लहानमोठ्या ओसाड टेकड्या, तांबडी माती, विटकरी तपकिरी रंगाचे खडे आणि त्याच रंगाचे खडक चौफेर दिसत होते.

तर काही ठिकाणी काळे, मोठ्या गोट्यासारखे, कुणी तरी दगडाचा मारा

केल्यासारखे इतस्ततः पडलेले दिसले. 'दुरून डोंगर साजरे' का म्हणतात, त्याचा अनुभव आला. डोंगराच्या माथ्यावर प्रचंड सपाटीची जागा असते हे पाहून आश्चर्यचकित व्हायला झालं. कदाचित हिमालयाच्या दुरून दिसणाऱ्या टोकावरसुद्धा अशीच सपाट जागा असेल असे वाटले. अतिउंच, अतिशय ऐसपैस सपाटीची जागा. थंडगार आणि - कशाचीही आडकाठी नसलेला, मन-मानेल तसा धावणारा वारा. हा थंडगार वारा अंगावर आल्यावर वाऽऽवा, काय मस्त वाटतंय! असे उद्गार सहजपणे बाहेर पडले!

आणि या निसर्गदत्त-निसर्गरम्य देणगीचा लाभ न घेतल्यास आपण स्वतःला करंटे म्हणू असे वाटले. पण आता परिस्थिती बदलली आहे.

या निसर्गदत्त देणगीचा उपयोग करून घेण्यासाठी उद्योजक पुढे सरसावले आहेत.

भारतात गेल्या काही वर्षांत हवे तितके वीज उत्पादन झालेले नाही. निरनिराळे उद्योग, त्यांना लागणारी वीज, गावांचा-शहरांचा प्रचंड प्रमाणात झालेला विस्तार, त्यांना असलेली अनेक गोष्टींची गरज भागवताना सरकारला भोवळ येते. त्यात महाराष्ट्राची-मुंबईची गोष्टच वेगळी.

खेडेगावात पाणी नाही, वीज नाही. वीज नाही म्हणून उद्योग नाहीत. ते नाही म्हणून लोकांना काम नाही. मग काय, कुटुंबची कुटुंबं लोंढ्यांनी शहरात आली. त्याचबरोबर बिहारी-बंगलादेशी मंडळी, शिक्षणासाठी-रोजगारासाठी आलेली. परतीचं नाव घ्यायला तयार नाहीत. आणि वीज-रेशनकार्ड मिळवून महाराष्ट्रात कायमची स्थायिक झाली. अजून हा लोंढा थांबलेला नाही. प्रांतवादामुळे राजकारण्यांची चंगळ झाली ती वेगळीच.

निसर्गाच्या पोटात झालेल्या उपशामुळे कोळसा घटला आणि त्यापासून निर्माण होणारी वीजही घटली. पाण्यापासून निर्माण केलेली हायड्रोपॉवर वीजही कमी पडू लागली. योग्य पाऊस पडला नाही, म्हणून वीज नाही. अशी सर्व कोंडी झालीय. वीजनिर्मितीचे अनेक मार्ग सरकार/संशोधक/उद्योजक शोधू लागले. 'गरज ही शोधाची जननी आहे,' असं म्हणतात. तसा वीजनिर्मितीचा हा नवा मार्ग त्यांच्या समोर आला.

पवनचक्क्या! पवनचक्क्यांचे पंखे त्यांच्या मनात फिरू लागले. एका पंख्याने वीज मिळवता येईल पण ती काही सगळ्यांची गरज भागवू शकणार नाही. त्यासाठी

अनेक पवनचक्क्या उभ्या कराव्या लागतील. त्यांना लागणारा योग्य वेगाचा, निर्धोक–बेलगाम वाहणारा वारा, टेकड्या, यंत्र बसवण्यासाठी लागणारी ऐसपैस सपाटी, टेकडीवर पोहोचण्यासाठी रस्ते असे अनेक प्रश्न एकामागोमाग एक उभे राहिले. सरकारला-संशोधकांना त्यांचं उत्तर सापडलं. त्यांच्यात ऊर्जा निर्माण झाली.

आम्ही प्रत्यक्ष एका पवनचक्कीसमोर उभे राहिलो. पठारावरील आनंदाचा गार वारा आमच्या अंगावरून वाहू लागला. दुरून दिसणारे पंखे जवळून अवाढव्य वाटत होते. जवळ उभे राहिल्यावर मानव या निसर्गापुढे किती खुजा आहे, याची जाणीव झाली. पठारावरच्या पवनचक्क्यांचा विस्तार पाहून आश्चर्यचकित झालो. तरी अजून विजेचा झटका बसायचा बाकी होताच..

पवनचक्कीद्वारा निर्माण होणाऱ्या विजेबाबत माहिती देणारा अभियंता आमच्या दृष्टीस पडत नव्हता. मोबाईल फोनवर संपर्क होत नव्हता. पठारावरील गार वारा पवनचक्क्यांच्या पायांशी खेळत होता तसा तो आमच्या अंगाशी लगट करत होता. पवन आणि पंख्याची तीन पाती यांच्या धुडगुसाचा गुर्रगुर्र आवाज आसमंतात घुमत होता. दोनशे फुटांवरून येणारा क्षीण आवाज आमच्या कानी पडत होता.

अखेर अभियंत्याचा मोबाईल खणाणला. त्याच्या संवादाप्रमाणे आमची बस एका पोपटी रंगाच्या घरापाशी थांबली. तेथे तर सर्वच हिरवे टेंट दिसले. त्यांच्यातील अंतरही बरेच होते. पुढचा बसचा रस्ताही कळत नव्हता-दिसत नव्हता. 'हिरवा टेंट' एवढेच सांगून मोबाईल बंद झाला. आता हा कुठला हिरवा टेंट? सगळीकडे हिरवे टेंट? आता काय करायचे? म्हणून सगळेच गडबडून गेले. चिंतेत दहा-पंधरा मिनिटे पुढे सरकून गेली. क्षणाक्षणाला त्या पठारावर पंख्याच्या फिरत्या पात्याप्रमाणे बैचेनी मनात फिरत होती.

अखेर त्या अभियंत्याचा (संजय अष्टेकर) मोबाईल खणाणला.

"तुम्ही कोठे आहात? मी तुमची वाट पाहतोय." संजय उवाच.

"आमची बस ए१४ या बंद पडलेल्या पवनचक्कीपाशी थांबलीय. आम्ही तेथेच उभे आहोत!"-

पाच मिनिटात 'सुझलॉन'-कंपनीची बस तपकिरी धूळ उडवत आमच्यापाशी आली. चिंता विरघळून गेली, आमचा आनंद वाऱ्यात मिसळला.

अभियंत्याने आमचे प्रेमाने-आदराने स्वागत केले. पवनचक्कीबद्दल ते माहिती सांगू लागले.

वनकुसवडा गावाच्या पठाराचा चारशे-पाचशे किलोमीटर असा विस्तार्ण परिसर आहे. त्याच्या चौफेर ओसाड तांबड्या मातीचे-खडकाचे डोंगर आहेत. एवढे मोठे पठार पाहून आश्चर्यचकित व्हायला झाले. या पठारावर चहूकडे विविध डिझाईनच्या/आकाराच्या पवनचक्क्या उभारलेल्या दिसत होत्या.

या पठाराचा पवनचक्की उभारण्याच्या दृष्टीने सखोल अभ्यास उद्योजकांनी/सरकारनी केलेला होता. पठारावरील तापमान, तेथील वेगवेगळ्या ऋतूतील वाऱ्याचा वेग, पावसाळ्यातील वाऱ्याचा वेग/वादळ-चक्रीवादळ अशा हरतऱ्हेच्या प्रश्नांचा ऊहापोह त्यांनी केला होता. जमिनीची मालकी-खरेदी, वीज निर्मिती आणि तिची वितरण व्यवस्था, सरकार आणि तेथील रहिवाशांची मदत याचीही मुद्देसूद चर्चा झाली. ही सर्व गुंतागुंतीची प्रक्रिया होती.

अखेर सरकारनी काही कंपन्यांना पवनचक्क्या उभ्या करायची परवानगी दिली. त्यापैकी एक ही सुझलॉन कंपनी.

निळ्या आकाशाला गवसणी घालणाऱ्या पवनचक्कीच्या फिरणाऱ्या पात्यांनी आम्हाला आश्चर्याच्या भोवऱ्यात अडकवले. आमच्या मेंदूला गरगर फिरवले. आमच्या शरीरात आपोआप एक वेगळीच ऊर्जा निर्माण झाली. त्या ऊर्जेनं आमचे शरीर नखशिखांत फिरले-सळसळून निघाले. वनकुसवडा पठारावर एकूण सातशे पवनचक्क्या रात्रंदिन फिरत असतात. त्यांपैकी सुझलॉन कंपनीच्या ५६७ पवनचक्क्या वीजनिर्मिती करतात. एका पवनचक्कीकडून किती वीजनिर्मिती अपेक्षित आहे त्याप्रमाणे तिची बांधणी करण्यात आलीय. या पठारावर ३५०, ६००, १००० आणि १२५० किलोवॉट वीजनिर्मिती करणाऱ्या पवनचक्क्या बसवण्यात आल्या आहेत. पुण्यानजीक सुपे, पाचगणी, कास पठार येथील पवनचक्क्यांतून निर्माण होणारी वीज महाराष्ट्र राज्य वीज मंडळाला पुरवली जाते.

पवनचक्कीच्या पायापासून पंख्याच्या डोक्यापर्यंतची उंची सर्वसाधारणपणे दीडशे ते दोनशे फूट ठेवलेली असते. दूरवरून दिसणारे पंख्याचे डोके / पेटी- म्हणजे एक १०x१० फुटाची खोलीच असते.

पवनचक्कीला तीन मोठी पाती असतात. एका पात्याची लांबी चाळीस ते पन्नास फूट असते. त्याचे वजन एक हजार किलोग्रॅम असते. तीन पाती रोटरला मोठमोठ्या नटबोल्टनी पक्की बसवलेली असतात. हा रोटर एका विद्युतजनित्राला जोडलेला असतो. या विद्युतजनित्राची अंतर्गत बांधणी सांगितल्यापेक्षाही क्लिष्ट असते.

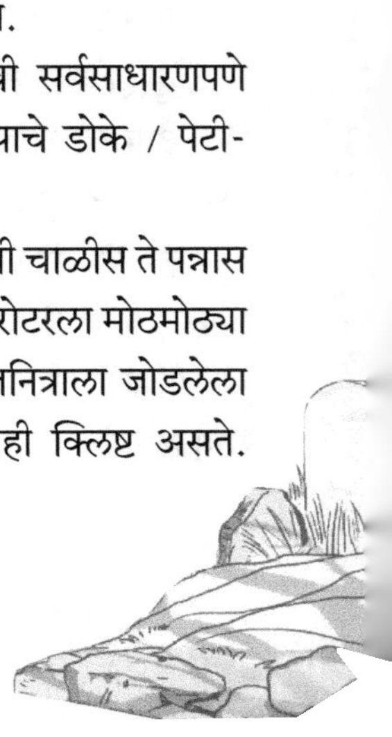

कमी-सुळसुळीत वारा किंवा सोसाट्याचा वादळी वारा असल्यास जनरेटरमध्ये कार्यरत असणारी वीजयंत्रणा आपोआप बंद पडते. त्याला इमर्जन्सी ब्रेक्स असतात. सोसाट्याच्या वाऱ्याच्या वेळी पवनचक्कीची दोनशे फूट उंच शिडी चढून कोण ब्रेक लावणार हो! वरच्या खोलीत जाण्यासाठी लिफ्ट अव्यवहारी असे समजले. जहाजावर किंवा मोठ्या इमारतीवर वाऱ्याची दिशा किंवा अंदाजे वाऱ्याचा वेग समजण्यासाठी फिरणारा कोंबडा—वातकुक्कुट बसवलेला असतो. त्या पद्धतीची स्वयंकार्यान्वित असणारी यंत्रणा पवनचक्कीच्या पाठीमागे बसवलेली असते. ही यंत्रणा पवनचक्कीच्या पायथ्याशी असलेल्या खोलीच्या यंत्रणेला जोडलेली असते. त्यामुळे खाली खोलीत बसलेल्या व्यक्तीस वाऱ्याची दिशा आणि वाऱ्याचा वेग समजतो आणि त्यांची कागदावरही नोंद होते. थोडक्यात एका मोठ्या/महाकाय पवनचक्कीच्या मागे नॅनो कोंबडा बसवलेला आणि तो दृश्य / अदृश्य स्वरूपात यंत्राच्या पाटीवर नोंद करतो.

वाऱ्याचा वेग तीन ते साडेतीन मीटर प्रति सेकंद असल्यास हा वेग वीजनिर्मितीस योग्य असतो. आणि पवनचक्कीची बांधणी त्याप्रमाणे केलेली असते. वाऱ्याचा वेग १३.५,२५ मिटर प्रति सेकंद असेल तर त्या-त्या प्रमाणात पवनचक्कीची बांधणी केलेली असते.

पवनचक्की उभी करण्यास प्रचंड मोठी यंत्रणा लागते. हिंमत, जबाबदारी, मजूर आणि आर्थिक बळ या सर्वांच्या बळावर पवनचक्कीची पाती फिरू लागतात.

पवनचक्कीच्या पंख्यांना आतील बाजूस छोटी चक्रे (गिअर्स) बसवलेली असतात. मोठ्या पात्याचे एक वर्तुळाकार भ्रमण म्हणजे छोट्या चक्राची बत्तीसने गती वाढते. (३२ आरपीएम) या गतीने मोठ्या पात्यांना जोडलेली यंत्रणा काम करू लागते. आणि या चक्राकार गतीने वीजनिर्मितीची प्रक्रिया सुरू होते. ही उत्पन्न झालेली वीज सरकार खरेदी करते.

कधी-कधी वाऱ्याचा वेग पुरेसा नसतो. तेव्हा बसलेल्या बैलास जागेवरून उठवण्यासाठी फटका मारावा लागतो, तसा फटका यंत्र चालू करण्यासाठी उसन्या विजेचा वापर करून मारावा लागतो. ही वीज, वीज महामंडळाकडून घ्यावी लागते. असे कंपनीचे आणि वीज महामंडळाचे साटेलोटे असते.

पवनचक्कीकडून वीजनिर्मिती सुरू झाली की या यंत्रणेची निगा राखण्याचे काम सुरू होते. पवनचक्कीची-त्यांच्या यंत्रणेची फारशी दुरुस्ती करण्याची गरज नसते.

मेन्टेनन्स फारसा नसल्याने एका पवनचक्कीचा खर्च पाच वर्षांत वसूल होतो. एक पवनचक्की खूप वर्षे व्यवस्थित काम करून विजेची निर्मिती करते. ती दीर्घायुषी असते असे म्हटल्यास वावगे होणार नाही.

पवनचक्कीच्या किरकोळ दुरुस्तीसाठीही दीडशे-दोनशे फूट उंच जावे लागते. धैर्यवान, निधड्या इंजिनिअरचेच ते काम असते. ते येरागबाळ्याचे काम नाही. प्रत्यक्ष बघितल्यावरच कळते ते. दोनशे पायऱ्या चढून वरच्या खोलीत शिरणे हे एक धारिष्ट्य असते. ते एक जिवावर बेतण्याइतपत धोक्याचे काम असते. तरीसुद्धा वर काम करताना खूप काळजी घेतली जाते.

लिफ्ट ही विजेवर चालणारी यंत्रणा आहे. यंत्रणेत काही बिघाड झाला तर काय होईल ही घटना विचार करण्याच्या पलीकडची गोष्ट आहे. पण लिफ्ट उपयोगी पडत नाही हे अनुभवाने पक्क झाले आहे. म्हणूनच पायऱ्या चढूनच स्वर्ग गाठावा लागतो.

पवनचक्कीतून सतत वीज उत्पन्न होत राहावी यासाठी काही गोष्टी डोळ्यांत तेल घालून बघाव्या लागतात. या अटीतटीच्या दुरुस्तीच्या काळात पवनचक्की बंद करावी लागते. तिची पाती जाग्यावर थांबतील याची दक्षता घेतली जाते. पठारावर आम्ही जेथे उभे होतो ती पवनचक्की ह्याच कारणास्तव बंद केलेली होती. पवनचक्कीचा तो विश्रांतीचा काळ होता. कम्प्लीट बेड रेस्ट!

वनकुसवडा पठारावर सातशे पवनचक्क्या, जमिनीवरून पाहताना, धीम्या गतीने फिरत होत्या. प्रत्येक पवनचक्कीचे डिझाईन वेगळे, डोके वेगळे, निर्माण करण्याची क्षमता वेगळी. हा प्रचंड कारभार डोळ्यांखालून घातल्यावर आश्चर्य तर वाटलेच, शिवाय पवनचक्कींपासून वीज निर्माण करणाऱ्या लोकांचा, उद्योजकांचा, अभियंत्यांचा, मजुरांचा अभिमान वाटला. प्रत्येकाने या उभारणीत कोणी खारीचा किंवा तर कोणी सिंहाचा वाटा उचललेला असणार आहे. त्यांना आमचा सलाम!

पवनचक्कीची पाती ती पाहणाऱ्याच्या मनाला मात्र गतिमान ठेवते. मनात एक हलकीच विजेची ठिणगी टाकते. मनाची हाय-लो स्पीड यंत्र फिरायला लावते. त्यातून निर्माण होणारी ऊर्जा त्याला आनंद देते. असा अनोखा आनंद लुटण्यासाठी प्रत्येकाने या फिरणाऱ्या पवनचक्क्या जवळ जाऊन पाहाव्यात असे आवर्जून सांगावेसे वाटते.

■■■

। २५ ।

सावत्र आईची अनोखी दृष्टी

प्राथमिक शाळा संपली. शाळेची पाटी फुटली. पाटी आणि खडूसारखी पांढरी लांबलचक पेन्सिलही अडगळीत गेली. शाळा तर फारच जवळ होती. शाळेत मास्तर शिकवायचे आणि घरी आई मास्तरीण बनायची. मास्तर शिक्षा म्हणून लाकडी गोल रूळ तळहातावर मारत आणि आई अभ्यास करत नाही म्हणून एक आण्याला मिळणाऱ्या बारा इंचाच्या पातळ पट्टीने मार द्यायची. आत्ता त्याला अल्पसा विराम मिळाला. शिशु शिक्षण संपले.

आता पुढची पायरी सुरू झाली. शाळा पाच कोस दूर. शाळेच्या वेळापत्रकाप्रमाणे, विषयाप्रमाणे वह्या-पुस्तके, घरीच शिवलेल्या खाकी चड्ड्यांपासून तयार केलेल्या दप्तरात घुसत. दाटीवाटीने कोंबून बसलेले दप्तर पाठीवर खांद्यावर लटकले. आता पुढील पाचवी ते अकरावीपर्यंत खांद्यावर घोड्याच्या खोगिरासारखे बसणार होते. विद्यार्थिदशा म्हणजे एक शिक्षा नव्हे, दशाच होती.

शाळेत अनवाणी जाणं कठीण होतं. आलेल्या भोगाला-शिक्षेला-शिक्षणाचे, किंवा शिक्षण असं गोंडस नाव दिलेलं असायचं. शाळेत जाताना शेजारची मुलं तशा मुलीही नेहमी रस्त्याला दिसायच्या. त्या वेळी मुलांची व मुलींची शाळा वेगळी होती, पण काही शाळेत मुलं-मुली एका वर्गात असत. मुलं आणि मुली हसत-खेळत धिंगाणा घालत.

दोन सरळ रेषा एकमेकाला कधीच मिळत नाहीत. रेल्वेचे दोन रूळ जवळून

पाहिले तर त्यांची एकत्र भेट होत नाही पण खूप दूरवर किंवा वळणावर पाहिल्यावर एकत्र दिसल्याचा भास होतो. पण शेवटी तो भास असतो.

माझा पदवीपर्यंत शिक्षण झालं. त्याच मार्गावर ती वनिता दिसायची. एकदा तिच्या मैत्रिणीने हाक मारली, 'ए वनिता वनिता, थांब मी आलेच'; म्हणून तिचं नाव वनिता गुपचूप. गुपचूप नाव अचानक कळाले.अधून-मधून आमची दृष्टादृष्ट होत असे. खूप दिवसांत तिला पाहिले नाही, कदाचित माझी दृष्ट लागली असावी.

वनिता गुपचूप आणि माझं कॉलेज एकच होतं तरी रूळ मात्र समांतर होते. मी सायन्सचा विद्यार्थी तर ती आर्ट्सला. वनिता दिसायला गोरीपान, नाकीडोळी होती. केसांची रंगीत रिबीन बांधलेली एक वेणी तर कधी दोन. लाजाळू किंवा अबोल होती असं म्हणता येत नव्हतं. मैत्रिणी बरोबर असल्यावर तिच्या जिभेवर कोणाचाही लगाम नव्हता. लगाम घोड्याला असतो, हत्तीला अंकुश असतो, सिंहाला लगाम/अंकुश नसतो; तो जंगलाचा राजा असतो. वनिता बहुतेक तशीच असावी. कॉलेजच्या सेंडऑफला माझी वनिताची समोरासमोर गाठ पडली. पुण्यात रस्त्यात अडथळे आजही आहेत. तसे त्या वेळी पण होते. असाच काही अडथळा आला. त्यामुळे वनिताला रस्ता ओलांडायला लागला. आम्ही दोघेही आश्चर्याच्या डोहात बुडालो.

"आज कशी वाट चुकली तुमची!" त्या वेळी नवीन अनोळखीच्या व्यक्तींना 'अहो-जाहो' असे संबोधायचो.

"आज की नाही रस्त्याच्या बरोबर मध्येच ड्रेनेजचे काम चालू केलं आहे. एक तर घरकामात जास्त वेळ गेला, मग निघायला उशीर झाला, दुसरे काय. त्याबद्दल कोणाचीही बोलणी ऐकायला अपमानास्पद वाटतं."

"त्यात काय एवढं, झाला उशीर तर झाला!"

"पण मला असे टोमणे ऐकायची सवय नाही!"

"अर्थात थोडंसं सहन करावं लागतं केव्हा केव्हा!"

अनेक वर्षांनी तिचे मधुर स्वर कानी पडले. बोलण्यातल्या प्रत्येक शब्दावरून ती स्वाभिमानी, चोख कामकरी, कर्तव्यदक्ष मुलगी आहे. त्यामुळे तिच्या स्वभावाचा दरवाजा अलगद–किलकिल्या फटीतून उलगडत जाऊ लागला. त्यातून मी डोकावत होतो.

वनिता गुपचूप नावाप्रमाणे गुपचूप होती. आपणही सावध राहावं असा सल्ला

मनाने मला दिला. मौन हे फार मोठे साधन देवाने दिलेले आहे.

हळूहळू तिच्या नावातला व बाजूला केला. नीता म्हणू लागलो. ती म्हणाली काही हरकत नाही. आहो-जाहो जाऊन, तू-तुम्ही जाऊन 'तू'पर्यंत पोहोचलो. त्यालाही पुढे जायला वेळ लागला. अलीकडे त्यात सुधारणा झाली. समांतर रोड एक व्हायला लागलेत असं वाटायला लागले; पण समांतर रुळाचा सिद्धांत कसा चुकेल!

"अग तुझं नाव तुझ्या मैत्रिणीकडून कळाले, काय तिचं नाव... बरेच दिवसात दिसली नाही.

"अरे ती दीप्ती कारखानीस. माझ्या घराजवळच राहते. बहुतेक तिने कॉलेज बदलले असावे. माझी आणि तिचीही अजून भेट झाली नाही. ती तुला बरी आठवली. तू आणि मी किती वर्षे एकाच मार्गाने जातोय. तू नाही कधी ओळख दिलीस?"

दीप्तीने वनिताच्या घरची बरीच माहिती दिली होती. आपण कशाला त्यात पडा! म्हणून मी तोंड उघडले नाही. वाऱ्याची झुळूक दिसते का? घाम कातडीच्या पृष्ठभागावर आल्यावरच कळतो. तशीच वनिताची माहिती दीप्तीने स्लो रिलीज पद्धतीने दिली.

"तुम्हांला माहीतच नव्हतं का?" दीप्ती.

"आम्ही रोज एकमेकांना भेटतो एवढंच. तुझी ती शेजारीण आहे. खूप वर्षांची ओळख आहे."

"अहो वनिताला आई नाही. आई तिसऱ्या बाळंतपणात गेली. तिला एक मोठा भाऊ -वामन आहे. तो सिव्हिल इंजिनियर आहे, पण तो नोकरीनिमित्त बाहेर गेला. तो परत दिसलाच नाही."

"अरेरे. भावानी असं कसं केलं?"

"थांबा, मी अजून काहीच सांगितलं नाही तर तुम्ही त्याची बाजू घेऊन निर्णय दिलात!"

वनिताची आई निवर्तल्यावर या दोन मुलांचा सांभाळ करण्याचा त्यांचे जेवणखाण, शाळा, गृहपाठ, कपडे, अवांतर गोष्टी तिचे वडील कसं काय करणार? शिवाय तिचे वडील सरकारी अधिकारी म्हणजे कामाचा व्याप मोठा. तर हा सांसारिक व्याप कसा सांभाळणार? काही दिवस त्यांनी त्यांची सर्व तऱ्हेने काळजी

घेतली. पण नोकरी सांभाळून हा डोंबाऱ्याचा खेळ दिवसभर कसा करणार? त्यांना दिवसाचे २४ तास कमी पडू लागले. सूर्य उगवला आणि मावळला असं आयुष्य सोपं असतं का? सरकारी अधिकाऱ्यांना नऊ ते साडेपाच नसतं.

दीप्तीच्या संभाषणात व्यत्यय आला. पुन्हा रस्ते समांतर झाले. दीप्ती मुलींच्यात मिसळून शाळेच्या फाटकातून आत गेली. आता पुन्हा २४ तासांचा खंड पडला. सोमवारला सुट्टी म्हणजे रविवार-सोमवारपर्यंत तिची रेकॉर्ड थांबणार होती. तिने दिलेल्या अर्धवट माहितीवर मनात किल्ले बांधू लागलो.

माणसाच्या आयुष्यात कोणत्या कोणत्या कठीण प्रसंगात तोंड द्यावे लागते. 'एक धागा सुखाचा शंभर धागे दुःखाचे' याची मनात रेकॉर्ड सुरू झाली. अर्थात मीही त्या जाळ्यात होतो पण माझा जाळ्याचा धागा वेगळा होता, हाच काय तो फरक होता.

मंगळवारचा दिवस उगवला. आज दीप्ती खूश दिसत होती. आज शाळेचा युनिफॉर्म नव्हता, म्हणजे तिचा वाढदिवस असणार असं मी गृहीत धरलं. रस्ता क्रॉस करून माझ्यापर्यंत आली.

'काय आज वाढदिवस दिसतोय तुझा! वाढदिवसाच्या शुभेच्छा! 'थँक्यू' म्हणत खळखळून हसली. वनिताची रेकॉर्ड ऐकण्याआधी 'तुझ्याबद्दल सांग ना.' म्हटले. तिने खूप टाळलं.

"मी, माझा मोठा भाऊ, आई-वडील आणि आजी घरी असतो. मध्यंतरी माझी आजी देवाघरी गेली. भाऊ मेडिकल कॉलेजच्या एमबीबीएसच्या शेवटच्या वर्षाला आहे. वडील गॅझेटेड ऑफिसर तर आई टीचर होती पण सध्या गृहिणी आहे. मला कविता, वाचनाची खूप आवड आहेच. तसं शाळेत खेळात विशेषतः कबड्डी, खो-खो खेळते." दीप्ती थोडी अल्लड स्वभावाची खूप छान मुलगी होती.

"वाऽऽ....वा छानच म्हणून तर सुदृढ आहेस. मग तुझी मैत्रीण वनिता अशी निस्तेज कशी, तिचं खाणं वगैरे नीट नाही का?"

"अहो तेच तर तुम्हांला सांगणार होते; पण रस्त्यातील खड्डे काही बोलू देतील तर ना!"

"सांग पुढे, आपली वनिता रेकॉर्ड सांग."

"मध्ये मध्ये प्रश्न विचारू नका तर सांगते."

"वनिता खूप प्रेमळ, दिसायला माझ्यापेक्षाही चांगली आहे. ती दिसते तशी

ती नव्हती. नाक, डोळी, उंची वयाबरोबर वाढते पण तिचे पोषण-कुपोषण आई गेल्यामुळे झाले आहे. तिला मराठी, हिंदी, संस्कृत श्लोकाचे पाठांतर, खरंच ती बुद्धिवान आहे.

“तिच्या वडिलांनी घरकामासाठी, केर-धुणं, स्वयंपाकासाठी बायका - मेड सर्व्हंट ठेवल्या होत्या. त्यांच्या गैरहजरीत केर काढण्यापासून स्वयंपाक, पाणी करण्यापर्यंत काम करावे लागे. आमचा बायकांचा जन्मच मुळी उष्टी-खरकटी काढा यातच आयुष्य संपतं. यात कसले आले सुख, फक्त कष्ट! घरकाम आवरून शाळेत जायचं. अभ्यास, गृहपाठ, संस्कृत पाठांतर सारंच असायचं. पाणी प्यायला की खायला वेळ मिळेल तर शपथ! रात्रीचा दिवस करून अभ्यास करत, त्यात मात्र कधी कसूर केली नाही.

“आपल्या मुलीचे हाल होतात. वयाच्या मानाने ती मनाने, अंगाने कृश झाली आहे. तरुणपणीचे तेज, अंगकाठी पाहिजे तशी आकार घेत नाही हे तिच्या बाबांना कळलं होतं.

“तिच्या बाबांनी दिवसभर घरात राहणारी, सर्व कामं करणारी अपत्यहीन चुणचणीत मुलगी/बाईची नेमणूक केली. पण सर्व गणितं चुटकीसारखी सुटत नाहीत.

“ती बाई घटस्फोटित होती. कमल तिचं नाव होतं. छान नाकिली, गोरी गोमटी, कामसु बाई. तीही मॅट्रिकपर्यंत शिकलेली होती. कमल आणि तिची आई अशा दोघी आपल्या स्वतंत्र घरात राहत होत्या. मध्यमवर्गीय, तिचे वडील अशाच कशाने त्यांचे निधन पावले. आईची नोकरी आणि वडिलांची पेन्शन यावर घर चालत असे. कमल घटस्फोटित असल्याने तिचा आयुष्यावरचा विश्वास उडाला. ती घरी काही न करता नुसती बसून असे. आईला या तिचा रिकामटेकडेपणाचा कंटाळा आला.

“अगं कमल, झालं ते सर्व विसरून थोडं काम- जागा सोडून बघ” असा धोसरा लावला.

“तुला तुझ्या मनासारखी नोकरी-पैसा मिळणार नाही. नुसतं आकाशाकडे बघून कसे चालेल. रिकामं डोकं मग विचार अनेक.”

वनिताचे वडील आणि कमलचे वडील हे दोघे एकाच ऑफिसमध्ये काम करत होते. कमलचे वडील वयाने मोठे होते, पण वयातले अंतर बाजूला ठेवून

त्या दोघांच्यात घरगुती गप्पा अडचणीचे पाढे उजळणी व्हायचे. दोघेही एकाच नावेचे सोबती होते. कमलच्या आईने वनिताच्या वडिलांना आपले प्रश्न सांगितले. वनिताच्या घरी काही काळासाठी किंवा दुसरी नोकरी मिळेपर्यंत माझ्या घरी राहून कमल घरकाम करेल का? म्हणजे कमल, वनिता विशेषत: कमल आपल्या क्लिष्ट विचारापासून दूर होईल. तुम्हांला थोडी मदत होईल, शिवाय मुलगी तुमच्या नजरेसमोर राहील. अधूनमधून तुमच्याकडेही येऊ शकेल. बघा, माझ्या गोष्टीवर विचार करा. असं वनिताच्या वडिलांनी सुचवलं. त्यात पुन्हा पंधरा दिवस बघता-बघता गेले.

हा पर्याय कमलच्या आईला आवडला. कमल आणि तिच्या आईत चर्चा झाली. हो म्हणावं की नाही अशा द्विधा मन:स्थितीत होती. आईला आपण किती दिवस कोळ्याच्या जाळ्यात ठेवणार! नाही तरी आईशिवाय आधार नाहीच. वनिताच्या घरची परिस्थिती तिला माहिती होती. वनिता अभ्यासात कामात हुशार आहे. घरकाम करून पोर दमत असेल आणि मलाही सोबत होईल. आईच्या डोक्याची भुण भुण करणारा भुंगा तर कमी होईल. आपला संसार तर मोडलाच गेला आहे तेव्हा हे काम, जबाबदारी अंगावर घेऊ या! अखेर कमलने या आईच्या ठरावाला मान्यता दिली. वनिताच्या बाबांनी त्याला मान्यता दिली.

कंटाळलेल्या कमलने आपला भूतकाळ बाजूला सारला. स्वच्छ चेहऱ्यावर रंगरंगोटी केली. काळेभोर केसांचा अंबाडा त्यावर गजरा माळून वनिताच्या घराचा उंबरठा ओलांडला, तसं वनिताने आईसारखे घर स्वच्छ नीटनेटके ठेवलेले पाहिले.

वनिता व बाबांनी तिचे सुहास्य स्वागत केले. त्यांची पूर्वीची ओळख असल्याने त्यांना त्यात गैर वाटले नाही. बाबांनी वनिताला बरोबर घेऊन घरातील काय कामे करायचे आहेत ते सांगितले. भांडी जागची जाग्यावर स्वच्छ करून ठेवायची इत्यादी. वनिताच्या शाळेच्या वेळा, डबा, तिच्या अभ्यासाच्या वेळा सांगितल्या. एकूणच घर नीटनेटकं दिसायला हवं. दुपारी तुला वाचण्यासाठी आवडत असेल तर खूप पुस्तक आहेत. माझ्या कामाच्या ठिकाणी लुडबुड करायचे नाही. तुला वनिताच्या कपड्यांना, युनिफॉर्म इस्त्री करता आली तर बघ, नाहीतर वनिता तुला इस्त्री करायला शिकवेल. इतर वेळी अनोळखी किंवा नातेवाइकांना येण्यास बंदी हे लक्षात ठेव. आमच्या आहाराबद्दल वनिता सांगेलच. चल, आता मस्त चहा कर. चहा घेतो आणि मी माझ्या ऑफिसला जातो." अशी सुरुवात झाली.

कमल कंबर कसून कामाला लागली. वनिताला आपल्या अभ्यासाला वेळ मिळू लागला. कामाची दगदग थांबली. संस्कृत-मराठी भाषांचा अभ्यास, पाठांतर सुरू झाले.

कमल आपलं दु:ख विसरण्याचा प्रयत्न करत होती. वनिताची शाळा सुरू झाली. वनिताच्या मागे-पुढे तिचे बाबा आपल्या ऑफिसमध्ये जात असत. नंतर कमल एकटीच घरी असे. बंदिस्त, एकटेपणा, तिच्या आठवणीच्या खपल्या स्वस्थ बसू देत नसत.

आपल्या नवऱ्याने केलेला अत्याचार उसळून बाहेर पडे. वडिलांनी मध्यस्थ केलेच्या भरवशावर तिने लग्नाला होकार दिला होता. संथ वाहणाऱ्या पाण्याची खोली समजत नाही. सोनेरी रंग असलेला दागिना शंभर टक्के सोन्याचा असतो का? त्याला अग्निदिव्यातून जावे लागते. तेव्हाच ते पितळ आहे का सोने, हे कळते. 'कारे भुलला वरलीया रंगा' हे खरे आहे. वडिलांनी नवऱ्यामुलाकडे नुसते पाहून हा आपल्या मुलीसाठी योग्य असे ठरवले आणि आमची लग्नाची गाठ बांधली. वरून सभ्य दिसणारा नवरा हा राक्षसी स्वभावाचा होता. त्याने तिचे शारीरिक हाल केले. मुस्लीम लोक बकऱ्याला 'हालाहाल' करून मारतात असं ऐकलेले होते. तीच गत कमलची झाली होती. इच्छा असो, बरे असो किंवा नको, तो हवे हे ओरबाडून घेत असे. नाहीतर सिगारेटच्या चटक्याला- अग्निदिव्याला सामोरे जावे लागे.

ह्या सगळ्या गोष्टी अंधारात घडतात. आईला/वडिलांनाही सांगू शकत नाही. आईकडे तिला क्वचितच जायला मिळे. काही दिवसानंतर तिने आईला सांगितले आता मी त्या पशूच्या घरी जाणार नाही. मला तो नवरा नको. मला घटस्फोट हवा आहे. तिने आपल्या अंगावरील जखमा दाखवल्या. आईच्या मनात खळबळ सुरू झाली. दूध उकळताना दिसते तसे म्हणजे आपली मुलगी कसायाच्या गळ्यात बांधली. मध्यस्थांनी नीट माहिती दिली नाही ना.

कमलचा नवरा आईकडून तिला न्यायला आला. भांडाभांड करून पाय आपटत निघून गेला. सगळ्या शेजाऱ्यांसमोर हा तमाशा केला. कमलच्या कपाळावर सटवीने काय लिहिले आहे? ते कळेना.

आई-वडिलांच्यापुढे एक मोठे वादळ आले. साध्या-सज्जन सामान्य परिस्थितीतील माणसांनी काय करावे, विष पिऊन मरावं म्हटलं तर तरुण मुलीची सुटका कशी होणार? हजारो प्रश्नांची साखळीत ते जेरबंद झाले होते.

कमलच्या आईने लेडी कॉन्सिलरला गाठले. तिच्याबरोबर कमलही होती. तिने आपलं मन-अंगावरील खुणा-जखमा दाखवल्या. त्या बघून व्यथित झाल्या. नवरा हा नरपशूच होता. तिने लेडी पोलीसची मदत घेतली. डॉक्टरकडून तपासणी करून तसे सर्टिफिकेट घेतलं. कोर्टाकडून घटस्फोटाचा अर्ज केला आणि थोड्या अवधीत घटस्फोट मंजूर झाला. हे सगळं करण्यासाठी मनाला झालेल्या जखमा बऱ्या व्हायला वेळ तर लागणार होता ना, अशा जखमा बऱ्या व्हायला कुठे तरी मलम-स्प्रे उपयोगी पडत नाही. या सगळ्या धसक्याने नशिबाने आणखी प्रहार केला. वडिलांची अखेर हार्टफेलमुळे झाली. मायलेकी आता खरोखर पोरक्या झाल्या.

कोरोनाच्या काळात अशी कित्येक उदाहरण नजरेत आली की विचारू नका. कोणाचे सांत्वन करणार व कसे करायचे?

'संकटं मुंगीच्या चालीने येतात आणि हत्तीच्या चालीने जातात' असं म्हणतात. असा प्रचंड संकटांचा पर्वत मायलेकींच्या समोर उभा ठाकला. तो पार करायला काळच जावा लागतो.

हळू-हळू वनिता व कमल आपापल्या कामात रमले. वनिताने आपले लक्ष अभ्यासात, संस्कृत-मराठी या विषयावर केंद्रित केले.

कमलला आता घरात मोकळेपणा वाटू लागला. सूर्याच्या झळा कमी झाल्या. कोजागिरीचा चंद्रप्रकाश नसला तरी सुखकारक होता मनावरील दडपण कमी झालं. अघोरी रात्रीचा विसर पडला. दिवसभर स्वातंत्र्य उपभोगायला मिळू लागले. तिच्या चेहऱ्यावर तुकतुकी स्पष्ट दिसू लागली. हळूहळू कमल फुलायला लागले. दुपारचे जेवण झाल्यावर वनिताच्या वडिलांनी दाखवलेली पुस्तकं वाचून आपलं मन रमवू लागली.

वर्षाचे तीनशे पासष्ट दिवस कापरासारखे उडून गेले. दिवाळीचा सण जवळ आले. वनिताच्या बाबांनी वनिता व कमल यांना नवीन कपडे आणले. बाबांना एकच उणीव जाणवत होती ती अशी की वनिताचा भाऊ नोकरीनिमित्त गेलेला मोठा मुलगा माघारी आला नाही. शेवटी मुलामुलीवर आईबापाचं प्रेम असतंच ना!

वनिताचं वाढते वय, अभ्यास, संस्कृत भाषेचे पाठांतर दिवसेंदिवस वाढत होतं. दोन-एक वर्षात तिचे शालेय शिक्षण संपणार आहे. तिला पुढं शिकायची इच्छा आहे. अशा बुद्धिवान मुलीला चालू काळात शिक्षणात मागे ठेवून कसे चालेल? कमलही तिला आईएवढीच जीव लावत आहे. तिच्या बाबांचे लक्ष असे.

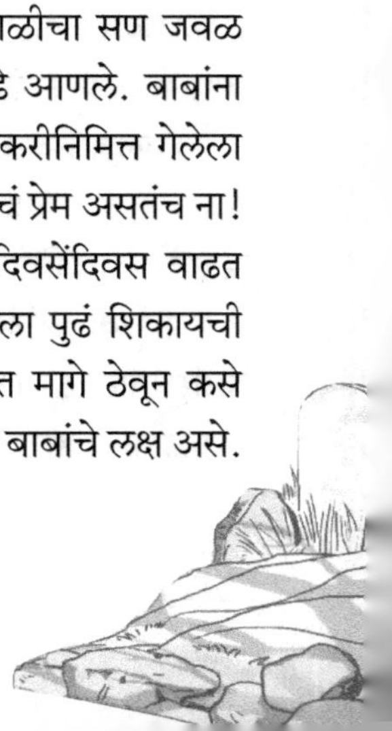

शिवाय तिला योग्य तो जोडीदार मिळाला पाहिजे याचीही काळजी त्यांना मधून मधून वाटत होती.

कमलचे वडील आणि ऑफिसमधील गजानन पोतदार यांच्या घरगुती गप्पा, चहापाणी व्हायचे. अर्थात कमल आता मनाने सावरली का? चांगल्या गुणाची मुलगी पण तिच्या काय नशिबी आलंय, फक्त प्राक्तन ते ठरवतं. दुसरं कोण ठरवणार? देवाकडचे रेकॉर्ड हजारो वर्षांपूवीचे कागद टाकून द्यायला हवेत. देव स्वत:ला समजतात तरी कोण? त्या सगळ्या मित्रांना त्याचा खेद-वाईट वाटायचं. बोलता बोलता, वनिताचे बाबा ''तुला अजून रिटायर व्हायला बरीच वर्षे आहेत. १५-२० वर्षे तरी असतील?'' असे म्हणत. मित्रमंडळी बाबांच्या मनाचा अंदाज घेत होते. एक अंदाज खडा टाकून पाहिला.

गजानन/उर्फ गजा उद्‌गारला, ''तू आता दुसऱ्या लग्नाचा विचार कर. अजून तुझी प्रकृती ठीक आहे. नाही तुला बीपीचा त्रास ना हार्ट-मधुमेहाची व्याधी. मुलगा तर केव्हाच सोडून गेला.'' गजाने त्याच्या डोक्यात लग्नाचे वारे सोडले!

''अरे गजा, पुढे बघू काय होईल ते?'' पण गजाने तो प्रश्न ताणून धरला.

''कमल तुझ्या घरात नीटनेटकं काम करते, वनिता व तुझ्याकडे लक्ष देतीय. पाठीमागचे विसरून 'तू चाल पुढे गड्या' असं धोरण ठेव. कमलच्या आईकडे लग्नाचा विषय काढतो. तिलाही आईशिवाय आता कोणीही नाही. कमल एकदा पोळून-अग्निदिव्य करून बसली आहे. तुझ्या घरात रमली आहे. तिलाही एकटेपण काढणं अवघड आहे. आता वनिता तुझेही आयुष्य आहे, नंतर एकटाच आहेस. वय वाढेल तसे जमणार नाही. याचा सारासार विचार कर. एकटेपण फार भयानक असतो.

''आम्हाला वाटलं म्हणून हा लग्नाचा विषय काढला!'' गजा.

''अरे खरंच की, वनिता एक दोन वर्षात पदवीधर किंवा द्विपदवीधर होईल. तिच्या लग्नाची तयारी करावी लागणार.''

''मुलीच्या लग्नाअगोदर मुलीचा बापच दुसऱ्या लग्नाचे बाशिंग बांधतोय असं झालं तर लोक, नातेवाईक, मित्रमंडळी काय म्हणतील? त्यांच्या म्हणण्यापेक्षा गजा म्हणतोय याचाही सारासार विचार करावा लागणार आहे. वनिताचं शिक्षण संपता-संपता नवरा मुलगा बघायला सुरुवात केली पाहिजे,' असे हजारो विचार मेंदूशी पिंगा घालत असत.

काही दिवस उलटले. गजा हा मित्र एक जबाबदार, सभ्य माणूस होता. गजा कमलच्या आईकडे पोहोचलासुद्धा.

थोड्या गप्पा, जुन्या आठवणी सहाणीवर उगाळून झाल्या तसा त्याने मुद्द्याला हात घातला.

''कमलची आई, तुम्हांला एक विचारू का?''

''अहो गजाभाऊ, तुम्ही आम्हाला ओळखता. न संकोच करता विचारा.''

''तुमची कमल, वनिता आणि तिचे वडील यांच्यातील दुरावा कमी झालाय. तिघेही एकमेकांशी जुळवून घेत आहेत. कमलच्या मनातील गोंधळ संपला आहे. कमल आणि वनिता यांच्या मनावरचा ताण गेला आहे. मी आणि माझे मित्रांच्या विचाराअंती असा विचार येतोय की तुमची हरकत नसेल तर सांगतो.''

''वनिताचे बाबा आणि कमल एकमेकास अनकूल आहेत तर त्यांच्या दुसऱ्या लग्नास तुम्ही तयार आहात का? आणि कमलची मानसिक तयारी आहे का? अजून तिचे आयुष्य कसे काढेल याचाही विचार करा?'' गजाभाऊंनी आपले मन मोकळे केले. तसेच मी, वनिता आणि तिचे बाबा यांना विचारा, माझी मध्यस्थी वाईट ठरायला नको. सर्वानुमतानुसार ठरलेलं बरं. त्यात मध्यस्थ जात्यात भरडला जायला नको म्हणजे झालं.''

गजाभाऊंनी चहाचा शेवटचा घोट घेत कप खाली ठेवून त्यांचा निरोप घेतला.

वनिता, तिचे बाबा गुपचूप व गजाभाऊ यांच्यासमोर दुसऱ्या लग्नाचा विषय समोर आला. 'बाबा' तुम्ही दुसरं लग्न करणार म्हणजे मला सावत्र आई आणणार. माझ्या आईची जागा मी तिला देणार नाही. आई ती आई, सावत्रपणाचा जाच मी मुळी सहन करणार नाही. फार तर मी होस्टेलवर राहायला जाईन. तेथे राहून मी माझे शिक्षण किंवा नोकरी पत्करेन. मला भाऊ नाही. त्याने का घर सोडले, तो कुठे आहे, याची मला कल्पना नाही की तुम्ही त्याबद्दल काही सांगितले नाही. पण मी आत्ताच कायमचे सांगते. कुठली टाच मनाला लागू नये म्हणून स्पष्ट आत्ताच करते. शिक्षण संपल्यावर बघू नशिबात काय असेल ते! तुम्ही खुशाल दुसरं लग्न करा. नाहीतरी निवृत्तीनंतर किंवा वय झाल्यावर तुमच्याकडे लक्ष देण्यासाठी कोणीतरी आपलं माणूस हवंच की!''

''गजाकाका, तुम्ही मला ती दुसऱ्या लग्नाला तयार झालेली स्त्री कोण, कुठली, शिक्षण, ती दिसायला कशी आहे, वागणूक कशी आहे. आमच्या घरात सुटेबल

आहे का? याबद्दल आधी चौकशी करून मला ती आधी बघू द्यात. अर्थात बाबांना तिच्याबद्दल कल्पना, माहिती दिली असेलही, पण मला प्रत्यक्ष सांगा म्हणजे माझ्या शंका दूर होतील. वर्तमानपत्रात वेगळ्या बातम्या प्रसिद्ध होतात. काही मुली/स्त्रिया लग्नाचं नाटक करून घर धुवून नेतात आणि लोक डोक्याला हात लावून फसवल्यावर दु:खी होतात. त्यापेक्षा आधीच चार ठिकाणी चौकशी केलेली बरी!''

'वनिता' तू म्हणतेस ते बरोबर आहे. लग्नाच्या बाजारात अशा गोष्टी घडतात ते शंभर टक्के बरोबर. पण ही मुलगी, दुसऱ्या लग्नाला तयार होणारी मुलगी तशी नाही. तू तिला कदाचित पाहिलेलंही असेल. सविस्तर माहिती तुला देतो. मगच तुम्ही बाप-लेकीनं लग्नाचं ठरवावं हेच बरं ठरेल! गजाकाका.

काही दिवस असेच आले गेले. गजाभाऊंना आपल्या कामाची आठवण झाली. ते तडक कमलच्या आईकडे वार्तालापासाठी गेले. विषय कसा काढायचा याचा विचार चालू असताना चहाबशी वाजली, चहा टिपॉयवर ठेवून 'काय गजाननराव गरम चहा आधी घ्या मग बोलू.' गजाभाऊंनी कपातला चहा बशीत ओतला, फुर्रऽऽ फुर्रऽऽ करत चहा संपवला.

''कमलची आई, तुमची कमल दुसऱ्या लग्नाला तयार आहे का?''

''आपलं यावर बोलणं झालंय. अजून काय विचार करायचाय? कमलच्या उभ्या आयुष्यात जर चांगलं घडून येणार असेल ते केलंच पाहिजे. वनिताचे बाबा सभ्य, समजूतदार प्रेमळ आहेत आणि त्यांना कमलच्या पूर्व आयुष्यात काय घडलंय ते माहिती आहे. आता आपला आणि कमलचा भविष्यकाळ उत्तम काळ जावा याचाच विचार करायचा. आता माझंही आयुष्य फार काळ नाही. तेव्हा वनिताचे बाबा योग्य ते ठरवतील!''

''वनिताची मागणी अशी आहे की मुलगी म्हणजे सावत्रआई अर्थात तिला आई म्हणणार नाही ते तिने स्पष्ट केले आहे.''

एका रविवारी वनिता, तिचे बाबा कमलच्या घरी गेले. गजाकाका अगोदरच तिथे उपस्थित होते. ते आले तेव्हा कमल आईसाठी बाजारात सामान आणण्यासाठी बाहेर पडली होती. कमलच्या आईला वनिता किंवा तिच्या बाबांची फारशी माहिती नव्हती.

कमलच्या आईने चहाचा ट्रे गजाकाकासमोरच्या टी पॉयवर ठेवला. वनिता-

वनिताच्या बाबांनी तेवढ्या वेळात घरातील सजावट-स्वच्छता याची पाहणी केली. घर स्वच्छ टापटिपीत होते. तोपर्यंत दारावरची बेल वाजली. सा-रे-ग-म-पाऽऽऽ

कमल असणार, सामान आणायला गेली, असं स्वत:शी बोलत आईने दार उघडलं!

''अरे ही तर कमल, लग्नाची मुलगी!'' वनिताला कमलला बघून ४४० व्होल्ट शॉक बसला. मी घराबाहेर पडले की कमल आणि बाबा यांच्यात काही आहे का? एरवी शांत असणारी कमल एकदम आतल्या गाठीची निघाली. माझ्या गैरहजेरीचा फायदा कमलने उठवला असावा, अशा अनेक तऱ्हेच्या शंका-कुशंका वनिताच्या मनात उसळल्या. बाबा तसे सभ्य, मृदूभाषी, कोणाशी असे वागणारे नाहीत. वनिता गंभीरपणे त्या तिघांचे संवाद ऐकत होती. त्यांची बोलणी झाली आणि बैठक संपली. वनिताचे बाबा म्हणाले, ''मी वनिताच्या मनात काय चाललंय, तिला काय वाटते ते विचारतो आणि आपली रजा घेतो. तोपर्यंत कमलने घरी काम करावे असे वाटते!''

वडील व वनिता आपल्या घरी आले. घरात शांततेचे वारे त्या दोघांच्या मनाचा अंदाज घेत घरभर मंदगतीने फिरत होते. वनिताच्या मनातला ताण कमी करण्यासाठी ''वनिता, आपल्यासाठी चहा करशील का?'' असे विचारले.

''बाबा, तुमच्या मनावर खूप ताण आला आहे. लग्न झाल्यावर कमल काही सावत्र आईसारखी वागवणार नाही याची मला खात्री वाटते. याशिवाय ती तुम्हाला मदतच करेल!

''बाबा, सध्या संस्कृत या विषयाबद्दल, शास्त्रीय ज्ञान, वैद्यकीय उपचार वगैरे.. खूप संशोधनास वाव आहे. सध्या पुण्यातील एका कॉलेजात असोसिएट प्रोफेसरची नियुक्ती होणार आहे. मला जर्मनी येथूनसुद्धा संशोधनासाठी संस्कृत, मोडी, मराठी भाषा संदर्भात असो. प्रोफेसरशीप मिळाली आहे. तुमचे आणि कमलचे लग्न झाल्याबरोबर मी जर्मनीमधल्या एका विद्यापीठात नोकरी स्वीकारली आहे तेथे मी रुजू होणार आहे.

''तुमच्या तब्येतीसाठी, नोकरी हे सांभाळायचे आहे ते कमल बघेल आणि हो, कमलचे नाव 'वेदवती' असे लग्नानंतर ठेवल्यास मला आवडेल!''

''पोरीनं आपलं भविष्य कथन केलं तर! 'ही गोष्ट कमलच्या आईपर्यंत पोहोचलीसुद्धा. कमलच्या आईच्या भावाचा मुलगा, म्हणजे भाचाच जर्मनीमध्ये

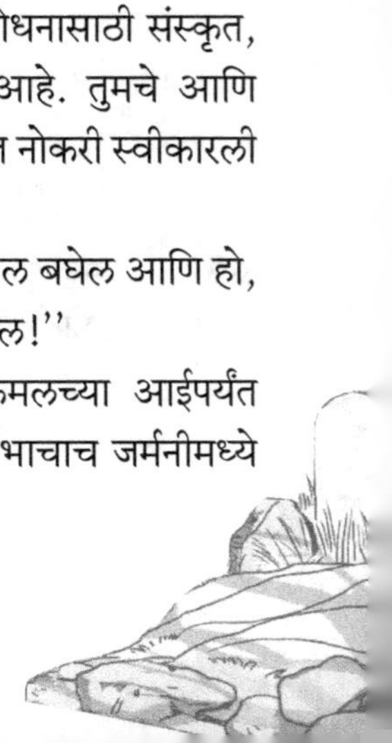

प्रोफेसर म्हणून कार्यरत आहे. माझा भाचा वनिताच्यासारखाच सुस्वरूप, सभ्य संस्कारित आहे. तो आपल्या वनिताला योग्य वर-अनुरूप असाच आहे. मी फोन करून शक्यतो लवकर पुण्याला बोलावते. तो येईलसुद्धा, तुम्ही आल्यावर बघा योग्य वाटला तर – जमलं तर सोन्याहून पिवळं होईल. परदेशात आपल्या मुलीनं एकटी राहणं म्हणजे आपल्याला चोवीस तासाची काळजीच की. ते मी बघते. तोपर्यंत कमल आणि तुमचं लग्न वनिताच्या साक्षीने होईल. लग्नासाठी देण्या-घेण्याच्या अटी नाहीत. फक्त चांगल्या मुहूर्तावर लग्नाची गाठ बांधता येईल.''

वनिताने वधूवरांवर अक्षता टाकल्या.

वनिताच्या मनात अजून एक अनुत्तरित प्रश्न घुटमळत होता. तो गळवासारखाच तिला त्रास देत होता.

''का हो बाबा, मला मोठा भाऊ होता, तो कोठे असतो, घरातून पळून गेला असं मला उडत-उडत कळालं. निदान आता तरी सांगा?''

''वनिता, तुझ्याइतकंच मला मुलगा पळून का गेल्याचे किंवा पळवून नेण्याचे कारण कळलं नाही. तोही तुझ्यासारखाच दिसायचा, शांत स्वभावी मुलगा अचानक कसा नाहीसा झाला. मी मुलाचे वर्णन, उंची, कपडे, वय अशी माहिती पोलिसांकडे तक्रार नोंदवलेली आहे. त्य काळात पुण्या-मुंबई इतर शहरातून बरीच मुले पळवून नेण्याचे सत्र चालू होते. त्याचा तपास पोलिसांनी केला. पण त्यांना यश आले नाही. कदाचित अशी हुशार मुले परदेशीही पाठवली असतील. मध्यंतरी मी रँग्लर नावाची गोष्ट वाचली. त्या गोष्टीतला मुलगा असाच घरातून निघून गेला होता. माझ्या धाकटा भावाचे परदेशात अनेक वेळा जाणे-येणे होते. एका प्रवासात त्याने आपल्या मोठ्या भावासारखा दिसणारा मुलगा पाहिला. शिवाय ॲस्पीवरही आपलेच नाव वाचले. धाकट्या भावाने त्याला गाठले. बोलते केले तर तो खरोखरच त्याचाच भाऊ होता. दोन भावांची गाठ पडली.

सरकारी नियमानुसार हरवलेल्या व्यक्तींचा तपास सात वर्षांपर्यंत चालू ठेवतात. मग ती व्यक्ती अस्तित्वात नाही किंवा मृत समजावी असं लेखी उत्तर मिळाले. असे सांगून त्याचा पुढे शोध लागला नाही, हे स्पष्ट केले व वनिताच्या मनातला गोंधळ संपला.

निश्चिंत मनाने ती आपल्या भविष्याकडे वळली.

■■■

लेखक परिचय

डॉ. मधुकर साबणे

जन्म : ७ जुलै १९४२

शिक्षण : एम.एस्सी., पीएच.डी. (रसायनशास्त्र)
पुणे विद्यापीठ डिप्लोमा इन जर्मन (मे १९७०)

- सन १९६५ पासून जुलै २००२ पर्यंत पुण्याच्या राष्ट्रीय रासायनिक प्रयोगशाळेत नैसर्गिक रबर, कृत्रिम रबर, मेम्ब्रेन यांसारख्या विविध प्लॅस्टिक/पॉलीमर पदार्थावर संशोधन. आंतरराष्ट्रीय नियतकालिकांत अनेक निबंध प्रसिद्ध.
- सामान्य लोकांना व विद्यार्थ्यांना प्लॅस्टिक/पॉलिमर पदार्थांची संशोधनावर आधारित ओळख करून देण्यासाठी मराठी हिंदीतून लेखन केले.
- पुणे आकाशवाणी केंद्रावरून विज्ञान परिचय, दैनंदिन विज्ञान, नाते निसर्गाशी या कार्यक्रमात भाषणे दिली.

प्रकाशित पुस्तके

- किमया प्लॅस्टिकची, मेहता पब्लिशिंग हाऊस, पुणे १९९४.
- किमया प्लॅस्टिकची, सु.आ. अनमोल प्रकाशन, पुणे. जाने. २०००.
- शिल्पकार प्लॅस्टिकचे, दास्ताने रामचंद्र अँड कं., पुणे, १९९६.
- प्लॅस्टिक का रोचक संसार (हिंदी), ज्ञानगंगा, दिल्ली, १९९८.
- नाते प्लॅस्टिकशी, इंद्रायणी प्रकाशन, पुणे, १९९९.
- पंधरावे रत्न : प्लॅस्टिक : दास्ताने रामचंद्र अँड कं., २००४.
- प्लॅस्टिक युगाचे मानकरी, चंद्रकला प्रकाशन, पुणे, २००६.

कथासंग्रह

- 'दर्भाचा कावळा', विक्रम उद्योग, पुणे, डिसेंबर, २००५.
- 'देशमुखांचा वाडा', नंदिनी पब्लिशिंग हाऊस, पुणे जून २००७.
- 'देवाघरचे ज्ञात कुणाला', रहस्यमय कादंबरी, नंदिनी पब्लिशिंग हाऊस, पुणे, १४ सप्टेंबर २००८.
- 'मनाचिये गुंफी' : श्री समर्थ प्रकाशन, पुणे, २०१७
- 'दर्भाचा कावळा' २ : श्रीसमर्थ प्रकाशन, पुणे २०१७
- रँग्लर : शांती पब्लिकेशन्स, पुणे २०१९
- अशी माणसे अशा भेटी : श्रीसमर्थ प्रकाशन, पुणे २०१८.
- अपेक्षा दिवाळी अंक २००५ पासून जानेवारी २०२० मध्ये कथा प्रसिद्ध.

सन २०१६ व २०१७ मध्ये प्रकाशित व ग्रंथालय संचालनालयास प्राप्त झालेल्या ग्रंथांपैकी ग्रंथ निवड समितीने 'मनाचिये गुंफी' व 'दर्भाचा कावळा' या कथासंग्रहांची निवड केली.

मिळालेली पारितोषिके

- नायट्राईल रबर संशोधनाबद्दल NRDC नवी दिल्ली अॅवार्ड १९७९.
- प्लॅस्टिक का इंद्रजाल CSIR द्वितीय पारितोषिक सप्टें. १९९६
- इंडियन सो ऑफ प्लॅस्टिक सोशल अवेरनेस अवार्ड १९९४
- पुणे महानगरपालिका, स्वातंत्र्याचा सुवर्ण महोत्सव १५ ऑगस्ट १९९७ गौरव पदक.
- सेंट्रल गर्व्हमेंट एम्प्लाई वेलफेअर को ऑर्डिनेशनचे 'अर्टिस्ट ऑफ इयर २०००'अवार्ड
- मॉरिक्यूस हूज हू - सायन्स ऑफ इंजिनिअरींग ९ वी आवृत्ती (२००६-२००७) हूज हू इन एशिया १ ली आवृत्ती २००७ मध्ये समावेश.
- मॉरिक्यूस हूज हू इन वर्ल्ड 14th Ed. 1997.
- सायंटिफिक अॅवॉर्ड ऑप एक्सलन्स फॉर २०११ अमेरिकन बायोग्राफिकल इन्स्टिट्यूट Oxford England 2012.
- अखिल मराठी साहित्य संमेलनाध्यक्ष डॉ. श्रीपाल सबनीस यांच्या हस्ते अपेक्षा दिवाळी अंक २०१६ प्रकाशन सोहळ्यात सत्कार.
- अखिल धनकवडी-बालाजीनगर शिवजयंती उत्सव समिती पुणे तर्फे दि. २६ मार्च २०१६ सत्कार व सन्मानचिन्ह.

- पै. अब्दुल कलाम, माजी राष्ट्रपती भारत यांची ०८-०८-२००९ रोजी भेट. त्यांना माझी पॉलिमर विषयाबद्दलची प्रसिद्ध झालेली पुस्तके भेट दिली. 'प्लॅस्टिक का रोचक संसार' हे पुस्तक त्यांनी स्वतःकडे ठेवून घेतले. त्या वेळी ५-१० मि. चर्चा झाली.
- दीपावली विशेषांक २०२२ - अपेक्षा मासिक परिवार, पुणे तर्फे सन्मानपत्र दि. १६/१०/२०२२, संपादक श्री. दत्ता उभे.
- सी.एस.आय.आर. (CSIR) व Macromotecular Institute, प्राग (रिपब्लिक) भारत व झेक सायंटिस्ट एक्सचेंज या कार्यक्रमानुसार तीन महिन्यांसाठी प्रागला वास्तव्य, ऑ. १९८०
- प्रवासवर्णन, काही नामांकित सामाजिक संस्था, विशेष उल्लेखनीय कार्य केलेल्या व्यक्तींचा परिचय अपेक्षा, उत्तम कथा, अमृत, किर्लोस्कर, सृष्टीज्ञान यांद्वारे करून दिला.
- उर्मी (सिंहगड कॉलेज ऑफ सायन्स पुणे, मुक्तपीठ दै. सकाळ, पुणे टाईम्स, लोकसत्ता, एन.सी.एल. (पाषाण) इन ॲन्ड अराऊंड, ज्ञानप्रबोधिनी, विज्ञानयुगमधून अनेक लेख प्रसिद्ध.
- अनेक छोट्या उद्योजकांना विविध प्लॅस्टिकची माहिती, त्यांचा वापर, गैरवापर, पुनर्वापर माहिती देऊन त्यांच्या समस्या, शंका यांचे निरसन केले. काही महाविद्यालयांमध्येही भाषणे दिली.

www.ingramcontent.com/pod-product-compliance
Lightning Source LLC
LaVergne TN
LVHW050853051026
849532LV00006BA/2229
* 9 7 8 9 3 4 8 0 4 8 0 0 4 *